யார் நீ?

உங்கள் ஆளுமையைப் புரிந்துகொள்ளுங்கள்!

யார் நீ?

சோம. வள்ளியப்பன்

கிழக்கு

யார் நீ?

Yaar Nee?

Soma. Valliappan ©

First Edition: February 2007

Second Edition: January 2022

248 Pages

ISBN : 978-93-90958-24-5

Kizhakku - 1245

Kizhakku Pathippagam

177/103, First Floor, Ambal's Building, Lloyds Road,
Royapettah, Chennai - 600 014. Ph: +91-44-4200-9603
Email : support@nhm.in   Website : www.nhm.in

kizhakkupathippagam   kizhakku_nhm

Author's Email: writersomavalliappan@gmail.com

Author's Website : www.writersomavalliappan.in

www.facebook.com/Soma Valliappan

www.youtube.com/Soma Valliappan

Kizhakku Pathippagam is an imprint of New Horizon Media Private Limited

விசுவாசி

ஆய்வாளர்

உதவுபவர்

சவால்காரர்

தனிமைவாதி

ஆர்வமிக்கவர்

சீர்திருத்தவாதி

சாதனையாளர்

அமைதிவிரும்பி

யார் நீங்கள்?

உள்ளே

இரண்டாம் பதிப்பிற்கான முன்னுரை

'யார் நீ?' புத்தகம் எழுதியது 2007ம் ஆண்டு.

நல்ல வரவேற்பு இருந்தது. சில பதிப்புகள் வெளிவந்தன. ஆனால், அதில் எனியகிராம் என்ற ஒரு பர்சனாலிட்டி தியரி குறித்த விவரங்கள் மட்டுமே இருந்தன.

உலகில் இன்னும் பல பரபலமான பயனுள்ள பர்சனாலிட்டி தியரிகளும் இருக்கின்றன. அவை அந்தப் பதிப்பில் இடம் பெறவில்லை. அவற்றையும் சேர்த்துவிடவேண்டும் என்பது என் விருப்பம். அது குறித்து அப்போதிருந்தே யோசித்து வருகிறேன்.

ஆனால், புதிய புத்தகங்களிலேயே கவனமும் நேரமும் போனதால், 'யார் நீ' புத்தகத்தை விரிவு செய்யமுடியாமல் இருந்தது. விரிவு செய்தபறகு வெளியிடுவோமென மறுபதிப்புகளை நிறுத்தி இருந்தேன். எனவே புத்தகம் சந்தையில் விற்பனைக்கு கிடைக்கவில்லை. ஆனால் நானே ஏன் என்று யோசிக்குமளவு, கடைகளிடமிருந்தும், அறிமுகம் உள்ள சில வாசகர்களிடமிருந்தும் 'யார் நீ' புத்தகம் எப்போது வருமென தொடர்ந்து விசாரிப்புகள் வந்துகொண்டேயிருந்தன.

கொரானா முதல் அலை ஊரடங்கின்போது கணிசமான நேரம் கிடைக்க, யார் நீ புத்தகத்தில் MBTI, 16 PF, TA போன்ற முக்கியமான பர்சனாலிட்டி தியரிகளையும் விளக்கங்களையும் எழுதிச் சேர்த்தேன்.

அதனால் தமிழில் பர்சனாலிட்டி தியரிகள் குறித்த பெருமளவு முழுமையான புத்தகமாக யார் நீ இருக்கும் என நினைக்கிறேன்.

கொஞ்சம் கூடுதல் உழைப்பு கேட்ட புத்தகம் இது. கனமாகவே வந்திருப்பதில் மகிழ்ச்சி. புத்தகம்தான். கதைகள் அதிகமில்லை. எல்லாம் விவரங்கள். அதனால் வைத்து வைத்துத்தான் படிக்க இயலும் என்று நினைக்கிறேன்.

நிச்சயம் ஒரு 'ரெபரென்ஸ்' புத்தகம் போல பயன்தரும் என்று நம்புகிறேன். அதிக ஆங்கில பயிற்சியில்லாத பயிற்றுனர்களுக்கு உதவும்.

தங்கள் பிள்ளைகளுக்கும் வேண்டியவர்களுக்கும் இந்தப் புத்தகத்தை பரிசளித்து மகிழலாம்.

இந்த புதிய பதிப்பற்கு ஊக்கமும் ஆதரவும் கொடுத்த கிழக்கு பதிப்பகத்தின் வைதேகி மேடம் அவர்களுக்கும் பதிப்பாசிரியர், நண்பர் மருதனுக்கும் என் நன்றிகள்.

22.7.21 **சோம. வள்ளியப்பன்**

முதல் பதிப்பிற்கான முன்னுரை

பர்சனலிட்டி என்றால் என்ன? முக வசீகரமா? உடல் அழகா? உடுத்தும் உடைகளில் இருக்கிறதா? அல்லது வேறு எதுவுமா?

இவற்றைப்பற்றியெல்லாம் நிச்சயமாகத் தெரிந்தவர்கள் குறைவுதான். காரணம் இவற்றைப் பற்றி, நம் பள்ளிகளில் மற்றும் பெரும்பாலான கல்லூரிகளில் சொல்லிக் கொடுப்பது இல்லை. சில மேலாண்மைப் படிப்புகளில் மட்டும், 'ஆர்கனை சேஷனல் பிஹேவியர்' (Organisational Behavior) என்கிற பாடத் திட்டத்தில் சொல்லித் தருகிறார்கள்.

இந்த பர்சனாலிட்டி என்கிற ஆளுமைபற்றி, மேற்கே பல ஆராய்ச்சிகள் கடந்த பல ஆண்டுகளாக நடந்துவருகின்றன. ஆராய்ச்சிகள் என்றால் முறையான, அறிவியல் பூர்வமான ஆராய்ச்சிகள். வெறும் திண்ணைப் பேச்சு தியரிகள் இல்லை. அவை எல்லாம் என்ன சொல்கின்றன? அவற்றால் ஏதும் பலன் உண்டா? பர்சனாலிட்டிபற்றிய ஆராய்ச்சி சங்கதிகள், வாழ்க்கையை மேம்படுத்திக் கொள்ள உதவுமா? இதுமாதிரியான பல விஷயங்களைப் பார்ப்பதற்குத்தான் இந்தப் புத்தகம்.

அசப்பில் நாம் எல்லோருமே ஒன்றுபோல இருந்தாலும், நாம் எல்லோரும் ஒன்று இல்லை. நாம் அனைவருமே வேறு வேறுவிதமான மனிதர்கள். நம் மனத்தால் வேறுபடுகிறோம். நமது ஆசைகள், உந்துதல்கள், முயற்சிகள், சங்கடங்கள்,

வெற்றி என்று எதை எடுத்துக் கொண்டாலும், எல்லாம் வேறு வேறுதான்!

'இவர் இப்படித்தான்' என்று, நாம் எல்லோருமே மற்றவர் களைப்பற்றி சுலபமான முடிவுகளுக்கு வந்துவிடுகிறோம். அவரவருக்குத் தெரிந்தவகையில் அதற்கு ஏதாவது காரணங் களையும் சொல்லிக்கொள்கிறோம்.

நாம் நினைத்துக்கொண்டிருக்கிறபடிதான் எல்லோரும் இருக்கி றார்களா? நாம் யூகித்துக்கொள்ளும் காரணங்கள் சரிதானா? மற்றவர்களைப்பற்றி யூகிப்பதைவிட, உள்ளதை உள்ளபடி சரியாகப் புரிந்துகொள்ள வழிகள் இருக்கின்றனவா?

இந்தக் கேள்விகளுக்கெல்லாம் பர்சனாலிட்டி தியரிகளில் பதில் உண்டு. சில மனோதத்துவ பதில்களும் உண்டு.

'ஆடிக் கறக்குற மாட்டை ஆடிக்கறக்கணும்' என்பார்கள். சரி, எது ஆடிக் கறக்கிற மாடு? எப்படி ஆடினால், அந்த மாடு கறக்கும்? மாடுகூடப் பரவாயில்லை. மனிதர்கள்? அவர்களிடையே இருக்கும் வித்தியாசங்களை எப்படிக் கண்டுபிடிப்பது?

இவற்றை எல்லாம் பர்சனாலிட்டி தியரிகள் சொல்லிக்கொடுக் கின்றன. பர்சனாலிட்டி தியரிகளைத் தெரிந்துகொள்வது சுவாரசியம் மட்டுமில்லை. அதில் நடைமுறை வாழ்க்கைக்கு நிறையவே பலன்கள் இருக்கின்றன.

ஒருவர் தன்னுடைய பர்சனாலிட்டி வகையை முயன்றால் மாற்றலாம்.

அதற்குப் பெருமுயற்சிவேண்டும். அதற்கான முதல் படி, அதைப் புரிந்துகொள்வது.

அதனைச் செய்வதுதான், இந்தப் புத்தகத்தின் நோக்கம். எனிய கிராம் மற்றும் பர்சனாலிட்டி வகைகள், மனோதத்துவம் போன்றவை மிகப் பெரிய இனிக்கும் சமுத்திரங்கள். சில துளிகள் மட்டும் இங்கே.

அபிராமபுரம்,
சென்னை-18.

அன்புடன்
சோம. வள்ளியப்பன்

1. நமக்குத் தெரிந்த சில பர்சனாலிட்டிகள்

'ரஜினிகாந்தின் ஆதரவு எந்தக் கட்சிக்குக் கிடைக்கும்?'

அட! என்ன இது? இன்னுமா இந்தக் கேள்வி கேட்கப்படுகிறது என்று ஆச்சரியப்படவேண்டாம். இது 2007ம் ஆண்டு இருந்த நிலை.

2004, நாடாளுமன்றத் தேர்தல் அறிவிக்கப்பட்டிருந்த சமயம் அது. ஒவ்வொரு தமிழனின் தலைக்குள்ளும் அப்போது குடைந்து கொண்டு இருந்த கேள்வி இதுதான்.

ரஜினிகாந்தும் சில பல அரசியல் சீண்டல்களினால் இந்தக் கேள்விக்குப் பதிலளித்தே தீரவேண்டிய கட்டாயத்தில்தான் இருந்தார்.

ரஜினிகாந்தின் வாய்ஸ் என்னவாக இருக்கும்? அப்போது முதல்வராக இருந்த ஜெயலலிதாவுக்கு எதிராக, தைரியமான நிலைபாடு எடுப்பாரா? இல்லை, ரசிகர்களின் விருப்பத்திற்கேற்ப அந்தமுறையாவது தேர்தலில் குதிப்பாரா? எதிர்க்கட்சிகளாக இருந்த தி. மு. க. மற்றும் த. மா. கா.வுக்கு ஆதரவு தெரிவிப்பாரா? ஒவ்வொருநாளும் எதிர்பார்ப்பு எகிறிக்கொண்டே போனது.

சரத் சக்சேனா என்று ஒரு வடநாட்டுக்காரர். பணி நிமித்தம் அப்போது சென்னையில் இருந்தார். அவருக்குத் தமிழ்நாட்டு

அரசியல்பற்றிப் பெரிய அளவில் எதுவும் தெரியாது. அலுவலகத்துக்கு சக ஊழியர்களுடன் வேனில் வரும்போது, அவர்கள் பேசுவதைக் கவனிப்பார். அவர்களது அப்போதைய பேச்சு, பெரும்பாலும் தேர்தலைப்பற்றியதாகத்தான் இருந்தது. அதிலும் ரஜினிகாந்தின் பெயர், அதிக அளவில் அடிபட்டது. சரத் சக்சேனா, ரஜினிகாந்தின் சில திரைப்படங்களைப் பார்த்திருக்கிறார். நிறைய போஸ்டர்களில் அவரது உருவப் படங்களை பார்த்திருக்கிறார். அதனால், ரஜினிகாந்துக்கு இருந்த ஆதரவு பற்றியும் அவர்மீது மக்களுக்கு இருந்த எதிர்பார்ப்புபற்றியும் ஆர்வத்துடன் கேட்டுத் தெரிந்துகொண்டார்.

அன்று ஞாயிற்றுக்கிழமை. 'இன்னும் சில நிமிடங்களில் ரஜினி காந்த் பத்திரிகையாளர்களைச் சந்திக்கிறார். நேரடி ஒளிபரப்பு' என டிவியில் அறிவிப்பு வெளியானது. நாடே பரபரப்பானது. எல்லாக் கட்சிக்காரர்களுக்கும் டென்ஷன் ஏறியது.

ரஜினிகாந்த் தொலைக்காட்சியில் தோன்றி, தன் நிலைபாட்டைக் கூறிய அந்த நிகழ்ச்சியை, சரத் சக்சேனாவும் பார்த்தார். பாவம், அவரால் ஒரு விஷயத்தை ஒப்புக்கொள்ளவே முடியவில்லை. மறுநாள், ஆச்சரியத்தை அடக்க முடியாமல் தன்னுடன் பணிபுரியும் சக அதிகாரிகளுடன் திரும்பத் திரும்ப 'அந்த விஷயத்தை'ப்பற்றிப் பேசிக்கொண்டே இருந்தார்.

சரத் சக்சேனா அப்படி என்ன ஆச்சரியப்பட்டு சொன்னார்?

'உண்மையிலேயே அவர்தான் ரஜினிகாந்தா? நான் அவரோட உருவத்தை வேறு மாதிரியல்லவா கற்பனை செய்திருந்தேன். ஆனால், இவர் என்ன இப்படி இருக்கிறார்! கோதிக்கொள்ளும் தலைமுடி, நாலு நாள் மழிக்காத வெள்ளைத் தாடி, சாதாரண ஜிப்பா, என்ன இது? அய்யோ என்னால் நம்பவே முடிய வில்லை. இவருடைய வாய்ஸுக்காகவா இத்தனை பேர் காத்திருக்கிறார்கள்? இவராலா இவ்வளவு மக்களை ஈர்க்க முடிந்திருக்கிறது?'

அமிதாப்பச்சன், அமீர்கான், ஷாருக்கான் என்று திரையிலும், நேரிலும் அழகாகவே தோன்றும் நடிகர்களைப் பார்த்துப் பழகிய சரத் சக்சேனாவால், ரஜினிகாந்தின் கவர்ச்சியைச் சட்டென்று புரிந்துகொள்ள முடியவில்லை.

சரத் சக்சேனா நினைத்தது இருக்கட்டும்.

ரஜினிகாந்த் உண்மையிலேயே கவர்ந்திழுக்கும், விரும்பப்படும் பர்சனாலிட்டியா?

இந்தக் கேள்வியே தேவையில்லை என்கிறீர்களா? நிஜம்தான். கறுப்பாக இருந்தாலும் ஒரு நடிகராக தமிழக மக்களை நிறையவே வசீகரித்திருக்கிறார் ரஜினிகாந்த். இல்லாவிட்டால் ஒவ்வொரு தேர்தலிலும் ரஜினியின் ஆதரவு எங்கள் கட்சிக்குத்தான் என்று பல அரசியல் கட்சிகள் வலுக்கட்டாயமாக அவரை சொந்தம் கொண்டாட மாட்டார்கள்.

பாரதியாரைப் பாருங்கள். பஞ்சகச்சம்போல கட்டிய வேஷ்டி. அதற்கு மேலே ஒரு 'கோட்'. 'பேண்ட்' அணிகிற வழக்கமெல்லாம் அவர் காலத்தில் இல்லை. பெரிய தாடி, தலையில் முண்டாசு என்று வித்தியாசமாகத்தான் காட்சி அளிப்பார். ஆனால், பாரதியாரை எனக்குப் பிடிக்கவே பிடிக்காது என்று யாராவது சொல்லக் கேட்டிருக்கிறீர்களா?

காமராஜர் நல்ல கறுப்பு. கவர்ந்திழுக்கும் முகமெல்லாம் அவருக்குக் கிடையாது. அவர் அணிந்த உடைகளும் அப்படித் தான். முழங்கையைத் தாண்டித் தொங்குகிற தொளதொள கதர் சட்டை. ஆனால் காமராஜரை நேசிக்காதவர்கள் இருக்க முடியுமா?

இவர்கள் எல்லாம் உயரம், தோல் நிறம், உடலமைப்பு, தலை முடி, மீசை, உடைகள், தங்களைச் சீவி சிங்காரித்துக்கொள்ளுதல் போன்றவற்றில் மிகமிகச் சாதாரணமானவர்கள். ஆனால், மக்கள் மனத்தில் மிகச் சிறந்த இடத்தைப் பிடித்தவர்கள்.

'உங்களுக்குத் தெரிந்த, சிறந்த பர்சனாலிட்டிகள் சிலருடைய பெயர்களைச் சொல்லுங்கள்' என்று யாரிடமாவது கேளுங்கள். சராசரியாக வந்து விழும் பதில், 'டெண்டுல்கர், கமல்ஹாசன், விஜய், அஜித், எம். ஜி. ஆர். , சிவாஜி' - இப்படியாகத்தான் இருக்கும்.

இப்படிப்பட்ட பதில்களைக் கூறுபவர்களைப் பொறுத்தவரை, 'பர்சனாலிட்டி' என்றால், உயரமாக இருப்பது, தோல் நிறம் சிவப்பாக இருப்பது, முக அமைப்பு கவர்ச்சியாக இருப்பது, நடை உடை பாவனைகள் மிடுக்காக இருப்பது என்பதுதான்.

'பர்சனாலிட்டி' என்று, அவர்கள் புரிந்துகொண்டது ஓரளவுக்குச் சரிதான். ஆனால், அழகாக இருப்பவர்கள்தான் நல்ல

பர்சனாலிட்டி உள்ளவர்கள் என்று நினைப்பது, சொல்வது தவறு. (அதற்காக அழகாக இருப்பவர்கள் எல்லாம் பர்சனா லிட்டி இல்லாதவர்கள் என்றும் பொருளில்லை.)

நல்ல பர்சனாலிட்டிகளில் அழகாக இருப்பவர்களும் உண்டு. நேர்த்தியாக மிடுக்காக உடுத்துபவர்களும் உண்டு. ஜவாஹர் லால் நேரு, இந்திரா காந்தி, எம். எஸ். சுப்புலட்சுமி, ஐஸ்வர்யா ராய், இப்படிச் சொல்லிக்கொண்டே போகலாம்.

அப்படியென்றால், பர்சனாலிட்டி என்பது முக்கியமாக எதைப் பற்றியது?

கற்பனைக் கதாபாத்திரங்களை எடுத்துக்கொள்வோம். ராமாயணத்தில் வரும் ராமன், சீதை, பரதன், லட்சுமணன், விபீஷணன், அனுமன், ராவணன், சூர்ப்பனகை, கும்பகர்ணன் என்று ஒவ்வொருவரும் ஒவ்வொருவிதமான பர்சனாலிட்டிகள்.

சமீப காலத்துக்கு வருவோம். பாக்கியம் ராமசாமி என்றாலே வயதான ஜோடி ஒன்று ஞாபகத்துக்கு வரும். அப்புசாமித் தாத்தா, சீதாப்பாட்டி - என்னவொரு சுவாரசியமான பர்சனாலிட்டிகள். கற்பனைக் கதாபாத்திரங்கள் என்றாலும்கூட, கொஞ்சமும் தங்கள் இயல்பை விட்டுக்கொடுக்காமல் அவர்கள் போடும் சண்டை, ஒருவரைக் கவிழ்க்க இன்னொருவர் செய்யும் உள்ளடி வேலைகள் என்று அந்த வயதான இணையரின் குறும்புகளை நம்மால் மறக்கமுடியுமா? இப்போதுகூட நம் மனக் கண்ணில் நிஜம்போலவே உலவிக்கொண்டிருக்கிற அளவுக்கு பவர்ஃபுல் பர்சனாலிட்டிகள்.

உலகின் மக்கள் தொகை 720 கோடிக்கும் சற்று அதிகம். இந்த எழுநூற்று இருபது கோடி பேரும் வெவ்வேறு மாதிரி யானவர்கள். உருவத்தில்கூட ஒற்றுமை இருக்கலாம் (ஒரே மாதிரி ஏழு பேர் இருப்பார்களாமே!). ஆனால் பர்சனாலிட்டியில் நிச்சயமாக வேறுபடுகிறார்கள் என்கிறார்கள் உளவியலாளர்கள்.

ஆக, விரல் ரேகை, பல் அமைப்புகள், முக அமைப்புகள், உடல் வாசனைகள் மட்டுமல்ல, மனிதருக்கு மனிதர் பர்சனாலிட்டி களும் வேறுபடுகின்றன. பெற்றவர்களைப்போல பிள்ளைகள் இல்லை. நம் தாத்தாபோல அப்பா இருக்கிறாரா? நம் சகோதரன்போல நாம் இருக்கிறோமா? நம் தாய்போல நம் சகோதரி இருக்கிறாரா? எல்லோரும் ஒரே பர்சனாலிட்டிகளா?

இல்லை.

எல்லாம் வெவ்வேறுதான். எல்லோருமே விரும்பப்படும் பர்சனாலிட்டிகளும் இல்லை; வெறுக்கப்படும் பர்சனாலிட்டிகளும் இல்லை. எப்படிப்பட்ட பர்சனாலிட்டிகள் விரும்பப்படுகிறார்கள், கண்டுகொள்ளப்படுகிறார்கள், கொண்டாடப்படுகிறார்கள்?

எப்படிப்பட்ட பர்சனாலிட்டிகள் வெறுக்கப்படுகிறார்கள், ஒதுக்கப்படுகிறார்கள்?

நாம் எப்படிப்பட்ட பர்சனாலிட்டிகளாக இருக்கிறோம்?

இந்தக் கேள்விகளுக்கு விடை காணும் முன், நம் பர்சனாலிட்டியைப் புரிந்துகொள்வது மிக மிக அவசியம்.

வரும் அத்தியாயங்களில் இந்தக் கேள்விகள் ஒவ்வொன்றுக்கும் விடை இருக்கிறது.

2. பர்சனாலிட்டி என்றால்?

'பர்சனாலிட்டி'.

இந்த வார்த்தைக்கு அதே பொருள் தரும் வார்த்தையாக தமிழில் எதைச் சொல்லலாம்?

'ஆளுமைத் திறன்' - என்று 'பர்சனாலிட்டி டெவலப்மெண்ட்' பயிற்சி வகுப்புகளில் குறிப்பிடுகிறார்கள். 'ஆளுமைத்திறன்' என்கிற வார்த்தைகூட, 'பர்சனாலிட்டி'க்குரிய அர்த்தத்தினை ஓரளவுக்குத்தான்கொடுக்கிறது. 'பர்சனாலிட்டி' என்கிற வார்த்தை, இன்னும் பல விஷயங்களைக் குறிக்கும் ஒரு பெரிய சொல். 'பர்சனாலிட்டி' என்கிற வார்த்தை சொல்லும் அத்தனை அர்த்தங்களை அதே வீரியத்தோடு சொல்லும் ஒற்றைச் சொல்லை, இன்னொரு மொழியில் கண்டுபிடிப்பது சிரமம்தான்.

பர்சனாலிட்டி என்ற ஆங்கில வார்த்தையின் பொருள்

பர்சனாலிட்டி என்கிற ஆங்கில வார்த்தையின் வேர், லத்தீன் மொழியில் இருக்கிறது. லத்தீன் மொழியில் 'பர்சனா' (Persona) என்றால், 'முகமூடி' என்று பொருள். கிரேக்க நாடகங்களில் நடிக்கும் நடிகர்கள், அந்தக் கதாபாத்திரமாகவே மாறிவிடுவதற்காக, தங்களின் நிஜமுகத்தினை மறைத்து, முகத்தின்மீது

எதையாவது ஒட்டிக் கொள்வார்கள். நாடகம் பார்ப்பவர்களுக்கு அந்த முகத்திரை காட்டும் குணச்சித்திரம்தான் தெரியும். சீசர் வேடமென்றால் சீசரின் முகத்தை தன் முகம்மீது கொண்டு வந்துவிடுவார்கள்.

இந்த 'பர்சனா' என்கிற வார்த்தைக்கு, 'As one appears to others', 'மற்றவர்களுக்குத் தெரிவதுபோல' என்றுதான் அர்த்தம். 'பர்சனாலிட்டி' என்ற வார்த்தையில் உள்ள 'பர்சனா', இந்த அர்த்தத்தில்தான் பயன்படுத்தப்படுகிறது. ஒரே வரியில் சொல்லவேண்டும் என்றால், பர்சனாலிட்டி என்பது, ஒருவர் மற்றவர்களுக்கு எப்படித் தென்படுகிறார் என்பதுதான்.

சிலரை அதிகம் பேசாதவர், கூச்ச சுபாவம் உள்ளவர் என்கிறோம் (Reserved type). வேறு சிலரை, எப்போதும் தன்னைத் தாழ்த்திக் கொள்பவர் (Submissive) என்கிறோம். இன்னும் சிலரை மிகவும் சிடுசிடு (Serious) டைப் என்று முடிவு செய்கிறோம். ஒரு சிலர் மிகவும் யதார்த்தமானவர்கள் (Practical) என்று கணிக்கப்படு கிறார்கள். அதேபோல, 'தீவிரமானவர்', 'வேகமானவர்', 'விவேகமானவர்', 'அறிவுஜீவி', 'அப்பாவி', 'தந்திரமானவர்' என்று எத்தனை எத்தனையோ விதங்களாக, மற்றவர்கள் நம் கண்களுக்குத் தென்படுகிறார்கள்.

ஒருவர் இப்படிப்பட்டவர்தான் என்று, மற்றவர்கள் எப்படி முடிவு செய்கிறார்கள்? ஒவ்வொருவரின் முகத்திலும் இவர் நல்ல தலைவர், இவர் அறிவாளி, இவர் கொடுமைக்காரர் என்று எழுதி ஒட்டியிருக்கிறதா என்ன? அப்படி எதுவும் இல்லைதான். என்றாலும் மற்றவர்களின் பார்வைக்கு அவர்கள் அப்படித்தான் தென்படுகிறார்கள். அதுதான் அவர்களுடைய பர்சனாலிட்டியாக எண்ணப்படுகிறது.

1930-களிலிருந்து பர்சனாலிட்டி என்ற வார்த்தை, அமெரிக்கா வில் அதிகம் பயன்படுத்தப்படுகிறது. அதன் முக்கியத்துவம் அதிகரித்து வருகிறது. பலரும், 'பர்சனாலிட்டி'க்குத் தங்களின் விளக்கங்களைக் கொடுத்தார்கள். அவற்றில் ஹார்ட்வேர்ட் பல்கலைக் கழகத்தைச் சேர்ந்த கார்டான் ஆல்போர்ட் (Gordon Allport) என்பவருடைய விளக்கம் முக்கியமானது.

'ஒருவருடைய குணாதிசயம், செயல்கள், எண்ணங்கள் முதலிய வற்றைத் தீர்மானிக்கும் உயிர்ப்புள்ள உள்மன அமைப்பு, உடல் அமைப்புதான் அவருடைய பர்சனாலிட்டி'. இந்த விளக்கத்தைப்

புரிந்துகொள்ள நிறைய சிரமப்பட வேண்டியதில்லை. வெகு சுலபமாகப் பார்க்கலாம்.

- ஒருவருடைய எண்ணங்கள் என்ன?
- அவர் எப்படி நடந்துகொள்கிறார்?
- அவருடைய மொத்த குணாதிசயம் என்ன?

இவையெல்லாம் சேர்ந்துதான், ஒருவர் எப்படிப்பட்டவர் என மற்றவர்களை முடிவு செய்ய வைக்கின்றன.

ஒரு விருந்துக்கு ஏற்பாடு செய்திருந்தார்கள். பலரையும் அழைத்திருந்தார்கள். மேசையின்மீது பல உணவு வகைகள். பஃபே (Buffet) முறையில் உணவு பரிமாறப்பட்டது. அதாவது விருந்துக்கு வந்தவர்கள் அனைவரும் அவர்களாகவே தட்டை எடுத்துக்கொண்டுபோய், தங்களுக்கு வேண்டியவற்றை எடுத்துக்கொள்ள வேண்டியதுதான்.

உணவருந்தச் செல்லலாம் என்று அறிவிக்கப்பட்டவுடன் ஒரு மஞ்சள் சட்டைக்காரர் வேகமாகச் சென்று தட்டை எடுத்துக் கொள்கிறார். அவசர அவசரமாக உணவு வகைகளைத் தட்டில் அள்ளிப் போட்டுக்கொள்கிறார். மாமிசமும் ஸ்பெஷல் இனிப்புகளும் அவர் தட்டில் தங்க இடமில்லாமல் தத்தளித்துக்கொண்டிருந்தது.

சிறிது ஒதுங்கி அதை வேக வேகமாகச் சாப்பிடுகிறார். அப்படியே கண்களை உணவு மேசையின்மீதே அலையவிடுகிறார். தன் தட்டில் உள்ள உணவு கொஞ்சம் குறைந்ததும் மீண்டும் புறப்படுகிறார். ஏற்கெனவே சாப்பிடாதவர்கள் தட்டோடு வரிசையாக நிற்க, அவர் அதைக் கண்டுகொள்கிற மாதிரியே இல்லை. வாயில் பிதுங்கும் உணவுடன் உணவு டேபிள் முன் நிற்கிறார். 'அது இன்னும் கொஞ்சம்' என்று எச்சில் தெறிக்கத் தன் தட்டை நீட்டுகிறார்.

இவற்றையெல்லாம் பார்த்துக்கொண்டிருப்பவர்களால் அந்த மஞ்சள் சட்டைக்காரர் எப்படிப்பட்டவர் என்று ஒரு முடிவுக்கு வர முடியாதா என்ன!

1. அவரது எண்ணம் என்ன?

தான் மற்றவர்களை முந்திக்கொண்டு சாப்பிடவேண்டும். அதுவும் மற்றவர்களைவிட நிறையச் சாப்பிடவேண்டும்.

2. அவரது நடவடிக்கை என்ன?

மற்றவர்களைத் தள்ளுதல், உணவை அள்ளுதல், கூச்சமின்றி மீண்டும் மீண்டும் நுழைதல்.

3. அவரது குணாதிசயம் என்ன?

நாகரீகமின்மை, சுயநலம். இதுதான் அவரது குணம், அதாவது, அவரது பர்சனாலிட்டி.

அப்படியென்றால் குணநலன் அல்லது குணாதிசயம்தான் ஒருவரின் ஆளுமையா? அதாவது, பர்சனாலிட்டியா?

இல்லை. 'கேரக்டர்' எனப்படும் குணாதிசயம் என்பது வேறு, ஆளுமை என்பது வேறு. குணநலன்களுக்கு சில உதாரணங்கள் பார்க்கலாம்.

• அடக்கமானவர்	ஆர்ப்பாட்டமானவர்
• புத்திசாலி	மந்தமானவர்
• உணர்ச்சிவசப்படக் கூடியவர்	நிதானமானவர்
• விட்டுக்கொடுப்பவர்	முரண்டுபிடிப்பவர்
• கற்பனாவாதி	யதார்த்தமானவர்
• வீரர்	பயந்த சுபாவமுள்ளவர்
• மனஉறுதி படைத்தவர்	தெளிவில்லாதவர்
• நம்பிக்கையுள்ளவர்	எவரையும் நம்பாதவர்
• வெளிப்படையானவர்	அழுத்தக்காரர்
• கட்டுப்பாடு உள்ளவர்	கட்டுப்பாடற்றவர்
• தாராளமானவர்	கஞ்சர்
• மற்றவர்களைச் சார்ந்திருப்பவர்	சுய சார்புடையவர்
• பரபரப்பானவர்	அமைதியானவர்
• கர்வம் உள்ளவர்	தன்னடக்கமானவர்

மேலே பார்த்தவை எல்லாம் பல்வேறு குணநலன்கள். சில, குணக்கெடுதல்களும் கூட!

இந்தக் குணநலன்களில் ஏதாவது ஒரே ஒரு குணநலன் மட்டும்கொண்டவர் என்று யாராவது இருந்தால், அவர்

அப்படிப்பட்டவர் என முத்திரை குத்திவிடலாம். ஆனால், ஒருவருக்கு ஒரே ஒரு குணநலன் மட்டும் இருப்பதற்கு வாய்ப்பே இல்லை. பல்வேறு குணநலன்களின் கலவைதான் மனிதன். புத்திசாலித்தனமாக இருக்கும் ஒருவரே, தன்னடக்கம் உள்ளவராக அதேசமயத்தில் முரண்டு பிடிப்பவராக, நடைமுறைக்கு ஒத்து வராத விஷயங்களைப் பேசும் மனிதராகவும் இருக்கலாம். அல்லது அப்படியே எல்லாம் தலைகீழாக மாறியும் இருக்கலாம். மந்தமானவராக, ஆனால் யதார்த்தவாதி, விட்டுக்கொடுப்பவராக இருக்கலாம்.

முந்திரிப் பருப்பு. சமையலில் பயன்படுத்தப்படும் சுவை மிகுந்த ஒரு பொருள். அது காரமான பக்கோடாவில் இருக்கிறது. சேமியா பாயசத்திலும் இருக்கிறது. வெண்பொங்கலிலும் இருக்கிறது. ஆனால், முந்திரியின் அளவு மூன்று பதார்த்தங் களிலும் ஒரே மாதிரி இருப்பதில்லை. பக்கோடாவில் மிக அதிக மாக இருக்கும். பாயசத்தில் அதைவிடக் குறைவாக இருக்கும். பொங்கலில் மிக மிகக் குறைவாக இருக்கும்.

இப்படிப் பல நல்ல குணங்களும்கூட, பலரிடமும் இருக்கிறது. ஆனால் வெவ்வேறு அளவுகளில். பக்கோடாவில் முந்திரி மட்டுமா இருக்கிறது? சரிக்குச் சரியாக, கடலை மாவும் இருக் கிறது. உப்பு, காரம், எண்ணெய் எல்லாம் இருக்கின்றன.

அதே கடலை மாவு, பக்கோடா தயாரிக்க மட்டும் உதவுவ தில்லை. கடலை மாவால் இனிப்பு பூந்திகூட தயாரிக்கலாம். ஆக, பதார்த்தங்கள் தயாரிக்கப் பல பொருள்கள் தேவை. ஆனால் ஒவ்வொரு பதார்த்தத்துக்கும் தேவையான பொருள்களும் மாறு படும். அளவுகளும் மாறுபடும்.

மனிதர்கள் பதார்த்தங்கள்போலத்தான். வெவ்வேறு சுவைகளில் (குணநலன்களில்) இருக்கிறார்கள்.

'அவருக்குக் கோபம் வந்தா அவ்வளவுதான். முன்னால யாரும் நிக்க முடியாது' என்று தம்பியைப்பற்றிச் சொல்வார் ஒருவர். 'அட சும்மா இருங்க. இவர் அண்ணனைப் பார்த்ததில்லையே. அவரோட கோவத்துக்கு முன்னாடி இவர் கோபமெல்லாம் ஒன்றுமே இல்லை' என்று அண்ணனைப்பற்றிச் சொல்வார் இன்னொருவர்.

'ஓ அப்படியா! இத்தனைக்கும் இவங்க அப்பா ரொம்ப சாது வாச்சே! அதிர்ந்தே பேச மாட்டாரே! கோபத்தைக்கூட

அன்பாத்தான் வெளிப்படுத்துவாரு!' என்று மற்றொருவர் சொல்வார்.

கோபம் என்கிற ஒரு குணமே மனிதர்களிடம் எத்தனை விதங்களில் இருக்கிறது, பாருங்கள். நம்மிடம் இருக்கும் பல குண நலன்களின் கலவை எப்படிப்பட்டது?

அது கோணிப் பைக்குள் கலந்து கிடக்கும் காய்கறிகள்போல் இல்லை. ஒவ்வொரு மனிதரிடமும் இருக்கும் பல குணங்களும் ஒரு குறிப்பிட்டமுறையில் அடுக்கப்பட்ட அழகுடன் அமைந்திருக்கிறது என்கிறார்கள் உளவியல் அறிஞர்கள்.

அதனால்தான், ஆளுமைகள் ஒவ்வொன்றும் தனித்தன்மையுடனும் வேறுபாடுகளுடனும் அதே சமயம் அழுத்தமானவையாகவும் இருக்கின்றன. அவை சுலபத்தில் கலைவதில்லை.

ஆளுமையின் மையப் புள்ளி (Self Concept)

மரத்துக்கு வேர்போல, ஒவ்வொரு ஆளுமைக்கு ஓர் ஆரம்பமும் அடிப்படையும் நிச்சயமாக இருக்கவேண்டும். இருக்கிறது.

அதை ஆங்கிலத்தில் 'கோர்' (Core) என்கிறார்கள். இதற்கு உருவம் கிடையாது. ஆனால், இதுதான் ஒருவருடைய 'தான்' அதாவது 'செல்ஃப்' (Self).

ஒருவர் தன்னையே எப்படிப் புரிந்துகொள்கிறார்? தன்னை உலகத்துடன் எப்படி உறவுபடுத்திக்கொள்கிறார்? இந்த இரண்டும்தான் ஒருவருடைய 'Self Concept'.

'நான் ரொம்ப அழகு. என் அழகுக்கு மயங்காதவர்களே கிடையாது!'

'எனக்குத் திறமையே கிடையாது. எந்த வேலையை எடுத்தாலும் முடிக்காமல் சொதப்பி விடுவேன்!'

'என்னைத் தவிர, நான் யாரையும் நம்பமாட்டேன். சமயத்துல நான் என்னையே நம்பமாட்டேன்!'

'நான் எதுக்குமே கவலைப்படமாட்டேன். எல்லாத்தையும் ஜாலியா எடுத்துக்குவேன். ஏன்னா வாழ்க்கையே passing clouds -தானே!'

ஒரு திரைப்படத்தின் கதையை ஒரு வரியில் சொல்வதுபோல, இப்படி ஒவ்வொருவரும் தன்னைப்பற்றி ஒரு வரியில் சொல்லிவிடலாம்.

நீங்கள் உங்களைப்பற்றி ஒரு வரியில் என்ன சொல்கிறீர்களோ, அது உங்கள் மனத்தின் ஆழத்தில் கிடக்கும் எண்ணம்தான். அது உங்களைப்பற்றி நீங்களே நினைத்துக்கொண்டிருப்பது, மற்றவர்கள் கூறக் கேட்டது ஆகியவற்றின் கலவையான வெளிப்பாடு. அதுதான் உங்களுடைய அனைத்து அணுகுமுறை களிலும் செயல்பாடுகளிலும் பிரதிபலிக்கிறது.

ஆக, இந்த ஒரு வரி எண்ணத்திலிருந்து உருவாவதுதான், ஒருவருடைய வாழ்க்கை. இந்த 'ஒரு வரி'யைத்தான், மனோ தத்துவ விஞ்ஞானிகள், 'செல்ஃப் கான்செப்ட்' என்றழைக் கிறார்கள். நாம் அதை தமிழில் சுருக்கமாக, 'தான்' என்று குறிப்பிடுவோம்.

காந்திக்கும் நேதாஜிக்கும் நாட்டின் விடுதலைதான் குறிக் கோளாக இருந்தது. ஆனால் அவர்களின் வழிமுறைகள் முற்றிலும் மாறுபட்டிருந்தது. 'எதிரியையும் அன்பால் வெல்ல லாம்' என்பது காந்தியின் அணுகுமுறை. 'அடியாத மாடு பணியாது' என்பது நேதாஜியின் அணுகுமுறை. இந்த வித்தியாசத்திற்குக் காரணம், அவர்களுடைய 'செல்ஃப் கான் செப்ட்'டினால் உருவான 'தான்'தான்.

சிலரை மிரட்டினால் உடனே பணிந்துவிடுவார்கள். இன்னும் சிலரிடம் 'விட்டுக்கொடுங்கள்' என்று கேட்டாலே போதும், விட்டுவிடுவார்கள். ஆனால் சிலரை மிரட்டினால்கூட, பணிய மாட்டார்கள். முன்னிலும் அதிகமாகப் போராடுவார்கள். மிரட்டப்படுவது என்பது ஒரே செயல்தான். ஆனால், அவரவர் 'செல்ஃப் கான்செப்ட்'டைப் பொறுத்து, எதிர்வினை (Reaction) மாறுபடுகிறது. ஒவ்வொருவரின் எதிர்வினையும் ஒவ்வொரு விதமாக அமைய இதுவே காரணம்.

மொத்தத்தில், 'ஒருவர் தன்னோடு பழகுபவர்களுடனும் எதிர் கொள்ளும் சூழ்நிலைகளுடனும் எப்படி அனுசரித்துப் போகிறார் அல்லது முரண்படுகிறார், எப்படி நடந்துகொள்கிறார் என்பன வற்றை முடிவு செய்வது, அவருடைய 'செல்ஃப் கான்செப்ட்' தான்.

வாழ்க்கையில் இரண்டு விதமான அணுகுமுறைகள் உள்ளவர் களைப் பார்க்கலாம். அவர்களின் எண்ணங்களும் அணுகுமுறை களும் நடவடிக்கைகளும் இப்படித்தான் இருக்கும்.

1) முதல் வகையினர்

'எனக்கு எப்பொழுதுமே பிரச்னைதான்!'

இவர்களை இப்படி விவரிக்கலாம்.

- மற்றவர் உதவி வேண்டுபவர்.
- அடுத்தவர்களுடன் தன்னை ஒப்பிட்டுக்கொண்டு தன்னைத்தானே இழிவுபடுத்திப் பேசுபவர்.
- பிறர்பற்றி எப்பொழுதும் குற்றம் சொல்பவர்.
- தனக்கு ஏதும் தொந்தரவுகள் வருமோ என்று எப் பொழுதுமே பயப்படுபவர்.
- மற்றவர்களின் பரிதாப உணர்வை எதிர்பார்ப்பவர்.
- மற்றவர்கள்மீது பழி போடுபவர்.
- சுயநலம் உள்ளவர்.

2) இரண்டாம் வகையினர்

'நான் அதிர்ஷ்டக்காரன்!'

இவர்களை இப்படி விவரிக்கலாம்.

- தன்னிடம் உள்ளவைபற்றி திருப்தி உள்ளவர்.
- மற்றவர்களையும் பாராட்டுபவர்.
- தாராளமாக நடந்துகொள்பவர்.
- நிறையப் பேசுபவர்.
- தன்னைப்பற்றி திருப்தியுள்ளவர்.
- நட்புணர்வு உள்ளவர்.
- தன் செயல்பாடுகள் சாதனைகள் குறித்து மனநிறைவு உள்ளவர்.
- மகிழ்ச்சியாக இருப்பவர்.

செல்ஃப் கான்செப்ட் வகைகள்:

நம்மைப்பற்றி நாம் என்ன நினைக்கிறோம் என்பதுதான் நம்முடைய சுயமதிப்பீடு.

'நான் இப்படி' அல்லது 'நான் இப்படியில்லை' என்பதுபோல, எல்லோருக்கும் ஒரு மதிப்பீடு இருக்கும். அதைத்தான் மேலே இரண்டு வகையானவர்களாகப் பார்த்தோம்.

இந்த மதிப்பீடு சரியானதுதானா? இதைப்பற்றி ஜேம்ஸ் என்ற அறிஞர் ஆராய்ந்து, ஒவ்வொருவருக்குள்ளும் மொத்தம் மூன்று 'தான்'கள் உண்டு என்கிறார்.

- முதலாவது: உண்மையான 'தான்' (Real self)
- இரண்டாவது : சிறந்த 'தான்' (Ideal Self)
- மூன்றாவது: மற்றவர்களுக்குக் காட்டும் 'தான்' (Social Self)

முதலாவது, 'உண்மையான தான்'.

ஒருவருக்கு அவரைப்பற்றி ஏற்படும் மதிப்பீடு. தன் உருவம், தன் திறமைகள், தனக்கு அமைந்திருக்கும் சூழ்நிலைகள், பொறுப்பு கள், தன் தகுதி முதலியனபற்றிய உண்மையான அபிப் பிராயங்கள்.

இரண்டாவது 'சிறந்த தான்'.

தான் எப்படி இருக்கவேண்டும் என்று ஒருவருக்குள் இருக்கும் கனவு. தான் எப்படி இருக்கவேண்டும் என்பதிலிருந்து ஆரம்பித்து, தான் அப்படியே ஆகிவிட்டதாக நினைக்கும் நினைப்பு. (ஒருவர் சின்ன கம்பெனியை நடத்திக்கொண்டிருப் பார். ஆனால் மிகப் பெரிய கம்பெனியை நடத்திக்கொண் டிருப்பதுபோலப் பேசுவார்!) இது தன்னைப்பற்றிய அதீத மதிப்பு. அது உடல் அழகு, வலிமை, திறமை அல்லது மனம் சம்பந்தப்பட்டதாகவும் இருக்கலாம். முழுக்க முழுக்கக் கற்பனையில் வளருவதுதான் இந்தத் 'தான்'.

மூன்றாவதாக 'மற்றவர்களுக்குக் காட்டும் தான்'.

தன்னைப்பற்றி மற்றவர்கள் இப்படித்தான் நினைக்கிறார்கள் என்று நினைத்துக் கொள்ளும் 'தான்'.

‘மற்றவர்கள், என்னை புத்திசாலி என்று நினைக்கிறார்கள்.’

‘மற்றவர்கள், நான் கெட்டவன் என்று நினைக்கிறார்கள்’ - இப்படி உதாரணங்கள் கூறலாம்.

ஒவ்வொருவருக்கும் ‘செல்ஃப் கான்செப்ட்’ வேறுபடுவது ஏன்? அதற்குக் காரணங்கள் இருக்கின்றன. மூன்று காரணங்கள்.

எவருக்குமே அவர்களது ஆளுமையில், பெற்றவர்களின் தாக்கம் இருக்கத்தான் செய்யும். உயரம், நிறம், உடல், முக அமைப்புகளில் மட்டுமல்ல. அவர்களது உடல் அசைவுகள், நடவடிக்கைகள், எண்ணங்கள், அணுகுமுறைகள்கூட அப்பாவைப்போலவோ, அம்மாவைப்போலவோ இருப்பதுண்டு. ‘தாயைப்போல பிள்ளை நூலைப்போல சீலை’, ‘அப்பனுக்குப் பிள்ளை தப்பாமப் பிறந்திருக்கு’ என இந்த கான்செப்ட்டை விளக்க நம்மிடம் பல பழமொழிகள் உண்டே!

ஆனால் அப்பா, அம்மாவுக்குக் கொஞ்சம்கூட சம்பந்தமே இல்லாத வாரிசுகளும் இருக்கிறார்களே! வீட்டிலுள்ள வயதான வர்களை விசாரித்தால், அவர்கள் ஏன் அப்படி இருக்கிறார்கள் என்பதுபற்றி சில விவரங்கள் தெரிய வரலாம். அது அவர்களின் தாத்தா அல்லது பாட்டி அல்லது அவருடைய மூதாதையர்களில் வேறு யாருடையதைப்போல இருக்கிற ஜாடை அல்லது பழக்கம் என்று.

புத்திசாலித்தனம் அல்லது நடந்துகொள்ளும் விதத்தை ‘Deparament’ என்று அழைக்கிறார்கள். ‘நடந்துகொள்ளும் விதம்’கூட இரத்தத்தில் வருவதுதான் என்கிறார்கள். ஆனால் அது மட்டுமல்ல, வளரும் சூழ்நிலைகளையும் பொறுத்தது என்பது முக்கியமான விஷயம்.

ஒருவருடைய ‘செல்ஃப் கான்செப்ட்’ குறிப்பிட்ட விதமாக அமைவதற்கு ஒரு காரணம், அவர்களின் பெற்றோர் மற்றும் மூதாதையர்கள். அதாவது, பரம்பரை (Hereditary) சம்பந்தப்பட்ட விஷயம்.

இரண்டாவது காரணம், பிறக்கும் குழந்தைக்கு, பிறந்தவுடன் ‘செல்ஃப் கான்செப்ட்’ எல்லாம் கிடையாது. அது போகப் போகத்தான் உருவாகிறது. பெற்றோரிடமிருந்து குழந்தைக்கு வருகிறது. இவற்றோடு வளரும் சூழ்நிலையில் குழந்தைக்கு,

மெல்ல மெல்ல தன்னைப்பற்றியும் மற்றவர்களைப்பற்றியும் அபிப்பிராயம் உருவாகிறது.

ஒரு குழந்தைக்கு முதலில் யாருடன் அதிக தொடர்பு இருக்கிறது? தாயுடன்தான். ஒரு தாய், தன் பிள்ளைக்கு என்ன கற்றுத் தருகிறார், என்ன சொல்லி வளர்க்கிறார் என்பது 'செல்ஃப் கான்செப்ட்' உருவாக்கத்தில் மிக முக்கியமானது.

அதாவது, தண்ணீர் ஐஸ் ஆகும் நேரம் போன்றது அது. ஆங்கிலத்தில் சொல்வதென்றால் Formative Stage. தண்ணீராக இருக்கும் பொழுது அதில் என்னென்ன கலக்கப்படுகிறதோ, அவைதான் பின்னால் கெட்டிப்பட்டுப் போய்விடுகின்றன. பின்னர் அவற்றைக் கலைப்பது அல்லது மாற்றுவது கடினம்.

ரம்யாவின் குழந்தை, அப்போதுதான் நடை பழகிக்கொண்டிருக்கிறது. அன்று பூங்காவின் புல் தரையில் தன் குழந்தையை நடக்க வைக்கிறாள் ரம்யா. சிறிது தள்ளி நின்றபடி, குழந்தையைத் தானாக நடந்து வரும்படி அழைக்கிறாள். தத்தித் தத்தி நடக்க ஆரம்பிக்கும் குழந்தை, தடுமாறி விழுந்துவிடுகிறது. தன் அம்மாவைப் பார்த்தபடியே அழ ஆரம்பிக்கிறது.

பதறிய ரம்யா, ஓடிச் சென்று குழந்தையைத் தூக்கிக் கொள்கிறாள். 'அழாதேடா செல்லம். யார் உன்னைத் தள்ளி விட்டது? இந்தத் தரைதானே? அதை அடித்துவிடலாம்' எனத் தரையை அடிப்பதுபோன்ற பாவனை செய்கிறார். குழந்தை சமாதானமாகிறது.

அதே பூங்காவுக்கு ரஞ்சனியும் வந்திருக்கிறாள். அவளது குழந்தைக்கும் நடை பயிலும் வயதுதான். புல் தரையில் குழந்தை தத்தித் தத்தி நடந்துவந்துகொண்டிருக்க, 'வாடா, வாடா செல்லம்' எனச் சிறிது தூரம் தள்ளி நின்று ரஞ்சனி அழைத்துக் கொண்டிருக்கிறாள். குழந்தை தடுமாறி கீழே விழுகிறது. தன் அம்மாவைப் பார்த்து அழ ஆரம்பிக்கிறது.

ரஞ்சனி பதறவில்லை. குழந்தையை நோக்கி ஓடியும் போகவில்லை. மாறாக, 'எழுந்திருடா கண்ணுக்குட்டி. எழுந்திரு... எழுந்திரு... நட' என்கிறாள். குழந்தை அழுகையை நிறுத்திவிட்டு, பரிதாபமாகத் தன் அம்மாவின் முகத்தைப் பார்க்கிறது.

'அதெல்லாம் ஒண்ணுமில்லை. எழுந்து நடடா செல்லம். வா... வா... அம்மாக்கிட்ட வா' என்கிறாள். தன் அம்மாவே சொல்லி விட்டாளே என்று எழுந்து நிற்கும் குழந்தை நடக்க ஆரம்பிக்கிறது.

நடந்தது ஒரே மாதிரியான சம்பவம்தான். ஆனால் ரம்யா வின் குழந்தைக்கும் ரஞ்சனியின் குழந்தைக்கும் 'செல்ஃப் கான்செப்ட்'டில் வித்தியாசப்பட ஆரம்பித்துவிடுகிறது.

ரம்யாவின் குழந்தைக்கு ஆபத்தான சமயங்களில் கை கொடுக்க கண்டிப்பாக யாருடைய உதவியாவது தேவை என மனத்தில் பதிந்திருக்கும். ரஞ்சனியின் குழந்தைக்கு ஆபத்தான சமயங் களில் நாமே முயற்சி செய்து மீண்டு வந்துவிடலாம் என மனத்தில் பதிந்திருக்கும்.

ஒரு தாய் (தந்தையும்கூட) எந்தக் காரணத்துக்காக இருந்தாலும் சரி, குழந்தையை உதாசீனப்படுத்தவோ, நிராகரிக்கவோ கூடாது. அதைக் குழந்தையால் தாங்கவே முடியாது. அதேபோல, ஓயாமல் குறை சொல்வது, குற்றம் சொல்வது, கேலி செய்வது, திட்டுவது, வெறுப்புக் காட்டுவது கூடாது. மறந்தும்கூட பெற்றோர்கள் இவ்வாறு நடந்துகொள்ளக்கூடாது. அது குழந்தையின் மனநிலையைக் கடுமையாகப் பாதிக்கும். அவர் களின் சுயமதிப்பு அடிபடும். அதனால் ஏற்படும் சுயபச்சாதாபம், மற்றவர்களின்மீது வரும் வெறுப்பு, ஆத்திரம், அதனால் ஏற்படும் கோபம் எல்லாம், விரும்பத்தகாத விளைவுகளைத்தான் ஏற்படுத்தும்.

பெற்றோர் மட்டுமில்லை. குழந்தையின் ஆரம்ப காலத்தில், அது சந்திக்கும் அத்தனை மனிதர்களின் தாக்கமும் அதனிடம் இருக்கும். சுற்றியுள்ளவர் நடந்துகொள்ளும் விதம், பேசும் வார்த்தைகள், குழந்தையை நடத்தும் விதம் எல்லாமே முக்கிய மானவை.

கணவன், மனைவி இருவருமே வேலைக்குப் போகும் சூழ்நிலை யில், பாலர் பள்ளியிலோ (Creche), ஆயாவிடமோ, தாத்தா பாட்டியிடமோ இருக்கலாம். அவர்களிடம் கிடைக்கும் நம்பிக்கை, பாசம், பரிவு, உதாசீனம், அவமதிப்பு போன்றவை அந்தக் குழந்தையின் 'செல்ஃப் கான்செப்ட்'டில் பெரும் தாக்கங்களை உண்டாக்கும்.

இதன் முக்கியவத்துவத்தை உணர்ந்திருக்கும் சில பெண்கள், குழந்தைக்கு ஒரு குறிப்பிட்ட வயது வரும்வரை, அவர்கள் வேலைக்குப் போகாமல், தாங்களே தங்கள் பிள்ளைகளை வளர்க்கிறார்கள்.

வீட்டில் உள்ளவர்கள் தவிர, குழந்தையின் நண்பர்கள், வீட்டுக்கு வந்து போகும் உறவினர்கள், அக்கம் பக்கத்தில் வசிப்பவர்கள், ஆசிரியர்கள் முதலியவர்களும் குழந்தையுடன் உறவாடு கிறார்கள்; பேசுகிறார்கள். நேரடியாகவும் மறைமுகமாகவும் அவர்கள் தெரிவிக்கும் கருத்துகள் பிஞ்சு மனத்துக்குள் 'செல்ஃப் கான்செப்ட்'டின் விதைகளாக விழுகின்றன.

இந்த மனிதர்கள் தவிர, ஊடகங்களும் இதில் பங்கு வகிக் கின்றன. தொலைக்காட்சி, வானொலி, பத்திரிகைகள், புத்த கங்கள் என வீட்டில் உள்ளவர்கள் பயன்படுத்தும் ஊடகங்கள் ஒவ்வொன்றும், அவை வெளிப்படுத்தும் விஷயங்கள் ஒவ் வொன்றும் குழந்தைகளின் 'செல்ஃப் கான்செப்ட்' உருவாக்கத் தில் பெரும்பங்கு வகிக்கின்றன.

எதிர்பாராமல் சந்திக்கும் நம்பிக்கைத் துரோகங்கள், விபத்துக் கள், ஏமாற்றப்படுதல், அங்கீகாரம், புதிய உறவுகள், முக்கியத் துணையின் இழப்புகள் என்று அவை, வாழ்க்கையின் முக்கிய நிகழ்வுகளாக இருக்கும் பட்சத்தில், 'செல்ஃப் கான்செப்ட் ' நிச்சயம் மாறும். எல்லோருக்கும் இப்படிப்பட்ட நிகழ்வுகள் மற்றும் அனுபவங்கள் ஏற்படும் என்று சொல்லமுடியாது. ஆனால் அப்படி ஏற்படும் பட்சத்தில், அது அவருடைய 'செல்ஃப் கான்செப்ட்'டையே மாற்றிவிடக்கூடும்.

ஆளுமை உருவாதல்!

இளம் பருவத்திலும் பிற்காலத்திலும் பல அனுபவங்கள் கிடைத் தாலும், ஒருவரது ஆளுமை என்பது அவருக்கு அழுத்தமாகக் கிடைத்த, திரும்பத் திரும்பக் கிடைத்த சில அனுபவங்களை ஒட்டியே அமைகிறது.

ஒருவரைப் பார்த்ததும் முதலில் நமக்கு என்ன கண்ணில் படுகிறதோ அல்லது அவர்பற்றி நம்முடைய காதில் முதலில் என்ன விழுகிறதோ, அவற்றை வைத்துத்தான் அவருடைய ஆளுமையை நாம் நிர்ணயிக்கிறோம்.

ஒருவரைப்பற்றி மற்றவர்கள் முடிவுக்கு வரக் காரணமாக இருப்பவை இவைதான்.

உடலமைப்பு (நெட்டை, குட்டை, பருமன், ஒல்லி, வழுக்கை, மூக்கு நீளம், வட்ட முகம், தாடி, நீண்ட கூந்தல், வெட்டுக்

காயங்கள், கருவளையம் போன்றவை)

பெயர் (சிறிய பெயர், மிக நீண்ட பெயர், யாருக்கும் இல்லாத பெயர், பொதுவான பெயர், பிடித்த பெயர், எதிரியின் பெயர்...)

பேச்சு (படபடப்பு, அளவு, சுத்தம், வேகம், நாகரிகம் முதலியன)

தோரணை (நிற்கும் விதம், நடக்கும் விதம், உட்காரும் விதம்)

நடந்துகொள்ளும் விதம் ('நீங்க முதல்ல உட்காருங்க', 'நான் வேணும்னா வெளியில போய் நிக்கவா?', 'நீங்க பேசிட்டுக் கூப்பிடுறீங்களா?')

பிடிப்பவை, பிடிக்காதவை ('சுறுசுறுப்பா இருக்கிறவங்கள எனக்கு நிறையப் பிடிக்கும்', 'நான் பேசுறபோது வேற யாரும் குறுக்கப் பேசினா எனக்குப் பிடிக்காது.')

முகபாவம் (கருணை, அருவருப்பு, எரிச்சல், கேலி போன்ற உணர்வுகளை வெளிப்படுத்தும் சூழ்நிலை)

சைகைகள் (Gestures - மிரட்டும், அதட்டும், அனுமதிக்கும், ஆதரவு காட்டும் அல்லது விரட்டும் சைகைகள்)

உடைகள் (அவற்றின் நிறம், வடிவமைப்பு, கச்சிதம் அல்லது கச்சிதமின்மை)

பயன்படுத்தும் வாகனங்கள் (லேட்டஸ்ட் பைக், பழைய சைக்கிள்)

பயன்படுத்தும் சாதனங்கள் (புதிய ரக செல்ஃபோன், பார்க்கர் பேனா, சோடா புட்டிக் கண்ணாடி, கிழிந்த குடை)

அலங்காரம் (நெற்றியில் விபூதி, நாமம், அளவுக்கு அதிகமான செண்ட், தலையில் வைக்கும் பூவின் அளவு, முகப்பூச்சு, தங்கச் சங்கிலிகளின் தடிமன், எண்ணிக்கை)

சரியோ, தவறோ - இப்படிப்பட்ட விஷயங்களை வைத்துத்தான் ஒருவருடைய ஆளுமை நிர்ணயிக்கப்படுகிறது.

மக்களுக்கு, அடுத்தவர்கள் எப்படிப்பட்டவர்கள் என்று தெரிந்து

கொள்ளும் ஆர்வமும் தேவையும் நிறையவே இருக்கிறது. அதை வைத்துத்தான், ஒருவருடன் எப்படிப் பழகுவது என்ற முடிவுக்கு வருகிறார்கள்.

அடுத்தவர்களைப்பற்றி அறிந்துகொள்ளும் தேவை இருக்கிறதே ஒழிய, அதற்காக மெதுவாக ஆராய்ந்து முடிவுக்கு வருவதற்கான நேரமோ, பொறுமையோ யாரிடமும் இல்லை. அப்படியானால் என்ன செய்யலாம்? மேலே பார்த்த முதல் அபிப்பிராயங்களை (First impressions) வைத்தே ஒருவருடைய ஆளுமையை நிர்ண யித்து விடுகிறார்கள்.

இந்த முதல் அபிப்பிராயங்கள், பார்ப்பவரின் மனத்துக்குள் முதலில் புகுந்து, சரியோ தவறோ, ஒருவரைப்பற்றிய கருத்தினை உண்டாக்குகிறது. அதன்பின் கிடைக்கும் அனுபவங்கள் எல்லாம், முன்கிடைத்த அபிப்பிராயத்தினை சரிபார்க்கவே பயன்படுத்தப்படுகிறது.

ஆக, 'முதல் அபிப்பிராயம்' என்பது மிக முக்கியமாகிறது. அதனால்தான், பெண் பார்க்கும் படலங்களில் அவ்வளவு அலங்காரம்! நேர்முகத் தேர்வுகளுக்கு முன் ஏகப்பட்ட தயாரிப்பு மற்றும் பயம்! First impression is the best impression - என்று சும்மாவா சொன்னார்கள்.

பலவித ஆளுமைகள்!

இதுவரை நாம் பார்த்ததெல்லாம், ஒரு பர்சனாலிட்டி எப்படி உருவாகிறது? அதற்கு அடிப்படைகள் என்ன? எது நல்ல பர்சனாலிட்டி? அது, அப்படி ஆவதற்கு என்ன காரணம் போன்றவை. இனி பார்க்கப் போவது இன்னும் வித்தியாசமானது.

> 'காற்றும் மழையும், நீரும் வானும், பொதுவில் இருக்குது.
> பாவி மனுஷன், காலில் பட்ட, பூமி மட்டும், பிரிந்து கிடக்குது'

என்று கவிஞர் வாலி பாடினார். எதையும் பலவாறாகப் பிரித்துப் பார்ப்பது மனித வழக்கம். மனிதர்களையும் பல கூறுகளாகப் பிரித்துப் பார்க்கத்தான் செய்கிறார்கள்.

தவறுதான் என்றாலும் பிறந்த ஊர், சொந்த தேசம், தாய்மொழி, சாதி, சாப்பிடும் உணவு, என்று எத்தனையோ அடிப்படைகளில் மனிதர்களைப் பிரித்துப் பார்க்கிறார்கள். அப்படிச் செய்பவர்கள்,

பர்சனாலிட்டி என்ற அடிப்படையில் மட்டும் பார்க்காமல் விட்டுவிடுவார்களா என்ன? செய்திருக்கிறார்கள்.

Putting in to boxes என்பார்கள். டப்பாக்களில் அடைப்பது. இவர் இப்படி. அவர் அப்படி என்கிறோம் அல்லவா? அதையே குறிப்பிட்ட 'பர்சனாலிட்டி'கள் எல்லாம் ஒரு ரகம். மற்றவகை 'பர்சனாலிட்டி'கள் எல்லாம் இன்னொரு ரகம் என்று வித்தியாசப்படுத்திப் பார்ப்பது.

இப்படி ரகம் பிரிப்பதை பொதுவாக 'டைபாலஜி' (Typology) என்பார்கள். 'டைப்' என்றால் விதம். நாம்கூட சிம்ம ராசி, கன்னி ராசி, விருச்சிக ராசி என்று ஒன்பது ராசிகள் வைத்திருக்கிறோம் அல்லவா, அப்படித்தான். அது மட்டுமா? சாமுத்திரிகா லட்சணங்கள் என்று நம் முன்னோர்கள் எழுதி வைத்திருக் கிறார்கள். மனிதனின் உடல் அவயங்களின் அமைப்பைக் கொண்டு அவனது குணநலன்கள் இப்படித்தான் இருக்கும்; இவ்வாறுதான் நடந்துகொள்வார்கள் என்றெல்லாம் கூறி வைத்திருக்கிறார்கள். அதேபோலத்தான்.

உலகத்தின் எல்லா பாகங்களிலும் இப்படிச் செய்வது நடந்திருக்கிறது. நவீன மருத்துவத்தின் தந்தை என்று அறியப் படும் ஹிப்போக்ரட்டீஸ், மக்களை, அவர்கள் உடம்பில் ஓடும் திரவங்களையும் பித்த நீரையும் (Fluids and Biles) வைத்து மொத்தம் நான்கு விதங்களாகப் பிரித்தார். நமது ஆயுர்வேதம் மூன்று விதங்களாகப் பிரித்தது.

இப்படி அடுத்தவர்களை சரியாகப் புரிந்துகொள்ள வேண்டிய அவசியங்கள் ஏதோ ஒருவிதத்தில் எல்லோருக்குமே இருக்கின்றது. இப்படி பர்சனாலிட்டி அம்சங்களின் அடிப்படையில் பிரித்துப் பார்ப்பதால், மனிதர்களை இன்னும் சுலபமாகப் புரிந்துகொள்ள முடிகிறது.

வீட்டில் இருப்பவர்கள், வெளியில் சந்திப்பவர்கள், உடன் பணிபுரிபவர்கள், நம்மிடம் பணிபுரிபவர்கள் என்று எல்லா இடங்களிலும் மனிதர்களைச் சரியாகப் புரிந்துகொண்டு, அதற்கேற்ப நடந்துகொள்ள வேண்டியுள்ளது.

அத்துடன் அடுத்தவர்களைப் புரிந்துகொள்ளுவது மட்டுமா முக்கியம்? அதைவிட முக்கியம், நாம் எப்படிப்பட்ட பர்சனாலிட்டி? நாம் ஏன் இப்படிப்பட்ட பர்சனாலிட்டியாக

இருக்கிறோம். நாம் இப்படிப்பட்டவராக இருப்பது முழுவதும் சரிதானா? சரியில்லையென்றால் எந்தப் பகுதி சரியில்லை? அதைச் சரி செய்வது எப்படி? முதலியனவற்றையும் தெரிந்துகொள்ள வேண்டுமல்லவா?

இப்படி மக்களை பலரும் பல விதங்களாகப் பிரித்திருக்கிறார்கள். அப்படிப் பிரிக்கப்பட்டிருக்கும் சில 'பர்சனாலிட்டி தியரி'களைப் பார்ப்போம்.

அவற்றில் விரிவாகப் பார்க்க இருப்பவை:

1. MBTI,
2. 16 PF - சிக்ஸ்டீன் பர்சனாலிட்டி பேக்டர்ஸ்,
3. டிரான்சாக்‌ஷனல் அனாலிசிஸ் மற்றும்
4. எனியகிராம்.

ஏனைய பிற பர்சனாலிட்டி தியரிகளின் முக்கிய அம்சங்கள் மட்டும் பின் இணைப்பில் கொடுக்கப்பட்டிருக்கின்றன.

3. MBTI - எம். பி. டி. ஐ.

உங்களுக்கு யாரைப் பிடிக்கும்?

நான் பள்ளியில் படிக்கும்போது இந்தக் கேள்வியைச் சந்தித்திருக் கிறேன். 'நீ எம்ஜிஆர் கட்சியா? இல்லை சிவாஜி கட்சியா?' என்று கூடப் படிக்கும் மாணவர்கள் கேட்பார்கள். என் பிள்ளைகள் காலத்தில் 'கமலா ரஜினியா? உனக்கு யாரைப் பிடிக்கும்?' என்று கேட்டார்கள். அதற்கும் அடுத்த காலகட்டத்தில் விஜய் பிடிக்குமா? அஜித் பிடிக்குமா? என்று கேட்டுக்கொண்டிருந்தார்கள். சினிமாவில் மட்டுமல்ல. அரசியலிலும் அப்படித்தான். காமராஜரா, அண்ணாதுரையா? எம்ஜியாரா, கலைஞரா? என்று காலம் தோறும் பிடித்தவர்கள் பிடிக்காதவர்கள் குறித்த கேள்விகள் தொடர்ந்து கேட்கப்பட்டுக் கொண்டே இருக்கின்றன.

தேசங்கள், மாநிலங்கள மொழிகளைப் பொருத்தும், காலப் போக்கிலும் இந்தக் கேள்வியில் வரும் நபர்கள் மாறுகிறார்கள். ஆனால், கேள்வியில் மாற்றமில்லை. ஒரேபோல, யாரைப் பிடிக்கும், யாரைப் பிடிக்காது என்ற கேள்வி தொடர்ந்து கொண்டிருக்கிறது!

எம்ஜியாரைப் பிடித்தவர்களுக்கு சிவாஜியைப் பிடிக்கவில்லை. அது ஏன்? இப்படித்தான் எல்லா தீவிர ரசிகர்களும்

இருக்கிறார்கள். அரசியல் அபிமானிகளிலும் இப்படித்தான் இருக்கிறார்கள். ஜெயலலிதாவை மிகவும் பிடித்தவர்களுக்கு கருணாநிதியை சுத்தமாகப் பிடிக்காது. தற்போது, மோடி, ராகுல்.

இது ஏன் இப்படி?

எல்லோரும் நடிகர்கள்தான். எல்லோரும் அரசியல்வாதிகள் தான். நடிக்கும்விதம் அல்லது செய்த நல்லது கெட்டது எல்லாம் இரண்டு பக்கங்களிலும் இருக்கவே செய்கிறது. அதனால்தான் இருவருக்கும் ரசிகர்கள், தொண்டர்கள் இருக்கிறார்கள்.

அப்படியிருக்க ஒருவரை மிகவும் பிடிக்கவும் மற்றொருவரை மிகவும் வெறுக்கவும் என்ன காரணம் இருக்கமுடியும்?

பாடும், ஆடும் போட்டிகள் தவிர தொலைக்காட்சிகளில் பல பிக் பாஸ் நிகழ்ச்சிகளும் வந்துவிட்டன. சில போட்டியாளர்களை நமக்கு அந்த நிகழ்ச்சிக்கு முன்பாகத் தெரியவே தெரியாது. ஆனால், அவர்களில் சிலரை நமக்கு மிகவும் பிடிக்கிறது. வேறு சிலரை அறவே பிடிக்கவில்லை. இது ஏன்?

2020ல் நடந்து முடிந்த அதிபர் தேர்தலில் டிரம்ப் தோல்வியுற்றார். ஜோ பைடன் வெற்றி பெற்று அதிபரானார். அவர்கள் தேர்வு செய்யப்பட்ட முறை, 'எலெக்ட்ரல் காலேஜ் என்ற முறை. 120 ஆண்டுகளில் இல்லாத அளவாக 67 சதவிகித ஓட்டுகள் பதிவான தேர்தலில் டிரம்ப் பெற்றது, 48 சதவிகித வாக்குகள். ஜோ பைடன் பெற்றது 51 சதவிகித வாக்குகள். சதவிகிதம் என்று பார்த்தால் பெரிய வித்தியாசமில்லை. ஏன் சரி பாதியினருக்கு டிரம்ப்பையும் மற்றொரு பாதியினருக்கு ஜோ பைடனையும் பிடிக்கிறது?

டிரம்ப் தரப்பினர் சிந்தனை சரியா? அல்லது ஜோ பைடன் தரப்பினர் விருப்பம் சரியா?

யார் சரி, யார் தவறு? யார் மாறவேண்டும்? மாற்றிக் கொள்வார்களா என்ன?

ஒருவரை பிடிப்பதற்கும், பிடிக்காமல் போவதற்கும் காரணங்கள் இருக்கவேண்டும். சில காரணங்கள் நம் அறிவுக்கு எட்டும். இதனால்தான் என்று நம்மால் சொல்லமுடியும். வேறு சில நமக்குத் தெரியாதவையாக இருக்கும். ஆழ்மனதிற்குத்தான் தெரியும். இதையெல்லாம் வைத்துப் பார்க்கும்போது என்ன முடிவுக்கு வரலாம்?

மிகச் சுலபமான முடிவு என்றால், எல்லோரும் ஒன்றல்ல என்பதுதான். நபர்களுக்குள் நிச்சயம் வித்தியாசங்கள் இருக்கின்றன.

அஜித்துக்கும் விஜய்க்கும் இடையே உருவம், நடிப்பு, உச்சரிப்பு, உடல்மொழி, நடனம், பேச்சுக்கள் என்று பலவற்றிலும் வித்தியாசங்கள் இருப்பதுபோலவே, அந்த இரு நடிகர்களின் ரசிகர்களுக்குள்ளும் வேறுபாடுகள் இருக்கவேண்டும். அதனால்தானே இயல்பிலேயே ஒருவரை மிகவும் பிடிக்கிறது. மற்றவரைப் பிடிக்கவில்லை.

திரைத்துறையில், அரசியலில் மட்டுமல்ல. உணவு, உடை, இசை, பேச்சு, நிறங்கள், பொழுதுபோக்குகள், வேலை விருப்பங்கள் என எல்லாவற்றிலுமே மக்களின் ரசிப்புத்தன்மை, விருப்பு வெறுப்புகள் ஒன்று போலில்லை. மாறுபடுகின்றன.

தந்தைக்குப் பிடித்ததுதான் மகனுக்குப் பிடிக்கவேண்டும் என்பதில்லை. குமரி அனந்தன் ஒரு பழுத்த காங்கிரஸ்காரர். அவரது மகள் டாக்டர் தமிழிசை சவுந்தரராஜனோ காங்கிரஸ் கொள்கைகளை கடுமையாக எதிர்க்கும் பாரதிய ஜனதா கட்சியின் பிரபல தலைவர்களில் ஒருவர்.

சிலருக்கு அவர்களுடைய சிறிய வயதில் ஓர் அரசியல் கட்சித் தலைவர் அல்லது ஒரு நடிகர்மீது ஆர்வம் வந்திருக்கலாம். பின்னாளில் அது குறைந்திருக்கலாம். ஏன் அப்படி? தகவல்கள் கூடுதலாகக் கிடைக்கக் கிடைக்க ஆர்வம் மாறிவிடுகிறதா? காலப்போக்கில் ஏன் மாறுதல் வருகிறது? வேறு சிலருக்கு ஏன் எவ்வளவு எதிரான ஆதாரம் கிடைத்தாலும் மாற்றம் வரவில்லை?

மொத்தத்தில் எல்லோரும் ஒன்றல்ல. உணவு, நிறம், உடைகள், பொழுதுபோக்குகள், படிக்கிற படிப்பு, தேடும் வேலைகள் ஆகிய பலவற்றிலும் வேற்றுமைகள் இருக்கின்றன. பிடித்தங் களும் ஒரேபோல இல்லை. சில விஷயங்கள் பிடிக்கின்றன. சில விஷயங்கள் பிடிப்பதில்லை. உருவம், திறன்கள், கொள்கைகள், பேச்சு, ஆர்வங்கள், பலவற்றிலும் நாம் மற்றவர்களிடம் இருந்து வேறுபடுகிறோம்.

யாருக்கு என்ன பிடிக்கிறது? ஏன் பிடிக்கிறது? சிலருக்கு எவை பிடிப்பதில்லை? ஏன் பிடிப்பதில்லை? - போன்றவற்றைத் தெரிந்துகொண்டால் எப்படி இருக்கும்?

சுவாரஸ்யமாக இருப்பது தவிர, இப்படிப்பட்ட தகவல்கள் வாழ்க்கையை வெற்றிகரமாக, நிம்மதியாக வாழ உதவியாக இருக்கும். காரணம், வாழ்க்கையை வெற்றிகரமாக வாழ, எவர் எப்படி ஏன் என்கிற புரிதல் தேவைப்படுகிறது.

அவரும் ஐ.டி., நானும் ஐ.டி. அதனால் திருமணம் செய்து கொண்டோம் என்று சொல்கிறவர்களைப் பார்க்கிறோம். ஆனால், அவர்கள் மணவாழ்க்கை நிம்மதியாக, மகிழ்ச்சியாக இல்லை. நல்ல மதிப்பெண்கள் பெற்றவர் என்று ஒருவரை வேலைக்கு எடுக்கிறார்கள. அவர் அந்த வேலையை ஆர்வமாகச் செய்யவில்லை. இப்படி எத்தனையோ விஷயங்கள் பொருத்தம் இல்லாததால் சிக்கலாகின்றன.

இந்த உலகத்தில் மற்றவர்கள் நம்மைப் புரிந்துகொள்ள வேண்டும், நாமும் மற்றவர்களைப் புரிந்துகொள்ள வேண்டும். ஏன் பிடிக்கிறது? ஏன் பிடிக்கவில்லை? என்று தெரிந்துகொள்ள வேண்டும்.

அவற்றைப்பற்றித்தான் பார்க்க இருக்கிறோம். எல்லா மனிதனுக்கும் ஒரேபோல ஆசைகள், நோக்கங்கள் இருப்பதாக நினைத்தால், அது தவறு. வாழ்க்கைத் துணையை தேடும்போது, நிறுவனத்தில் வேலை செய்ய ஆட்களைத் தேடுகிறபோது, ஒரு நபர் யார்? அவர் எப்படி? என்பதையெல்லாம் தெரிந்துதான் செய்யவேண்டும்.

அப்படியெல்லாம் மனிதர்களின் பொதுவான மனோபாவங்கள், குணங்கள்பற்றி ஆராய்ந்து சொல்வதற்குப் பெயர் பர்சனாலிட்டி தியரிகள் என்பதை முன்பே பார்த்தோம். அவற்றில் முக்கியமான ஒன்று MBTI.

எம். பி. டி. ஐ

1921 ஆம் ஆண்டு ஸ்வீடன் நாட்டு மனோதத்துவ நிபுணர் கார்ல் குஸ்தாவ் யுங் (Carl Gustav Jung) என்பவர், மனோதத்துவ ரீதியில் மக்களை எப்படி வகைப்படுத்தலாம் என்பது குறித்து சைக்கலாஜிக்கல் டைப்ஸ் (Psychological Types) என்று ஒரு புத்தகம் எழுதினார். அந்தப் புத்தகத்தில் இருக்கும் கருத்துகள் அடிப்படையில் 'கேத்ரீன் குக் பிரிக்ஃஸ்' மற்றும்

‘இசபெல் பிரிக்ஃஸ் மையர்ஸ்’ என்ற தாயும் மகளும் சேர்ந்து மக்களின் பர்சனாலிட்டிகளை அதாவது மக்களின் குண நலன்களை தனித்தன்மையை வகைப்படுத்தும் ஓர் முறையை உருவாக்கினார்கள். அதற்கு MBTI என்று பெயர். ‘மையர்ஸ் பிரிக்ஸ் பர்சனாலிட்டி டைப்’ என்ற ஆங்கிலச் சொற்களின் முதல் எழுத்துகள் சேர்ந்தது அது.

அவர்கள் இந்த ‘பர்சனாலிட்டி டைப் டெஸ்ட்’ உருவாக்க ஓர் காரணம் இருந்தது. அது, முதன்முதலாக பல பெண்களை வேலைக்கு எடுக்கவேண்டியிருப்பவர்கள், அவர்கள் செய்யவேண்டிய வேலைகளுக்குப் பொருத்தமான மனோபாவம் கொண்டவர்களாக இருப்பவர்களைத் தேர்வு செய்வதற்காகத்தான்.

அந்த நாள்களில் இருந்து தற்போதுவரை, ஆட்களை வேலைக்கு எடுக்க, இந்த ‘டெஸ்ட்’ மிக அதிகமாகப் பயன்படுத்தப் படுகிறது. ஒவ்வொரு ஆண்டும் இந்த டெஸ்ட் எடுத்து தங்கள் ‘பர்சனாலிட்டி டைப்’பைத் தெரிந்துகொள்கிறவர்கள் எண்ணிக்கை பல லட்சங்கள். குறிப்பாக அமெரிக்காவில். இத்தனைக்கும் இந்த டெஸ்ட் இலவசமில்லை. கட்டணம் இருக்கிறது.

‘MBTI பர்சனாலிட்டி டைப்’பில் மொத்தம் 126 கேள்விகள் இருக்கின்றன. தனது குணநலன்களை தனித்தன்மையைத் தெரிந்துகொள்ள விரும்புகிறவர் அவற்றுக்குப் பதில் சொல்ல வேண்டும். அந்த பதில்களை வைத்து 16 வகையான பர்சனாலிட்டிகளில் அவர் எந்தவகை என்று சொல்லமுடியும்.

கேத்ரீன் குக் பிரிக்ஃஸ், இசபெல் பிரிக்ஃஸ் - மையர்ஸ்

இந்த முறையில் ஒருவர் புத்திசாலியா எவ்வளவு புத்திசாலி அல்லது நல்லவரா கெட்டவரா என்பதை எல்லாம் கண்டு பிடிக்க முடியாது. ஒருவர் எப்படி சிந்திக்கிறார், முடிவெடுக்கிறார், பேசுகிறார், எதை விரும்புகிறார் போன்றவற்றை இந்த 'பர்சனாலிட்டி டைப்' காட்டும்.

மக்களின் இயல்பான விருப்பங்கள் (preference) பலம் பலவீனங்கள் மற்றும் மனோபாவம் (temperament) என்ன என்பவற்றைத் தெரிந்துகொள்வது, மற்றவர்களுடன் பேச, பழக, வேலை செய்ய, உறவாட உதவும். அதற்காக உருவாக்கப்பட்டது 'மையர்ஸ் பிரிக்ஸ் பர்சனாலிட்டி டைப்' MBTI.

ஒருவருடைய 'பர்சனாலிட்டி டைப்'பைத் தெரிந்துகொள்ள அவர் குறித்த சில விவரங்களை அவரிடமே கேட்கவேண்டும். அந்தத் விவரங்களை நான்கு பெரும் பிரிவுகளின் கீழ் கேட்கவேண்டும்.

1. அவர் தனக்கு வேண்டிய தகவல்களைப் பெறுகிற விதம் என்ன?
2. தகவல் பெற்றபின் முடிவெடுக்கும் விதம் என்ன?
3. அவருக்கு ஆர்வம் மற்றும் சக்தி எங்கிருந்து கிடைக்கிறது?
4. அவருக்கு வெளி உலகத்துடனான தொடர்பு எப்படிப்பட்டது?

இந்த ஒவ்வொரு கேள்விக்கும் விடைகளாக இரண்டு நேர் எதிர்மாறான உள் பிரிவுகள் இருக்கின்றன. உதாரணத்துக்கு முதல் தலைப்புக்கு இரண்டு விடைகள். ஒன்று, 'சென்சிங்' (Sensing) வகை. ஐம்புலன்களால் உணர்வது. இரண்டாவது, இன்டூடிவ் (Intutive) வகை. உள்ளுணர்வால் தெரிந்துகொள்வது. (விவரங்கள் பின்னால்).

ஒருவர், அவர் சொல்லும் பதில்களை வைத்து, சென்சிங் அல்லது இன்டியுடிவ் என்கிற இரண்டு உள்பிரிவுகளில் ஒன்றின் கீழ் வருவார்.

இப்படியாக நான்கு தலைப்புகளுக்கும் ஒவ்வொன்றுக்கும் இரண்டு வீதம் மொத்தம் எட்டு உள் பிரிவுகள் இருக்கின்றன.

ஒவ்வொரு தலைப்பிலும் இரண்டில் ஒன்றில் மட்டுமே அவர் வரமுடியும். உதாரணத்திற்கு அவர் முதல் தலைப்பில் ஒன்று 'சென்சிங் டைப்' ஆக இருப்பார். அல்லது 'இன்டூடிவ் டைப்' ஆக

இருப்பார். இப்படியாக நான்கு தலைப்புகளில் இருந்து நான்கு குணாதிசயங்கள் அவருக்கு உரியதாக முடிவு செய்யப்படும். அந்த நான்கும் சேர்ந்தது அவரது பர்சனாலிட்டி என்கிறது எம்.பி.டி.ஐ.

இனி அந்த நான்கு தலைப்புகளுக்கும் உரிய எட்டு குணாதிசயங்களை இப்போது பார்க்கலாம்.

மக்கள், அவர்களுக்கு வேண்டிய தகவல்களை எப்படி பெறுகிறார்கள்?	சென்சிங் (S) - உணர்தல்
	இண்டூடிவ் (N) - உள்ளுணர்வு
மக்கள் எப்படி முடிவு எடுக்கிறார்கள், முடிவு களுக்கு வருகிறார்கள்?	திங்கிங் (T) - சிந்தனை
	ஃபீலிங் (S) - மன உணர்ச்சி
மக்களுக்கு ஆர்வம் மற்றும் சக்தி எங்கிருந்து கிடைக்கிறது?	எக்ஸ்ட்ராவெர்ட் (E)
	இன்ட்ரோவெர்ட் (I)
மக்களுக்கு வெளி உலகத்துடன் எப்படி தொடர்பு இருக்கிறது?	ஜட்ஜ்மெண்ட் (J)
	பெர்செப்டிவ் (P)

126 கேள்விகளுக்கும் வரும் பதில்களை வைத்து நான்கு தலைப்புகளில் இருந்து பதில் சொன்னவரின் நான்கு குணாதிசயங்களைக் கண்டுபிடிக்கமுடியும்.

உதாரணத்திற்கு ஒருவர் தகவல்களைப் பெறுவது சென்சிங் (S) முறையில் இருக்கலாம். அதே நபர் முடிவெடுப்பது பீலிங் (F) வகையில் இருக்கலாம். அவருக்கு ஆர்வமும் சக்தியும் கிடைப்பது இன்ட்ரோவெர்ட் (I) முறையாகவும் அவர் வெளியுலகத் தொடர்புகளை ஜட்ஜ்மெண்ட் (J) முறையில் வைத்திருக்கலாம்.

இப்படி இருப்பவரின் பர்சனாலிட்டியை, ISFJ என்கிறார்கள். நாலு குணங்களின் முதல் ஆங்கில எழுத்துகள்தான் ISFJ என்பது.

இப்படியாக ஒருவர் அவர் குறித்து தெரிவிக்கும் பதில்களை வைத்து அவர் என்ன பர்சனாலிட்டி என்று முடிவு சொல்வது எம்.பி.டி.ஐ. வகை பர்சனாலிட்டி தியரி.

நாலு கேள்விகளுக்கு எட்டு வகை பதில்கள் சாத்தியம் என்பதால், வெவ்வேறு வகைகளைத் தேர்வு செய்தால் மொத்தம் 16 வகை பர்சனாலிட்டிகள் சாத்தியம் ஆகிறது.

16 வகை பர்சனாலிடிகள்

ISTJ	ISFJ	INFJ	INTJ
ISTP	ISFP	INFP	INTP
ESTP	ESFP	ENFP	ENTP
ESTJ	ESFJ	ENFJ	ENTJ

இந்த 'டெஸ்ட்' ன் எல்லா கேள்விகளுக்கும் பதில் சொல்லி முடித்தால் 16 வகைகளில் எந்த ஒன்றில் நாம் இருக்கிறோம் என்பது தெரியவந்துவிடும். நம்மைப்போலவே உலகில் பலர் நாம் இருக்கும்வகையில் இருப்பார்கள். இந்த தியரியின்படி உலகில் இருக்கும் மனிதர்கள் அனைவரையும் இந்த 16 வகைகளில் ஏதாவது ஒன்றாக அடையாளம் காணலாம்.

இனி 16 குணாதிசயங்களின் தன்மைகள் குறித்து ஒவ்வொன்றாகப் பார்க்கலாம்.

1. மக்கள் அவர்களுக்கு வேண்டிய தகவல்களைப் பெறும் விதங்கள்

தங்களுக்குத் தேவைப்படும் தகவல்களைப் பெறுவதில் மக்கள் ஒன்று போல் இருப்பதில்லை. அதன் அடிப்படையில் இரண்டு பெரும் பிரிவுகள். 'சென்சிங் டைப்' மற்றும் 'இன்டூடிவ் டைப்'. இரண்டும் ஒன்றுக்கு ஒன்று நேர் எதிரான முறைகள்.

சென்சிங் வகையினர் (S)

- ஐம்புலன்களைப் பயன்படுத்தி தகவல்கள் பெறுகிறவர்கள்.
- நன்றாகக் கவனிக்கக்கூடியவர்கள்.

- நிகழ்காலத்தில் 'வாழ்பவர்கள்'.
- வரிசைக் கிரமமாக யோசிப்பவர்கள்.
- 'சீக்வென்ஷியல்' புரிந்துகொள்கிறவர்கள்.
- தகவல்கள், தரவுகள் தேடுகிறவர்கள்.
- யதார்த்த அணுகுமுறை; நடக்கக்கூடியவைகள் குறித்து யோசிப்பவர்கள்.
- நடப்பவற்றை ஏற்றுக்கொண்டு நடப்பவர்கள். அதையும் தாண்டி யோசிக்க இயலாதவர்கள்.
- வழக்கமானவற்றை, சிரமமானவற்றை, குழப்பமான வற்றை பொறுத்துப்போகிறவர்கள்.
- சொன்னபடி சரியாக செய்யக்கூடியவர்கள்.
- நடந்தவை, புள்ளிவிவரங்கள், வழிமுறைகள் ஆகிய வற்றை நினைவு வைத்துக்கொள்ளக் கூடியவர்கள்.
- நீண்ட நேரம் தொடர்ந்து வேலை செய்யக் கூடியவர்கள்.
- அனுபவிக்க ஏங்குபவர்கள்.
- தன்னுடையதோ அல்லது மற்றவர்களுடையதோ அனுமானங்களை நம்பாதவர்கள்.
- இவர்களுக்கு சஞ்சலங்கள் தேவை.

இன்டுடிவ் வகையினர் (N)

- ஆறாம் அறிவு பயன்படுத்தி, யூகங்கள் சாத்தியங்களை நினைப்பவர்கள்.
- சாத்தியங்கள், அர்த்தங்கள், ஒன்றுக்கு ஒன்று தொடர்பான வற்றைப் பார்ப்பவர்கள்.
- புதியன வேண்டுபவர்கள். எதிலும் பலவகைகளும் சவால் களும் வேண்டுபவர்கள்.
- குழப்பமானவற்றை, சிக்கலானவற்றை எளிதாகக் கையாள்பவர்கள்.
- போக்குகள் (Trends), 'பேட்டர்ன்ஸ்' முதலியவற்றை பார்க்கக்கூடியவர்கள்.
- கற்பனை உலகம். இப்படி இருந்தால் அப்படி இருந்தால் என்று யோசிப்பவர்கள்.
- சிக்கலானவற்றைக் கையாளமுடியும். 'மாடல்'கள் உருவாக்குபவர்கள்.

- அவ்வப்போது மிக அதிகமாக, இரவு பகலாக உழைப்பவர்கள்; தொடர்ந்து பல நாட்களுக்கு ஓய்வெடுக்கவும் செய்வார்கள்.
- ஆர்வத்தைத் தூண்டுபனவற்றுக்காக ஏங்குகிறவர்கள்.
- சொந்த 'பட்சி'கள் சொல்வதை அதிகம் நம்புகிறவர்கள்.
- ஒரே விஷயத்தில் அதிகநேரம் கவனம் செலுத்த முடியாதவர்கள்.
- முடிவுகளை அடிக்கடி மாற்றக்கூடியவர்கள்.

2. மக்கள் எப்படி முடிவு எடுக்கிறார்கள், முடிவுகளுக்கு வருகிறார்கள்?

தகவல்கள் எடுத்துக்கொண்டபின் மக்கள் முடிவுகளுக்கு வருகிறார்கள். அந்தவிதத்திலும் இரு வேறுவிதமான அணுகு முறைகள் இருக்கின்றன. ஒன்று 'திங்கிங் டைப்'(T). மற்றொன்று பீலிங் (F) டைப்.

'திங்கிங் டைப்' மக்கள் 'அப்ஜெக்டிவ்' ஆக இருப்பார்கள். அப்ஜெக்டிவாக என்றால் விருப்பு வெறுப்பின்றி தகவல் அடிப்படையில் முடிவுகள் எடுப்பது.

புள்ளிவிவரங்கள் தகவல்கள் ஆகியவற்றை அலசி ஆராய்ந்து, அதன் அடிப்படையில் முடிவுகளுக்கு வருவது. உதாரணத்திற்கு இன்று மழை வருமா வராதா என்று அவர்களிடம் கேட்டால், புள்ளிவிவரங்கள், சார்ட்டுகள் அடிப்படையில் பதில் சொல்ல விரும்புவார்கள்.

மற்றொரு அணுமுறை, பீலிங் டைப். இவர்கள் எதையும் 'சப்ஜெக்டிவ்' ஆகப் பார்ப்பார்கள். மனது சொல்லும் விதம். தகவல்கள் புள்ளிவிவரங்கள் தெரிவிப்பதன் அடிப்படையில் அல்ல, இப்படி முடிவெடுக்கும்போது இவர்கள் அடுத்தவர் களுடனான உறவு, அவர்களிடம் நம்பிக்கை ஏற்படுத்த வேண்டியது ஆகியவற்றையும் மனதில் வைத்து முடிவுக்கு வருவார்கள், முடிவுகள் எடுப்பார்கள். 'நினைக்கிறேன்', 'தோன்றுகிறது, செய்கிறேன்' என்பது போன்ற அணுகுமுறை இவர்களுடையது.

இனி இரு தரப்பினர் குறித்தும் விரிவாகப் பார்க்கலாம்.

திங்கிங் டைப் (T)

- இவர்களுக்கு எதிலும் தெளிவு (கிளாரிட்டி) முக்கியம்.
- எண்கள், தர்க்கம் (லாஜிக்) போன்ற அணுகுமுறை உள்ளவர்கள்.
- தனிநபர் விருப்பு வெறுப்பின்றி அலசி ஆராய்வார்கள்.
- காரணங்களயும் அதன் விளைவுகளை யோசித்து, சட்ட திட்டங்களை அலசி ஆராய்ந்து, உண்மையாக கொள்கை களின் அடிப்படையில் உறுதியாக முடிவெடுப்பார்கள். சுருக்கமாக (பிசினஸ் லைக்), நியாயமாக, விமர்சனமாக, ஆராயும் சந்தேக அணுகுமுறையுடன் சிந்திப்பார்கள்.

பீலிங் டைப் (F)

- இவர்களுக்கு இணக்கம் (ஹார்மணி) முக்கியம்.
- மற்றவர்களுக்கு ஏற்புடையது ஏற்பில்லாதது ஆகிய வற்றை மனதில் வைத்து முடிவுகள் எடுப்பார்கள்.
- தன் மீதும் மற்றவர் மீதும் உண்டாகக்கூடிய தாக்கங்களை மனதில் வைத்து அணுகுவார்கள்.
- வழக்கம், மதிப்பீடுகள் ஆகியவற்றை மனதில் வைத்து, அவற்றுக்கு மதிப்புக்கொடுத்து, புரிந்துகொண்டு, தொடர்பு படுத்திப் பார்த்து, நெருக்கம் உருவாக்கிக்கொள்வது ஆகியவற்றின் அடைப்படையில் யோசிப்பார்கள்.
- சாமர்த்தியமாக எது சரி வருமோ அதன் அடிப்படையில், இளகிய மனதுடன், கருணையோடு சூழ்நிலைக்கு ஏற்புடையதாக, பாராட்டுபவராக, விசுவாசம் காட்டி ஆதரவளித்துச் செயல்படுவார்கள்.

3. மக்கள் கவனம் (போக்கஸ்) எதன் மீது? மற்றும் அவர்களுக்கு சக்தி (எனர்ஜி) எங்கிருந்து கிடைக்கிறது?

மேலும் அவர்கள் வெளிநோக்கும் எக்ஸ்டிராவர்ட்டாக இருக்கிறார்களா அல்லது உள்முகமாக நோக்கும் இன்ட்ரோ வெர்ட்டாக இருக்கிறார்களா என்று பார்ப்பது. எதன்மூலம் அவர்களுக்கு எனர்ஜி கிடைக்கும்? அவர்கள் மக்களைச் சந்தித்து உரையாடுவது ஆகியவற்றால் சக்தி பெறுபவர்களா அல்லது அவர்களது சிந்தனைப் போக்கால் சக்தி பெறுபவர்களா?

அவர்களுக்குக் கிடைக்கும் எனர்ஜி வெளியில் இருந்து உள்ளே வருகிறதா அல்லது உள்ளிருந்து வெளியே போகிறதா? இரண்டும் ஒன்றுக்கு ஒன்று மாறானவை. மாற்றி நடந்தால் சக்தி, உற்சாகம் போன்றவை வடிந்து வெளியேறிவிடும். குறைந்து போகும்.

எக்ஸ்ட்ரோவர்ட்

- தங்களைச் சுற்றி என்ன நடக்கிறது என்பதில் அவர்கள் ஆர்வமாக இருப்பார்கள்.
- பலருடன் சகஜமாக கலந்து பழகக்கூடியவர்கள். தொடர்பில் இருப்பார்கள்.
- அதிக வெளிப்படைத்தன்மையுடனும் உற்சாகத்துடனும் இருப்பார்கள்.
- நன்கு பேசக்கூடியவர்கள். சொல்திறம் உடையவர்கள்.
- எளிதாக புதிய நண்பர்களை உருவாக்கிக்கொள்வார்கள்.
- பெரிய குழுக்களில் இணைந்து அனுசரித்து இயங்கக் கூடியவர்கள்.
- விரைவாக முடிவு எடுக்கக்கூடியவர்கள்.
- வெளிப்படையாக சிந்திப்பவர்கள்.
- தைரியமாக இயங்கக்கூடியவர்கள்.
- பாராட்டுகளை விரும்புவர்கள்.

இன்ட்ரோவர்ட்

- எண்ணங்கள், சிந்தனைகள் ஆகியவற்றில் அதிக கவனம் செலுத்துவார்கள். அவர்களைச்சுற்றி நடப்பனவற்றால் குறைவான தாக்கம் கொண்டவர்கள்.
- தனிமையை விரும்புவார்கள். வெகு சில நட்புகள், தொடர்புகள் உள்ளவர்கள்.
- எச்சரிக்கையுடன் அவர்களது எண்ணங்களை வெளிப் படுத்துவார்கள்.
- அதிகம் பேசாதவர்கள். கேள்விகளுடன் இருப்பவர்கள்.
- ஒருவருடன் ஒருவர் அல்லது சிறு குழுக்களில் மட்டும் இயங்கக்கூடியவர்கள்.
- அமைதியாக யோசித்து ஆராந்து முடிவெடுப்பார்கள்.
- அமைதியானவர்கள். பண்புத்திறன் மிக்கவர்கள்.

4. வெளி உலகத்துடன் எப்படி மக்களுக்கு தொடர்பு இருக்கிறது? அவர்கள் மற்றவர்களை எடைபோடும் ஜட்ஜிங் மனிதர்களா? அல்லது பர்சீவிங் மனிதர்களா?

வாழ்க்கையை இப்படித்தான் வாழவேண்டும் என்று இருப்பது ஒருமுறை என்றால் வருவதை ஏற்றுக்கொண்டு அதிகம் அலட்டிக்கொள்ளாமல் வாழ்வது மற்றொருமுறை.

ஜட்ஜ்மென்ட் வகை

- முடிவுகளை உற்சாகத்துடன் எடுப்பார்கள். உடனடியாக முடிவெடுப்பார்கள்.
- மிகவும் தீவிர மனநிலை கொண்டவர்கள். மிகவும் மரபார்ந்த சிந்தனைகொண்டவர்கள்.
- நிலைமை எப்போதும் கட்டுக்குள், உகந்ததாக இருக்க வேண்டும் என்று நினைப்பவர்கள்.
- சுயக் கட்டுப்பாடு உள்ளவர்கள். அழுத்தமாக, திடமாக கருத்துகளை முன்வைப்பார்கள்.
- எதையும் துரிதகதியில் முடிக்க விரும்புவார்கள்.
- உடைகள் அணியும்போது மிகவும் அழகாக இருக்க வேண்டும் என்பதில் கவனம் செலுத்துவார்கள்.
- பொதுவாக நேர்த்தியாக இருப்பார்கள்.
- இலக்கு சார்ந்து ஒருமுகப்பட்டு சிந்திப்பார்கள். எடுத்த வேலைகளை ஒழுங்காக முடிப்பார்கள். பட்டியல்கள் (லிஸ்ட்) பயன்படுத்துகிறவர்கள்.

பெர்செப்டிவ் வகை

- முடிவுகளைத் தள்ளிப் போடவே விரும்புவார்கள்.
- வேடிக்கை மனநிலை கொண்டவர்கள். வெளிப்படையாக பேசுபவர்கள்.
- மரபிலிருந்து விலகிச் சிந்திப்பவர்கள். மிகவும் நிதானமாகச் செயல்படுபவர்கள்.
- சௌகரியமான உடைகளை அணிவார்கள். சூழ்நிலைக்கு ஏற்ப நன்கு அனுசரித்துச் செல்வார்கள்.
- கருத்துகளில் மிகுந்த தயக்கம், தெளிவின்மை கொண்டவர்கள்.
- பொதுவாக ஒழுங்குகள், ஒருங்கிணைப்புகள் குறைவாக இருக்கும். இலக்குகளை மாற்றிக் கொண்டே இருப்பார்கள்.

இதுவரை பார்த்த நான்கு கோணங்களில், கோணத்திற்கு இரண்டாக மொத்தம் எட்டு வகை அணுகுமுறைகள் இருக்கின்றன.

❶ எக்ஸ்ட்ராவெர்ஷன் ←	போகஸ்	→ இண்ட்ராவெர்ஷன் ❷
❸ சென்சிங் ←	பெர்செப்ஷன் வழிமுறை	→ இன்டூஷன் ❹
❺ திங்கிங் ←	ஜட்ஜ்மெண்ட் வழிமுறை	→ ஃபீலிங் ❻
❼ ஜட்ஜிங் ←	வெளி உலகத் தொடர்பு	→ பெர்சீவிங் ❽

எவருமே இரண்டில் ஏதாவது ஒன்றில் அதிகமாகவும் மற்றதில் குறைவாகவும் இருப்பார்கள். அதனால், அதிகமாக இருப்பது அவர்களது கான்ஷியஸ் பர்சனாலிட்டி ஆகவும் குறைவாக இருப்பது அன்கான்ஷியஸ் பர்சனாலிட்டியாகவும் இருக்கும்.

•

16 வகை பர்சனாலிடிகள்

எட்டுவிதமான வகைகளில் ஒவ்வொருவரும் ஏதாவது நான்கு வகைகளைக்கொண்டிருப்பார்கள். எல்லாம் வலது பக்கம் இருக்கிறபடியோ அல்லது எல்லாம் இடது பக்கம் இருக்கிற படியோ இருக்கவேண்டிய அவசியமில்லை. அப்படி இருக்கலாம். மாறி மாறியும் இருக்கலாம். எல்லா வகை சேர்தல்களும் (காம்பினேஷன்களும்) சாத்தியம்.

MBTI டெஸ்ட் எடுத்துக்கொண்டபின் ஒருவருக்கு அவர் சார்ந்திருக்கும் நான்கு வகைகள் தெரிய வரும். அந்த நான்கு வகைகளின் முதல் ஆங்கில எழுத்தை மட்டும் வைத்து அவர்களது பர்சனாலிட்டிக்கு பெயர் வைக்கிறார்கள்.

இண்ட்ரோவெர்ட் மற்றும் இண்டூஷன் ஆகிய இரண்டுக்கும் ஆங்கில எழுத்து 'ஐ' (I) முதலில் வருவதால் இண்டூஷனுக்கு 'ஐ'-க்கு பதிலாக 'என்' (N) என்று வைத்திருக்கிறார்கள்.

கீழே இருக்கும் அட்டவணையைப் பார்த்தால் புரியும். அப்படி 4X4 என்ற சாத்தியத்தில் மொத்தம் 16 விதமான பர்சனாலிட்டிகள் உண்டு.

16 வகை பர்சனாலிடிகள்

ISTJ	ISFJ	INFJ	INTJ
ISTP	ISFP	INFP	INTP
ESTP	ESFP	ENFP	ENTP
ESTJ	ESFJ	ENFJ	ENTJ

ஒரு குறிப்பிட்ட வகையாக- உதாரணத்திற்கு ISTJ வகையினரை எடுத்துக்கொண்டால் அவர்கள் அனைவரும் பெரும்பாலும் ஒரே மாதிரி பர்சனாலிட்டிகளாக இருப்பார்கள். அந்தவகைக்குள் அடங்குபவர்களுக்குள் சின்னச் சின்ன வேறுபாடுகள் இருக்கலாமே தவிர, பெரும்பாலும் ஒரேமாதிரியான அணுகுமுறைகொண்டவர்களாகத்தான் இருப்பார்கள்.

'சென்டர் பார் அப்ளிகேஷன்ஸ் ஆப் சைக்காலஜிக்கல் டைப்ஸ்' என்ற அமைப்பு சில ஆய்வுகள் செய்து, அமெரிக்காவில் எத்தனை பேர் எந்த வகைகளில் இருக்கிறார்கள் என்று புள்ளிவிவரம் வெளியிட்டிருக்கிறது.

அதில் இருக்கும் விவரங்கள் சுவாரஸ்யமானவை. அந்த விவரங்கள் வருமாறு.

அமெரிக்கா - ஆண்கள் மட்டும்

<table>
<tr><th colspan="2">MALES</th><th>ISTJ
14-19%</th><th>ISFJ
6-8%</th><th>INFJ
1-2%</th><th>INTJ
2-6%</th></tr>
<tr><td rowspan="3">E
45-50%

S
65-72%

T
55-67%

J
52-58%</td><td rowspan="3">I
50-55%

N
28-35%

F
33-45%

P
42-48%</td><td>ISTP
6-9%</td><td>ISFP
4-8%</td><td>INFP
3-5%</td><td>INTP
4-7%</td></tr>
<tr><td>ESTP
5-6%</td><td>ESFP
3-7%</td><td>ENFP
5-7%</td><td>ENTP
3-7%</td></tr>
<tr><td>ESTJ
10-12%</td><td>ESFJ
5-8%</td><td>ENFJ
1-3%</td><td>ENTJ
3-6%</td></tr>
</table>

மேலே இருக்கும் தகவல்களை பல்வேறு விதங்களில் புரிந்துகொள்ளலாம். உதாரணத்திற்கு அமெரிக்காவில் ஆண்கள் இன்டூடிவ் வழியில் தகவல் பெறுவர்கள் குறைவு (28-35%). சென்சிங் வழியில் பெறுகிறவர்கள் அதிகம் (65-72%).

பீலிங் வழியில் முடிவெடுப்பவர்களைக் காட்டிலும் திங்கிங் வழியில் முடிவெடுப்பவர்கள் அதிகம்.

இப்படியாக சொல்லிக்கொண்டேபோகலாம். இதேபோல வேறு நாடுகள், குறிப்பாக பொருளாதாரம், கலாச்சாரம் மற்றும் சமூகப் பழக்க வழங்களில் மாறுபடும் தேசங்களில் விவரங்கள் சேகரித்தால் அங்குள்ள மக்கள் வேறு பர்சனாலிட்டி வகைகளில் கூடுதலாகவோ குறைவாகவோ இருப்பது தெரியவரும்.

அமெரிக்கா - பெண்கள் மட்டும்

FEMALES		ISTJ 7-10%	ISFJ 15-20%	INFJ 2-4%	INTJ 1-3%
E 45-55% S 70-75% T 24-35% J 55-60%	I 45-55% N 25-30% F 65-76% P 40-45%	ISTP 2-3%	ISFP 6-10%	INFP 4-7%	INTP 1-3%
		ESTP 2-4%	ESFP 7-10%	ENFP 8-10%	ENTP 2-4%
		ESTJ 6-8%	ESFJ 12-17%	ENFJ 3-6%	ENTJ 1-4%

முடிவெடுக்கும் முறைகளில் அமெரிக்க ஆண்களில் இருந்து அமெரிக்கப் பெண்கள் பெரிதும் வேறுபடுகிறார்கள். பீலிங் முறையில் முடிவெடுப்பவர்கள் மிகவும் அதிகம் (65-76%).

ஒரு குறிப்பிட்ட வகையினரின் உறவு நிலை மற்ற வகையினரோடு எப்படி இருக்கும்? வித்தியாசமாகத்தான் இருக்கும். காரணம், சிந்தனை, அணுகுமுறைகள் போன்றவற்றில்தானே அவர்கள் வேறு வேறு வகையினர் ஆகிறார்கள்.

அமெரிக்கா - ஆண்கள், பெண்கள் சேர்த்து மொத்தம்

<table>
<tr><th colspan="2">TOTAL</th><th>ISTJ
11-14%</th><th>ISFJ
9-14%</th><th>INFJ
1-3%</th><th>INTJ
2-4%</th></tr>
<tr><td rowspan="3">E
45-53%

S
66-74%

T
40-50%

J
54-60%</td><td rowspan="3">I
47-55%

N
26-34%

F
50-60%

P
40-46%</td><td>ISTP
4-6%</td><td>ISFP
5-9%</td><td>INFP
4-5%</td><td>INTP
3-5%</td></tr>
<tr><td>ESTP
4-5%</td><td>ESFP
4-9%</td><td>ENFP
6-8%</td><td>ENTP
2-5%</td></tr>
<tr><td>ESTJ
8-12%</td><td>ESFJ
9-13%</td><td>ENFJ
2-5%</td><td>ENTJ
2-5%</td></tr>
</table>

•

16 வகை பர்சனாலிட்டிகாரர்களின் குணாதிசியங்கள் மற்றும் அணுகுமுறைகள்

இந்த பர்சனாலிட்டி வகைகளை உருவாக்கியவர்கள், 16 வகைகளுக்கும் ஒவ்வொரு பெயர் கொடுத்து பொதுவாக ஒவ்வொரு வகையினரும் எப்படி நடந்துகொள்வார்கள், அணுகுவார்கள் என்று தெரிவிக்கிறார்கள்.

1. **ISTJ - இன்ஸ்பெக்டர்கள்** (இன்ட்ரோவெர்டெட், சென்சிங், திங்கிங், ஜட்ஜிங்)

    - சீரியஸ் மற்றும் அதிக லாஜிக்கல். பார்க்க அச்சமூட்டுகிறவர்களாக சகஜத்தன்மை இல்லாமல் விறைப்பாக (பார்மலாக) இருப்பார்கள்.
    - இவர்கள் முறையானவர்கள், அமைதியாக இருப்பவர்கள். கொஞ்சம் பழமைவாதிகள் (டிரெடிஷட்ல்).
    - இவர்கள் சீரியஸாக இருப்பதால் பெரும்பாலும் இவர்கள் தவறாகப் புரிந்துகொள்ளப்படுகிறார்கள். உண்மையில் இவர்கள் மிகுந்த சமூக அக்கறையும் நேர்மையும் உடையவர்கள்.

2. INFJ - **கவுன்சிலர்கள்** (பீலிங், ஜட்ஜிங், இன்ட்ரோவெர்டெட், இன்டுஷன்)

- எதைப்பற்றியும் இவர்களுக்கு வேறுபட்ட கருத்து இருக்கும். காரணம், இவர்கள் வெளியில் தெரிவதை மட்டுமல்லாது, ஊடுருவியும் பார்ப்பவர்கள்.
- இவர்களை வழக்குரைஞர்கள் என்றும் சொல்வார்கள். இவர்கள் 'டிப்ளமாட்'களும்கூட. கற்பனைத்திறன் உண்டு. சில சமயங்கள் புரிந்துகொள்ள முடியாதவிதமாக மாறுபட்டு 'எக்செண்ட்ரிக்' ஆக நடந்துகொள்வார்கள்.

3. INTJ - **த மாஸ்டர் மைண்ட்** (இன்ட்ரோவெர்டெட், ஜட்ஜிங், திங்கிங், இண்டூடிவ்)

- மிக ஆழமாக யோசிப்பவர்கள். தனியாக வேலை செய்ய விரும்பும் இன்ட்ரோவெர்ட் இவர்கள். பழமைவாதிகள் (டிரெடிஷனல்). மனிதர்களுடன் தொடர்பில்லாமலே அதிக காலம் இருக்க வேலை செய்யக்கூடியவர்கள் (கூட்ஸ் ரயில் ஓட்ட, நேஷனல் பர்மிட் லாரி ஓட்ட, விண்வெளிக்குப் போக!)
- பெரிய உத்திகள் வகுக்க வல்லவர்கள். வேலை அவர்கள் திட்டமிட்டபடி போகாததை வெறுப்பவர்கள்.

4. ENFJ - **கிவ்வர்** (எஸ்ட்ரோவெர்டெட், பீலிங், ஜட்ஜிங் இண்டியூடிவ்)

- மற்றவர்களுக்கு அதிகம் உதவி செய்பவர்கள். மிகுந்த சமூக அக்கறை உள்ளவர்கள். யதார்த்தவாதிகள் அல்லர். மிகவும் 'ஐடியலிஸ்ட்க்' ஆனவர்கள்.
- மற்றவர்களுடன் உறவாட விரும்புகிறவர்கள். கவர்ச்சி யானவர்கள். உள்ளுணர்வை அதிகம் நம்புகிறவர்கள். அதனால் சமயங்களில் இவர்களுக்கு வெளியுலகுடன் தொடர்பு விட்டுப்போய்விடும். எப்போதும் எதிர்காலம் குறித்து கொஞ்சம் யோசனையோடு இருப்பார்கள்.

5. ISTP - **கிராப்ட்ஸ்மென்** (இன்ட்ரோவெர்டெட், சென்சிங், திங்கிங், பெர்சீவிங்)

- அதிகம் காணக்கிடைக்காத பர்சனாலிட்டி வகை. எதையும் செய்துபார்க்கக்கூடிய, 'ஹேண்ட்ஸ் ஆன்' மக்கள்.

அவர்கள் உணர்வுகளையும் நோக்கங்களையும் அதிகம் வெளிச் சொல்லாமலே காரியம் ஆற்றுபவர்கள். 'குளோஸ் டு த செஸ்ட்' இவர்களை சரியாகப் புரிந்துகொள்வது மற்றவர்களுக்குக் கடினமாக இருக்கும்.

- சில சமயங்கள் மிக இயல்பாக செயலாற்றி மக்களை வியப்பில் ஆழ்த்துவார்கள். அவர்களுக்கு அவர்கள் செய்துகொண்டிருப்பதைக் காட்டிலும் வேறு ஏதாவது தடாலடியாகச் செய்ய ரகசிய ஆசை உண்டு.

6. **ESJF - த புரொவைடர்** (எக்ஸ்டிரோவெர்டெட், சென்சிங், பீலிங், ஜட்ஜிங்)

- பெரும்பாலானவர்களுக்கு எக்ஸ்டிரோவெர்ட் என்றால் இந்தவகை பர்சனாலிட்டிகாரர்கள்தான் நினைவுக்கு வருவார்கள். அவர்களுக்குப் பலரும் கூடுமிடங்களில் மிக சகஜமாக இருப்பது சாதாரணம் என்பது தவிர, அவர்கள் அதற்காக ஏங்குபவர்கள். உதவி தேவைப்படுகிறவர் களுக்கு உதவி செய்வார்கள்.
- ஏதாவது பார்ட்டி என்றால் அதில் மிகப்பெரும் கவனம் பெறுகிறவர்கள் அவர்களாகத்தான் இருக்கும். சமயங் களில் அப்படிப்பட்டவற்றை ஏற்பாடு செய்கிறவர்களே அவர்களாகத்தான் இருக்கும்.
- இவர்களை இனம் காணுவது சுலபம் என்பதுதவிர, மொத்த மக்கள் தொகையில் சுமார் 12% இவர்கள்தான்.

7. **INFP - த ஐடியலிஸ்ட்** (இன்ட்ரோவெர்டெட், இண்டியூடிவ், பீலிங், பெர்செப்ஷன்)

- இந்த இன்ட்ரோவெர்ட்டுகள் அதிகம் மூடப்பழக்கங்கள் கொண்டிருப்பார்கள். தினசரி வேலைகளிலும்கூட சகுனம் பார்த்துக்கொண்டிருப்பார்கள். வாழ்வின் பொருள் புரிந்து கொள்ள அது உதவியாக இருக்கும் என்று தனித்திருக்க விரும்புவார்கள். அதிகம் கற்பனை செய்துகொண்டு கனவுலகில் சஞ்சரிப்பார்கள்.
- முன்பின் தெரியாதவர்களிடம் தங்களைப்பற்றி பேச, பகிர்ந்துகொள்ள தயங்குவார்கள். அதே சமயம் அவர்களைப்போலவே மதிப்பீடுகள்கொண்டவர்களிடம் அதிக நேரம் செலவிட விரும்புவார்கள்.

8. **ESPF - த பெர்பார்மர்** (எக்ஸ்ட்ரோவெர்டெட், சென்சிங், பெர்சீவிங், பீலிங்)

- மிக அதிக எண்ணிக்கையிலான நடிகர்கள் இந்தவகையைச் சேர்ந்தவர்கள். பிரபலமாக கவனிக்கப்படத்தக்கவராக இருக்க விரும்புகிறவர்கள் மட்டுமல்ல. அவர்கள் அப்படிப்பட்ட விதத்தினால்தான் பிழைத்திருப்பவர்கள்.
- மிகச்சிறந்த செயல்வீரர்களாக இருப்பதுதவிர, மற்றவர் நலனிலும் உண்மையான அக்கறை உள்ளவர்கள். நட்பானவர்கள். மற்றவர்களை சுலபமாகக் கவர்வதுடன் மணிக்கணக்கில் சுவாரசியமாக பேசக்கூடியவர்கள்.

9. **ENFP - த சேம்பியன்** (எக்ஸ்ட்ரோவெர்டெட், இண்டுஷேன், பீலிங், பெர்செப்ஷன்)

- இவர்கள் வெற்றிக்காகவே பிறந்தவர்கள். அவர்கள் பெருமையை அவர்களே பேசுவார்கள். சொந்தமாக வழி உருவாக்கிக்கொள்வார்கள். தங்களுடைய தனித் தன்மையான இலக்குகள் குறித்துப் பேச விரும்புவார்கள். வாய்ப்பில்லாவிட்டால் வருத்தப்படுவார்கள். பலருடனும் நன்கு பழகக்கூடியவர்கள். நல்ல தொடர்புகள் வைத்திருப்பார்கள்.
- உணர்வுகளால் உந்தப்படுபவர்கள். அதே சமயம் யோசித்துச் செய்கிறவர்கள்.

10. **ESTP - த டூவேர்** (எக்ஸ்டிரோவெர்டெட், சென்சிங், திங்கிங், பெர்செப்ஷன்)

- இறங்கி வேலை செய்பவர்கள். தனிப்பட்ட சுதந்தரம் விரும்புகிறவர்கள். இவர்களுக்கு இப்படித்தான் என்கிற 'ரூல்'கள் பிடிக்காது. வாழ்க்கையில் அனுபவிக்கும் வாய்ப்பை இழக்க விரும்பாதவர்கள். புரியாத தத்துவங்கள் 'தியரி'களில் நேரத்தை செலவிட மாட்டார்கள். 'இப்போது என்ன செய்யலாம்?' என்றுதான் அவர்கள் அணுகுமுறை இருக்கும்.
- ஒரு முடிவால் தனக்கு சிக்கல் வருமா என்றெல்லாம் யோசிப்பதில்லை. முடிவெடுத்துவிடுவார்கள்.

11. ESTJ - **த சூப்பர்வைசர்** (எக்ஸ்டிரோவெர்டெட், திங்கிங், சென்சிங், ஜட்ஜிங்)

- இருக்கும் பர்சனாலிட்டிகளிலேயே அதிக முறையாக 'ஆர்கனைஸ்டு' ஆக இருப்பவர்கள். பெரும்பாலும் 'டிரெடிஷனல்' வழிமுறைகளில் நம்பிக்கையுள்ளவர்கள். எது சரியோ அதையே செய்யவார்கள். இயல்பிலேயே தலைமைப்பண்புகொண்ட இவர்கள், சுற்றியிருப்பவர்களை வழிநடத்துவார்கள். இருக்கும் 'பர்சனாலிட்டி டைப்' களிலேயே இவர்கள்தான் அதிகம் அறிவுரைகள் சொல்லி சுற்றியிருக்கும் மக்களை வழிநடத்துவார்கள்.
- இவர்களுக்கு சவால்கள் என்றால் மிகவும் பிடிக்கும்.

12. ENTJ - **த கமாண்டர்** (எக்ஸ்ட்ரோவெர்டெட், இண்டியூடிவ், திங்கிங், ஜட்ஜிங்)

- இவர்களும் தலைமைப் பொறுப்புகளில் வெற்றிகரமாக செயல்படுவார்கள். ஒரு விஷயத்தை ஆழமாகப் பார்க்கவும் பலருடன் சேர்ந்து பழகவும் முடியும் என்பது இவர்களது இந்த வெற்றிக்குக் காரணம்.
- வேகமாக முடிவெடுக்கக்கூடியவர்கள். பெரும்பாலும் அவர்கள் முடிவுகள் சரியாகவே அமையும்.

13. INTP - **த திங்க்கர்** (இன்ட்ரோவெர்டெட், இண்டியூடின்வ், திங்கிங், பெர்செப்டிவ்)

- பெரும்பாலும் இவர்கள்தான் அற்புதமான புதுமையான சிந்தனைகளுக்குக் காரணமானவர்கள். 'லாஜிக்'களை மிக சுலபமாகப் புரிந்துகொள்கிறவர்கள். மற்ற பலர் கண்களில் படாத பலவும் இவர்கள் கண்களில் படும்.
- இவர்களிடம் பொய் சொல்லமுடியாது. கண்டுபிடித்து விடுவார்கள். அவர்களுக்கு போதிய வளமும் நேரமும் கொடுக்கப்பட்டால் என்னவெல்லாம் செய்வார்கள் என்று அளவிடமுடியாது.
- சாதாரண விஷயங்கள் இவர்களுக்குப் போரடித்துவிடும்.

14. ISFJ - **த நர்ச்செரர்** (இன்ட்ரோவெர்டெட், சென்சிங், பீலிங், ஜட்ஜிங்)

- மிக அதிக அளவில் உதவி செய்பவர்கள். தங்கமான இதயம்கொண்டவர்கள். தேவைகள் இருப்போர்க்கு எப்போதும் உதவத் தயாராக இருப்பவர்கள். இவர்கள் பாசிட்டிவிட்டியையும் இணக்கத்தையும் பரப்புகிறவர்கள்.
- மக்களுக்கு இவர்களுடன் இருக்கப் பிடிக்கும். இவர்கள் உதவுகிறார்கள் என்பதால் மட்டுமல்ல. மற்றவர்களின் சிறப்புகள் வெளிப்படவும் இவர்கள் ஏதுவாக இருப்பார்கள் என்பதால்.

15. ENTP - **த விஷினரி** (எக்ஸ்டிரோவெர்டெட் இண்டியூடிவ், திங்கிங், பெர்செப்டிவ்)

- இப்படிப்பட்ட ஒருவரை நீங்கள் உங்கள் வாழ்க்கையில் சந்திக்காமலேகூட போகலாம். இப்படிப்பட்டவர்கள் உலகில் மிகச் சொற்ப எண்ணிக்கையிலானவர்கள். உலகில் புரட்சிகரமான விஷயங்கள் செய்பவர்கள்.
- இவர்கள் குணாதிசயத்திலேயே ஒரு முரண்பாடு உண்டு. பலருடன் சுலபமாகப் பழகும் எக்ஸ்டிரோவெர்ட் ஆக இருந்தாலும் இவர்களிடம் பேசும்போது சாதாரண விஷயங்களையோ அல்லது அதிகம் சுற்றி வளைத்தோ பேசினால் இவர்களால் பொறுத்துக்கொள்ள முடியாது. நேரடியாக விஷயத்துக்கு வரவேண்டும் என்று எதிர் பார்ப்பார்கள்.
- எப்போதும் விவாதம் செய்வார்கள். தயங்க மாட்டார்கள். ஒதுங்க மாட்டார்கள். மற்ற எந்த பர்சனாலிட்டி காரர்களையும்விட பலவற்றையும் நன்கு புரிந்தவர்களாக அறிந்தவர்களாக இருப்பார்கள்.

16. ISFP - **த கம்போசர்** (இன்ட்ரோவெர்டெட், சென்சிங், பீலிங், பெர்சீவிங்)

- இதுவும் கொஞ்சம் முரண்பாடு இருக்கும் 'பர்சனாலிட்டி டைப்'தான். முதல் பார்வைக்கு இன்ட்ரோவெர்ட்டெட் ஆக தெரியமாட்டார்கள். நன்கு கலந்து பேசுபவர்கள் போல் இருப்பார்கள். வெளியில் நன்கு பேசிக் கொண்டிருப்பார்கள். ஆனால், உள்ளே மனதிற்குள் சொந்த விஷயங்கள், இலக்குகள் குறித்த சிந்தனையில் இருப்பார்கள்.

- மற்றவர்களுடன் பழகினால் பலவற்றையும் கற்றுக் கொள்ளலாம் என்று நினைப்பதால் மற்ற இன்ட்ரோ வெர்ட்டுகள் போலின்றி இவர்கள் கலந்து பழகுவார்கள்.
- புதிய விஷயங்களை முயற்சிப்பதில் ஆர்வம்கொண்டவர் கள். திறன்மிக்க ஓவியர்களாகவும் இருப்பார்கள். சில சமயங்கள் சுயமதிப்பு குறித்து கவலைகொள்வார்கள்.

•

MBTIயின் இந்த 16 வகைகளில் எது மிகவும் சிறப்பான வகை?

16 வகையினரும் சிறப்பானவர்களே. இவற்றில் உயர்வு தாழ்வு இல்லை. அதனால் ஒரு குறிப்பிட்ட பர்சனாலிட்டியாக இருப்பது அந்த நபரின் தவறோ குறைபாடோ அல்ல. பார்க்கப்போனால் அவைதான் அவர்களின் பலம். Strength.

அதே சமயம் வேறு பர்சனாலிட்டி வகைகளில் உள்ள அணுகுமுறைகள் அவர்களுக்கு சில சமயங்களில் தேவைப் படலாம். காரணம், வாழ்க்கையில் நாம் சந்திக்கும் பல்வேறு மனிதர்கள் குறிப்பிட்ட வேலை, சூழ்நிலை, உறவுமுறை அடிப்படையில் நம்மிடமிருந்து பல்வேறுவிதமான அணுகு முறைகளை எதிர்பார்க்கலாம். அப்படி நடந்துகொண்டால்தான் வெற்றி கிடைக்கும். எனவே இல்லாதவற்றைப்பற்றியும் கவனம் தேவை.

இதன் காரணமாக தன்னிடம் குறைவாக இருக்கிற ஏனைய 12 குணாதிசயங்களைப்பற்றியும் ஒருவர் தெரிந்துகொள்ள வேண்டும். அவற்றில் கற்றுக்கொள்ளவேண்டிய பகுதிகள் உண்டு என்பதை ஏற்றுக்கொள்ளவேண்டும். மொத்தத்தில் அவற்றை தனது Area of Improvement ஆகப் பார்க்கவேண்டும்.

குறிப்பாக நெருங்கிய உறவினர்கள், வேலையிடத்தில் உடன் பணிபுரிவோர், கணவன்/ மனைவி போன்றோரிடம் எப்படி நடந்துகொள்ளவேண்டும் என்று புரிந்துகொள்ள இந்த 16 வகை பர்சனாலிட்டிகள் குறித்தும் தெரிந்துகொண்டு, நாம் பழகும் உறவாடும் மனிதர் எப்படிப்பட்டவர், எந்தவகை பர்சனாலிட்டி குணங்கள்கொண்டவர் என்று ஓரளவேனும் அனுமானித்து அதற்கு ஏற்ப நடந்துகொள்ளவேண்டும்.

இந்தவகை பர்சனாலிட்டி வகைப்படுத்துதலால் என்ன பயன்?

இந்தப் புரிதல் நம்முடைய செயல்பாடுகளை மேம்படுத்திக் கொள்ள, சாதனைகளை அதிகப்படுத்திக்கொள்ள உதவும்.

- நமக்கு குறிப்பிட்ட வெற்றிகள் கிடைக்காவிட்டால் நமக்கு சரியான மதிப்பீடு கிடைக்காவிட்டால் அதற்கான காரணம் என்ன?
- நம்முடைய மேலதிகாரியோ அல்லது நிறுவனமோ அல்லது மற்றவர்களோ நம்மிடம் எதிர்பார்ப்பது என்ன? அவை நம்மிடம் உள்ளதா இல்லையா?
- சிலருக்கு ஏன் என்னைப் பிடிக்கிறது? வேறு சிலருக்கு ஏன் பிடிப்பதில்லை?
- ஏன் சிலர் என்னுடன் ஒத்துழைக்க மறுக்கிறார்கள்?
- ஒரு தலைவனாக நான் ஏன் வெற்றி அடைகிறேன் அல்லது வெற்றியைத் தவறவிடுகிறேன்?
- என் முடிவெடுக்கும் முறைகள் எப்படி இருக்கின்றன? மற்றவர்கள் கையாளும் முறைகள் என்ன?
- என்னுடைய பல்வேறு உணர்வுகளுக்கும் நான் நிர்வாகம் செய்யும் முறைகளுக்கும் கற்றுக்கொள்ளும் சொல்லிக் கொடுக்கும் முறைகளுக்கும் எது காரணம்?
- ஏன் எனக்கு சிலரை மிகவும் பிடிக்கிறது? சிலரை பிடிக்கவில்லை?
- என்னோடு வேலை செய்கிறவர்கள் எப்படி கற்றுக் கொள்ளுகிறார்கள்?
- அவர்களுக்கு சில வேலைகளை ஏன் பிடிக்கிறது? எனக்கு ஏன் சில வேலைகள் செய்யப் பிடிக்கவில்லை?
- அவர்களில் சிலர் ஏன் பெரும்பாலும் குறிப்பிட்டவிதமாகவே யோசிக்கிறார்கள்? வேலை செய்கிறார்கள்?
- அவர்கள் எப்படிப்பட்ட சூழ்நிலையில் மிகச் சிறப்பாக வேலை செய்யமுடியும்?
- எப்படிப்பட்டவர்களோடு அவர்கள் சிறப்பாக வேலை செய்வார்கள்?
- ஒரு குழு எப்படி உருவாக்கப்படுகிறது? உருவாக்கப்பட வேண்டும்?

- எப்படிப்பட்ட மனிதர்கள் இணைந்து வேலை செய்ய வேண்டும்?
- என்னிடம் இருப்பவர்கள் அவர்கள் செய்துகொண்டிருக்கிற வேலைக்கு முற்றிலும் பொருத்தமானவர்கள்தானா?
- அவர்கள் அனைவரும் ஒருங்கிணைந்து வேலை செய்ய தகுதி உடையவர்களா?
- சில குறிப்பிட்டவகை மனிதர்களை ஒரு குழுவாக இணைக்கும்போது எப்படிப்பட்ட செயல்பாடுகளை முடிவுகளை எதிர்பார்க்கலாம்?
- ஒரு குறிப்பிட்ட வேலையில் மிக அதிகமான ஒழுங்கும் கட்டுப்பாடும் நேரத்தே முடித்தாகவேண்டிய கட்டாயமும் இருக்கிறபோது எப்படிப்பட்ட மனிதர்களை அந்தக் குழுவில் இணைக்கவேண்டும், தலைமையேற்கச் செய்யவேண்டும்?

போன்ற எண்ணற்ற முக்கியமான கேள்விகளுக்கு இந்த பர்சனாலிட்டி வகைப்படுத்துதல் விடை தரும். தவிர, எது போன்ற வேலைகள் நமக்கு ஒத்து வரும்? எப்படிப்பட்ட வேலைகளில் திருப்தியாக இருப்போம்; எப்படிப்பட்டவை நமக்கு ஒத்துவராது? நம் நிறுவனத்திற்கு அல்லது நாம் வேலை செய்யும் நிறுவனத்திற்கு பணிக்கு ஆட்கள் எடுக்கும்போது, மனோபாவத்தின் அடிப்படையில் எப்படி பொருத்தமானவர் களைத் தேர்வு செய்வது? இவற்றுக்கான பதில்களும் இந்தவகை டெஸ்ட் முடிவுகளில் கிடைக்கும்.

வேலை இடங்களில் மட்டுமா மனிதர்கள் இருக்கிறார்கள்? குடும்பங்களில், உறவுகளில் சமுதாயத்தில் என்று எல்லா இடங்களிலும் மனிதர்களுடன் பழக, உறவாட, இணைந்து பணியாற்ற வேண்டியிருக்கிறது அல்லவா?

கணவன் மனைவி போன்ற வாழ்க்கைத் துணை மற்றும் பிள்ளைகள், பெற்றோருடன் மற்றும் பிற உறவினர்களுடன் நண்பர்களுடன் எப்படி நடந்துகொள்வது? அவர்களை எப்படி சரியாகப் புரிந்துகொள்வது? போன்றவற்றுக்கும் இந்த பர்சனாலிட்டி வகைப்படுத்துதல் பெரிதும் உதவும்.

எல்லோருக்குமே தங்களுடைய குணாதிசயங்கள் குறித்து இப்படித்தான் ஓரளவு அனுமானம் இருக்கலாம். அதேபோல சுற்றியிருப்பவர்கள் குறித்தும் ஓரளவு தெரிந்திருக்கலாம்.

ஆனால் எவருக்குமே இது இப்படித்தான் என்று குறிப்பாக தெரிந்திருக்க வாய்ப்பே இல்லை.

எனவே இதுபோன்ற 'பர்சனால்ட்டி டெஸ்டு'கள் ஒருவருக்கு அவர் குறித்து குணாதிசயங்களையும் அவர் உணர்ந்திராத பலங்கள் மற்றும் பலவீனங்களையும் எடுத்துக் காட்டும்

அதேபோல பிறர் குறித்த புரிதலை நிச்சயம் அதிகப்படுத்தும். இனி அவர்களை எப்படிப் புரிந்துகொள்வது, அவர்களிடம் எப்படி நடந்துகொள்வது என்றெல்லாம் வழிகாட்டும்.

சரி, இவற்றைத் தெரிந்துகொண்டபின், 16 வகைகளில், நீங்கள் எந்தெந்த வகை என்பது ஓரளவு புரிந்திருக்கும். ஓரளவுத்தான். MBTI யின் டெஸ்ட் எடுத்து அந்தக் கேள்விகளுக்கு பதில் சொன்னால்தான், நிச்சயமாக எந்தவகையைச் சேர்ந்தவர் என்பது தெரியவரும்.

டெஸ்ட் எடுக்க www.themyersbriggs.com/en-US/Company/News/Myers-Briggs-Test-Online இணையத்திற்குப் போகலாம். www.mbtionline.com மூலமும் டெஸ்ட் எடுக்கலாம். நான் டிசம்பர் 2020ல் பார்த்த போது அதற்கு 49.5, யு.எஸ் டாலர் கட்டணம் வைத்திருந்தார்கள். டாலர் 74 ரூபாய் வீதம், 3,663 ரூபாய்.

அதெல்லாம் செய்வதற்கு முன் நீங்கள் மற்ற சில பர்சனாலிட்டி கண்டுபிடிக்கும் முறைகளையும் தெரிந்துகொள்ளுங்கள்.

4. சிக்ஸ்டீன் பர்சனாலிட்டி பேக்டர்ஸ் - 16 PF

வேலைக்கு ஆளெடுக்கும்போது அவர்கள் குணாதிசயம் எப்படி, எடுக்கும் வேலைக்குப் பொருத்த மானவர்தானா போன்றவற்றைக் கண்டறிய,

- தாமஸ் புரபைலிங்
- 16 PF
- பைரோ B
- பிரிடிக்டிவ் இன்டெக்ஸ்
- DISC
- MBTI
- PAPI
- SHL

என்று பலவித 'மனோபாவ' (சைக்கோமெட்ரிக்) டெஸ்ட்டுகள் நடைமுறையில் இருக்கின்றன. எம்.பி.டி.ஐயை ஏற்கெனவே பார்த்துவிட்டோம். மற்றபடி இந்தப்பட்டியலில் இருந்து முக்கியமான 16 PF மட்டும் பார்க்கலாம். இதுவும் 'பர்சனாலிட்டி தியரி' போன்றதுதான்.

1905ஆம் ஆண்டு இங்கிலாந்தில் பிறந்த ரெய்மாண்ட் கேட்டல் (Raymond Cattell) 1937இல் அமெரிக்காவின் கொலம்பியா

பல்கலைக்கழகத்தில் மனோ தத்துவ பேராசிரியராக பணியாற்ற அழைக்கப்பட்டார். பின்பு, கிளார்க் மற்றும் ஹாவர்ட் பல்கலைக் கழகங்களிலும் பணியாற்றினார்.

முதலில் அவர், மனிதனுடைய பர்சனாலிட்டி விவரிக்கக்கூடிய மொத்தம் 18 ஆயிரம் வார்த்தைகளை தேர்வு செய்தார். பிறகு அவற்றை மறுபரிசீலனை செய்து 4500 வார்த்தைகள் மற்றும் வாக்கியங்களாகக் குறைத்தார். அதன்பிறகு, 'பேக்டர் அனாலிசிஸ்' முறையைப் (பர்சனாலிட்டி அம்சங்கள்) பயன் படுத்தி, அதிலிருந்து 16 'பர்சனாலிட்டி பீச்சர்ஸ்' உருவாக்கினார். அதுதான் 16 PF. அதைக் கண்டுபிடிக்க 16 PF டெஸ்ட் உருவாக்கப்பட்டது.

இந்த முறையைப்பற்றி அவர் சொல்லுகிறபொழுது ஒரு குறிப்பிட்ட சூழ்நிலையில் ஒருவர் எப்படிச் செயல்படுவார் என்பதை அவருடைய 'பர்சனாலிட்டி பேக்டர்' வைத்துச் சொல்லிவிடமுடியும் என்பதன் அடிப்படையில் இதை அமைத்து இருக்கிறேன் என்றார்.

உதாரணத்திற்கு, ஒரு குழுவில் இருப்போரின் ரத்த அழுத்த அளவுகளையும் அவர்களுடைய உடற்பயிற்சிப் பழக்கங் களையும் தனித்தனியே குறித்துக்கொண்டு, பிறகு ஒப்பிட்டுப் பார்க்கும் போது, உடற்பயிற்சி செய்கிறவர்களுக்கு ரத்தக் கொதிப்பு இருக்கவேண்டிய அளவு சரியாக இருந்தால், ரத்த அழுத்தத்தைக் கட்டுப்படுத்த உடற்பயிற்சி உதவும் என்று சொல்ல முடியுமல்லவா? அப்படித்தான் இந்தமுறையும். இன்ன வகை பர்சனாலிட்டி குணாதிசயங்கள் இருப்பவர்கள் இப்படி நடந்து கொள்வார்கள் என்று இந்தத் தியரி சொல்ல முற்படுகிறது.

குறிப்பிட்ட வகையான வேலை செய்பவர்களிடம் செய்யப் பட்ட ஆய்வுகளின் அடிப்படையில் இது உருவாக்கப் பட்டிருக்கிறது. தொடர்ந்து பல ஆண்டுகளுக்கு இது தொடர்பாக ஆய்வுகள் செய்து மேம்படுத்தப்பட்டிருக்கிறது. 16 PF என்பது ஒரு 'சைக்கோமெட்ரிக்' அல்லது 'பர்சனாலிட்டி டெஸ்ட்' என்பதன் விரிவு. PF (பி. எப்) என்றால் 'பர்சனாலிட்டி ஃபேக்டர்ஸ்' ஆளுமையின் கூறுகள் என்பது அதன் அர்த்தம். மொத்தம் 16 பர்சனாலிட்டி கூறுகள். அவற்றைப்பற்றி ஆராய்வது.

16 பர்சனாலிட்டி கூறுகளும் அதன் இரு எதிரெதிர் குணாதிசயங்களும்

1. Warmth - *சினேக பாவம்*
   - சுயநலம் உள்ள, இறுக்கமான.
   - ஆதரவு தரும், ஒத்து வரும்
2. Intellect - *மூளைத்திறம்*
   - உள்ளுணர்வு மற்றும் நிலையில்லாத.
   - மூளைக்கார, அலசி ஆராயும்...
3. Emotional stability - *உணர்வுக் கட்டுப்பாடு*
   - எரிச்சலூட்டும், உம்மணா மூஞ்சி.
   - நிதானமான, அமைதியான...
4. Aggressiveness - *வேகம்*
   - மிதமான, மந்தமான...
   - கட்டுப்படுத்தும், முரட்டுத்தனமான...
5. Liveliness - *கலகலப்பு*
   - சோம்பிய, கட்டுப்படுத்தப்பட்ட
   - கட்டுப்படுத்த முடியாத, விளையாட்டு விரும்பி.
6. Dutifulness - *கடமை*
   - முற்போக்கான, திமிரும்
   - ஒத்துவரும், வழக்கமான
7. Social Assertiveness - *மற்றவர்களுடன் நிலை நிறுத்தல்*
   - கூச்ச சுபாவம், விலகி விடுதல்
   - தயக்கம் இன்றி, தைரியமாக
8. Sensitivity - *எடுத்துக்கொள்ளும் விதம்*
   - கராமுறா, கடினமான
   - இதமான, மென்மையான
9. Paranoia - *நம்பும் விதம்*
   - நம்புகிற, சுலபமாக எடுத்துக்கொள்கிற
   - எச்சரிக்கையான, சந்தேகம்கொள்கிற

10. Abstractness - *புரிந்துகொள்ளும் விதம்*

- எதார்த்தமான, வழக்கமான
- வித்தியாசமான, கற்பனைத்திறன் உடனான

11. Introversion - *கலந்து பழகுவது*

- வெளிப்படையான, சினேகா பாவமான
- தனிமையான, அமைதியான

12. Anxiety - *கவலைகொள்வது*

- தைரியமான, தன்னம்பிக்கை உள்ள
- பயப்படுகிற, தன்னைப்பற்றி சந்தேகம்கொள்கிற

13. Openmindedness - *மனப்பான்மை*

- குறுகிய மனப்பான்மை, குறிப்பிட்ட விதங்களில்
- குறுகுறுப்பு, முயற்சித்துப் பார்க்கும்

14. Independence - *சுதந்தரம்*

- முன் வருகிற, இணைந்து பழகுகிற
- தனிமை விரும்பி, அமைதி விரும்பி

15. Perfectionism - *இருப்பு செய்கைகள்*

- அலங்கோலமாக, கலைந்து கிடப்பது
- முறையாக, நேர்த்தியாக

16. Tension - *மனநிலை*

- ஜாலியாக, சாதாரணமாக
- வருத்தத்துடன், திருப்தியின்றி

16 PF டெஸ்ட்

60 கேள்விகள் கேட்டு, கிடைக்கும் விடைகளை வைத்து ஒருவரது பர்சனாலிட்டி இதுதான் என்று சொல்லும் முறை. இந்த டெஸ்டை எவர் வேண்டுமானாலும் இணையத்தில் எடுத்துக் கொள்ளலாம். கட்டணமில்லை. டெஸ்ட் எடுத்த உடனேயே பர்சனாலிட்டி விவரங்கள் மின் அஞ்சலில் வந்துவிடும். அந்த டெஸ்ட் ஆங்கிலத்தில் இருக்கிறது. தமிழில் இல்லை. அதனால், நான் அதே வாக்கியங்களை தமிழ் படுத்திக் கீழே கொடுத்திருக்கிறேன்.

டெஸ்ட் எடுத்துக்கொள்ளவேண்டாம் என்று நினைப்பவர்களும், இப்படிப்பட்ட டெஸ்ட்களின் கேள்விகள் எப்படி இருக்கின்றன என்பதைத் தெரிந்துகொள்வதற்காவும் இந்த மொழிபெயர்ப்பு.

ஆங்கிலத்தில் இருக்கும் டெஸ்ட் எடுப்பதற்கான வலைதளம்: www.16personalities.com/free-personality-test

குறிப்பு:

வாக்கியத்தில் இருப்பதோடு நீங்கள் ஒத்துப்போகும் அளவைப் பொருத்து, 1 முதல் 7 வரையிலும் எந்த எண்ணை வேண்டுமானாலும் டிக் மார்க் செய்யலாம். முழுதும் ஒத்துப் போவதற்கு 7. இல்லவே இல்லை என்பதற்கு 1. இரண்டுக்கும் நடுவில் என்றால் 4. ஆனால் அதிக வாக்கியங்களுக்கு நாலு கொடுக்கவேண்டாம். பொருந்திப் போகும் அளவைப் பொறுத்து 1 முதல் 7 வரை எதாவது ஒன்றை ஒவ்வொரு வாக்கியத்திற்கும் டிக் செய்யவேண்டும். இங்கே டிக் செய்வதற்கு ரிசல்ட் வராது. இதற்கு இணையான ஆங்கிலத்தில், இணையத்தில் டெஸ்ட் எடுத்தால்தான் பர்சனாலிட்டி குறித்த ‘ரிசல்ட்’ கிடைக்கும்.

1. நிறைய மக்கள் சேர்ந்திருக்கிற நிகழ்வுகளை நீங்கள் விரும்புகிறீர்கள்.

   ① ② ③ ④ ⑤ ⑥ ⑦

2. அடிக்கடி நடக்க சாத்தியம் இல்லாத ஆனால் உங்களுக்கு ஆர்வம் இருக்கும் விஷயங்கள் குறித்து யோசிக்கிறீர்கள்.

   ① ② ③ ④ ⑤ ⑥ ⑦

3. உங்கள் பயண திட்டங்கள் ஒரு பொதுவானதாக இருக்குமே தவிர எப்போது எங்கே எதில் என்பதுபோலெல்லாம் குறிப்பாக இருக்காது.

   ① ② ③ ④ ⑤ ⑥ ⑦

4. ஓர் உரையாடல் முடிந்த பிறகு நீங்கள் எப்படி வேறு மாதிரியாக பேசியிருக்கலாம் என்பதைப்பற்றி வெகு நேரத்துக்கு யோசிப்பீர்கள்.

   ① ② ③ ④ ⑤ ⑥ ⑦

5. உங்களுடைய நண்பர் ஒருவர் வருத்தமாக இருக்கும்போது உங்களுக்கு முதலில் தோன்றுவது, உணர்வுபூர்வமாக அவருக்கு ஆதரவளிக்கவேண்டும் என்பதுதான். அவருடைய பிரச்னையைத் தீர்க்க முயற்சிப்பது அல்ல.

① ② ③ ④ ⑤ ⑥ ⑦

6. மற்றவர்களால் உங்களை அரிதாகத்தான் ஏமாற்றமடையச் செய்ய (அப்செட் செய்ய) முடியும்.

① ② ③ ④ ⑤ ⑥ ⑦

7. பெரும்பாலும் மற்றவர்கள்தான் உங்களுடன் ஓர் உரையாடலைத் தொடங்கவேண்டும். தொடரவேண்டும். நீங்கள் தொடங்கவோ அல்லது ஆர்வத்துடன் தொடர்வதோ இல்லை.

① ② ③ ④ ⑤ ⑥ ⑦

8. உங்களுடைய திட்டங்களை தற்காலிகமாக நிறுத்தி வைக்க வேண்டி வந்தால் அவற்றை மீண்டும் தொடங்குவதற்கு முன்னுரிமை கொடுத்துத் தொடங்குவீர்கள்.

① ② ③ ④ ⑤ ⑥ ⑦

9. சந்தித்த ஒருவரிடம் உங்களைப்பற்றி நல்ல அபிப்ராயம் ஏற்படுத்தவில்லையே என்று நீங்கள் அதிகம் கவலைப் படுவதில்லை.

① ② ③ ④ ⑤ ⑥ ⑦

10. கொஞ்சம்கூட போரடிக்காமல் ஒரு முழு வார இறுதி நாட்களை தனிமையில் கழிப்பது உங்களுக்கு பெரும் சவாலான விஷயம்.

① ② ③ ④ ⑤ ⑥ ⑦

11. நீங்கள் பெரிய விஷயங்களை (Big Picture) பார்ப்பதைவிட சின்னச் சின்ன விஷயங்களை அதிகம் பார்ப்பீர்கள்.

① ② ③ ④ ⑤ ⑥ ⑦

12. உங்களுக்கு வேண்டியவர்களோடு நீங்கள் மிகவும் பிரியமாக இருப்பீர்கள்.

① ② ③ ④ ⑤ ⑥ ⑦

13. வாழ்க்கை அணுகுவதற்கு உங்களிடம் எச்சரிக்கையான மற்றும் முறையான ஒரு வழிமுறை இருக்கிறது.

① ② ③ ④ ⑤ ⑥ ⑦

14. நீண்ட காலத்துக்கு முன்னால் செய்த சில தவறுகள் குறித்து நீங்கள் இன்னமும் கவலைப்பட்டுக்கொண்டிருக்கிறீர்கள்.

① ② ③ ④ ⑤ ⑥ ⑦

15. விருந்துகளிலும் அதுபோன்ற நிறைய மக்கள் கூடுமிடங்களிலும் நீங்கள் பெரும்பாலும் அதிகம் கலந்துகொள்ளாமல் இருப்பீர்கள்.

① ② ③ ④ ⑤ ⑥ ⑦

16. அதிகம் உணர்ச்சிவசப்படுபவர்களாகவும் உணர்ச்சிகளை காட்டுபவர்களாகவும் இருப்பவர்களோடு உறவாடுவது உங்களுக்கு சிரமம்.

① ② ③ ④ ⑤ ⑥ ⑦

17. திரைப்படம் பார்ப்பதற்கு முன்னால் அந்தப் படத்தைப்பற்றி மிக அதிகமாக ஆராய்வீர்கள். தேடிப் படிப்பீர்கள்.

① ② ③ ④ ⑤ ⑥ ⑦

18. கடுமையான அழுத்தமான சூழ்நிலைகளில் உங்களால் நிதானமாக இருக்கமுடியும்.

① ② ③ ④ ⑤ ⑥ ⑦

19. முன்பின் அறிமுகமில்லாத குழுவினருடன் உரையாடலில் இறங்குவது உங்களுக்கு ஒன்றும் சிரமமில்லை.

① ② ③ ④ ⑤ ⑥ ⑦

20. உறங்கும்போது உங்களுக்கு வரும் கனவுகள் நம்ப முடியாததாகவும் பயங்கரமானதாகவும் இருக்கும்.

① ② ③ ④ ⑤ ⑥ ⑦

21. நாம் வாழ்க்கையில் முன்னேற சில சமயங்களில் மற்றவர்களை தள்ளிவிட்டுப் போவதைத் தவிர்க்க முடியாது என்பது உங்கள் அபிப்ராயம்.

① ② ③ ④ ⑤ ⑥ ⑦

22. உங்கள் இலக்குமீது நீங்கள் மிகக் கவனமாக இருப்பீர்கள். அரிதாகவே கவனம் கலைவீர்கள்.

① ② ③ ④ ⑤ ⑥ ⑦

23. நீங்கள் ஏதேனும் தவறு செய்துவிட்டால் உங்களைப்பற்றி உங்களுடைய திறன்கள் மற்றும் புத்திசாலித்தனம்பற்றி உங்களுக்குக் கொஞ்சம் சந்தேகம் வரும்.

① ② ③ ④ ⑤ ⑥ ⑦

24. பொது நிகழ்ச்சிகளில் நீங்கள் மிக அரிதாகவே உங்களை நீங்கள் மற்றவர்களுக்கு அறிமுகப்படுத்திக்கொண்டு பேச ஆரம்பிப்பீர்கள். அவர்களாகப் பேசுவதுதான் உங்களுக்கு சௌகரியம்.

① ② ③ ④ ⑤ ⑥ ⑦

25. பேச்சுக்கள் தத்துவார்த்தமாக மாறுகிறபோது உங்களுக்கு அதில் ஆர்வம் குறைந்துவிடும்.

① ② ③ ④ ⑤ ⑥ ⑦

26. மற்றவர்கள் முன்னால் நீங்கள் அழமாட்டீர்கள்.

① ② ③ ④ ⑤ ⑥ ⑦

27. ஆரவாரமாகவும் கலகலப்பாகவும் இருக்கும் இடங்களை உங்களுக்குப் பிடிக்கும். அமைதியாக தனிமையாக இருப்பது உங்களுக்குப் பிடிக்காது.

① ② ③ ④ ⑤ ⑥ ⑦

28. எதிர்காலம் எப்படி இருக்கக்கூடும் என்பதைப்பற்றிப் பேசவும் யோசிக்க உங்களுக்குப் பிடிக்கும்.

① ② ③ ④ ⑤ ⑥ ⑦

29. வாழ்க்கையைப் புரட்டிப்போடும் முடிவு எடுக்கவேண்டிய பொழுது நீங்கள் மிக அதிகமாக உங்கள் மனதைதான் நம்புவீர்கள். அறிவை அல்ல.

① ② ③ ④ ⑤ ⑥ ⑦

30. உங்களால் பார்க்க, தொட முடியாத, அனுபவம் இல்லாத ஒன்றைப்பற்றி நீங்கள் அதிக நேரம் செலவழித்துத் தெரிந்து கொள்ள விரும்ப மாட்டீர்கள்.

① ② ③ ④ ⑤ ⑥ ⑦

31. மக்களை மன்னிப்பதைவிட பழிவாங்குவதுதான் உங்களுக்கு விருப்பம்.

① ② ③ ④ ⑤ ⑥ ⑦

32. பெரும்பாலும் நீங்கள் மனது சொல்லுகிற மாதிரி நடந்து கொள்வீர்கள்.

① ② ③ ④ ⑤ ⑥ ⑦

33. பலரோடு இருப்பதைவிட தனிமையில் இருப்பதுதான் உங்களுக்கு மிகவும் திருப்திகரமாக இருக்கும்.

① ② ③ ④ ⑤ ⑥ ⑦

34. பாடல் அல்லது ஒரு திரைப்படத்தில் உண்மையான அர்த்தம் கொடுத்து விவாதிப்பதற்கு நீங்கள் அதிக அக்கறை காட்டுவீர்கள்.

① ② ③ ④ ⑤ ⑥ ⑦

35. பல நேரங்களில் உங்களுக்கு என்ன தேவை என்பதுபற்றி உங்களுக்குத் தெளிவாகத் தெரியும்.

① ② ③ ④ ⑤ ⑥ ⑦

36. நடந்து முடிந்த விஷயங்கள் குறித்து நீங்கள் அதிகம் மாற்றிச் செய்திருக்கலாமோ என்று யோசிப்பதில்லை.

① ② ③ ④ ⑤ ⑥ ⑦

37. மக்கள் கூடுமிடங்களில் இருக்கிறபோது நீங்கள் அமைதி யாகவும் கூட்டம் குறைவாகவும் இருக்கிற இடங்களுக்குப் போய்விடுவீர்கள்.

① ② ③ ④ ⑤ ⑥ ⑦

38. நிகழ்கால யதார்த்தங்களுக்கு நீங்கள் முக்கியத்துவம் கொடுப்பீர்கள். வருங்கால சாத்தியங்கள் குறித்து அல்ல.

① ② ③ ④ ⑤ ⑥ ⑦

39. மற்றவர்களுடைய உணர்வுகளைப் புரிந்துகொள்வது உங்களுக்குச் சிரமம்.

① ② ③ ④ ⑤ ⑥ ⑦

40. ஒரு புதிய வேலையைத் தொடங்குகிறபோது உடனடியாக எத்தனை முடிவுகள் எடுக்கமுடியுமோ அத்தனை முடிவு களை எடுத்து விடுவீர்கள்.

① ② ③ ④ ⑤ ⑥ ⑦

41. உங்களைப்பற்றி யாராவது பெருமையாக நினைத்தால் இன்னும் எவ்வளவு நாளைக்கு அந்த நினைப்பு தாங்கும், அவர்கள் அந்த நினைப்பை எப்போது மாற்றிக் கொள்வார்கள் என நினைப்பீர்கள்.

① ② ③ ④ ⑤ ⑥ ⑦

42. சுவாரசியமாகத் தெரிகிற ஒருவரிடம் சென்று ஒரு பேச்சு தொடங்குவது உங்களுக்குச் சுலபமான ஒன்று.

① ② ③ ④ ⑤ ⑥ ⑦

43. புதுப்புது யோசனைகள் மற்றும் நிகழ்வு குறித்து நீங்கள் அடிக்கடி யோசனையில் ஆழ்ந்துவிடுவீர்கள்.

① ② ③ ④ ⑤ ⑥ ⑦

44. முதலில் நீங்கள் உங்களைப்பற்றி அக்கறை உள்ளவர். பிறகுதான் மற்றவர்கள் குறித்து அக்கறை கொள்வீர்கள்.

① ② ③ ④ ⑤ ⑥ ⑦

45. உங்களிடம் ஒரு முழுமையான திட்டம் இருந்தாலும் அவ்வப்போது ஏற்படுகிற நிகழ்வுகளில் ஈடுபட்டு, திட்டத்தைத் தவற விடுவீர்கள்.

① ② ③ ④ ⑤ ⑥ ⑦

46. உங்கள் மூடு எளிதாக மாறிவிடும்.

① ② ③ ④ ⑤ ⑥ ⑦

47. சமயங்களில் நீங்கள் மனிதர்கள், மனித வாழ்க்கை அதன் அர்த்தம் குறித்தெல்லாம் யோசிப்பீர்கள்.

① ② ③ ④ ⑤ ⑥ ⑦

48. நீங்கள் அதிகமாக உங்கள் உணர்வுகள் மற்றும் எண்ணங்கள் குறித்துப் பேசுவீர்கள்.

① ② ③ ④ ⑤ ⑥ ⑦

49. உங்களிடம் பல ஆண்டுகளுக்கு கல்விகற்பதற்கான திட்டம் தயாராக இருக்கிறது.

① ② ③ ④ ⑤ ⑥ ⑦

50. உங்கள் வருத்தங்கள்பற்றி நீங்கள் எப்போதாவதுதான் யோசிப்பீர்கள்.

① ② ③ ④ ⑤ ⑥ ⑦

51. அதிகமான மக்களுடன் கலகலப்பான சூழ்நிலை இருந்தால் நீங்கள் சோர்வாக உணர்வீர்கள். அவ்விடத்தில் இருந்து வெளியேற விரும்புவீர்கள்.

① ② ③ ④ ⑤ ⑥ ⑦

52. ஒரு விஷனரி என்பதைக் காட்டிலும், உங்களை நீங்கள் ஒரு யதார்த்தவாதியாகத்தான் பார்க்கிறீர்கள்.

① ② ③ ④ ⑤ ⑥ ⑦

53. நீங்கள் இதுவரை அனுபவித்திராத ஒரு சிரமத்தை மற்றொருவர் அனுபவிக்கும்போது உங்களால் அவருடைய உணர்வைப் புரிந்துகொள்ளமுடியும்.

① ② ③ ④ ⑤ ⑥ ⑦

54. உங்களுடைய தனிப்பட்ட 'வேலைமுறை' என்பது இயல்பாக அவ்வப்போது வரும் பெரிய ஆர்வம்தானே தவிர முறைப்படுத்தப்பட்ட தொடர்ந்து வரும் முயற்சிகள் அல்ல.

① ② ③ ④ ⑤ ⑥ ⑦

55. நீங்கள் உங்களைக் கட்டுப்படுத்துவதைக் காட்டிலும் உங்கள் உணர்வுகள்தான் உங்களை அதிகம் கட்டுப்படுத்துகின்றன.

① ② ③ ④ ⑤ ⑥ ⑦

56. ஒரு நீண்ட அயர்ச்சி தரும் வார வேலை நாட்களுக்குப் பிறகு நீங்கள் அதிகம் விரும்புவது ஒரு சந்தோஷமான விருந்தை, பார்ட்டியை.

① ② ③ ④ ⑤ ⑥ ⑦

57. அறிவியல் தொழில்நுட்ப வளர்ச்சிகள் எப்படி தினசரி வாழ்க்கையை மாற்றிவிடமுடியும் என்பது குறித்து உங்களுக்கு அடிக்கடி வியப்பாக இருக்கும்.

① ② ③ ④ ⑤ ⑥ ⑦

58. ஏதாவது செய்வதற்கு முன்னால் உங்களுடைய செய்கை மற்றவர்களை எப்படி பாதிக்கும் என்பதைப்பற்றி நீங்கள் அடிக்கடி யோசிப்பீர்கள்.

① ② ③ ④ ⑤ ⑥ ⑦

59. நீங்கள் உங்களுடைய மனதை மாற்றிக்கொண்ட பிறகும்கூட ஏற்கெனவே கொடுத்த வாக்குறுதியை நீங்கள் நிறை வேற்றுவீர்கள்.

① ② ③ ④ ⑤ ⑥ ⑦

60. நீங்கள் பாதுகாப்பு இல்லாத உணர்வை வெகு அரிதாகத்தான் பெறுவீர்கள்.

① ② ③ ④ ⑤ ⑥ ⑦

•

16 வகை பர்சனாலிட்டிகள் ஒவ்வொன்றும் எப்படியிருக்கும்?

இந்த வகைகளையும் நான்கு பெரும் பிரிவுகளாகப் பிரிக்கிறார்கள்.

அ. அனலிஸ்ட்கள்

ஆ. டிப்ளமாட்கள்

இ. சென்டினெல்ஸ்

ஈ. எக்ஸ்புளோரர்ஸ்

ஒவ்வொருவகையிலும் நான்குவகை பர்சனாலிட்டிகள் வருவார்கள்.

அ) அனலிஸ்டுகள்: ‘இண்டியூடிவ்’ (N) மற்றும் ‘திங்கிங்’ (T) உள்ள நான்கு பர்சனாலிட்டிகள்.

1. INTJ - ஆர்கிடெக்ட்
2. INTP - லொஜிஷியன்
3. ENTJ - கமாண்டர்
4. ENTP - டிபேட்டர்

ஆ) டிப்ளமாட்ஸ்: இண்டியூடிவ் (N) மற்றும் பீலிங் (F) உள்ள நான்கு பர்சனாலிட்டிகள்.

5. INFJ - அட்வகேட்
6. INFPJ - மீடியேட்டர்
7. ENFJ - புரோட்டகனிஸ்ட்
8. ENFP - கேம்பைனர்

இ) செண்டினெல்ஸ்: அபசர்வண்ட் (S) மற்றும் ஜட்ஜிங் (J) உள்ள நான்கு பர்சனாலிட்டிகள்.

9. ISTJ - லாஜிஸ்டிஷியன்
10. ISFJ - டிஃபெண்டர்
11. ESTJ - எக்ஸ்சிகூடிவ்
12. ESFJ - கன்சல்

ஈ) எக்ஸ்புளோரர்ஸ்: அபசர்வண்ட் (S) மற்றும் பிராஸ்பெக்டிங் (P) உள்ள நான்கு பர்சனாலிட்டிகள்.

13. ISTP - விர்சுவோசொ
14. ISFP - அட்வென்ச்சரர்
15. ESTP - ஆண்ட்ரபிரன்னர்
16. ESFP - எண்டர்டெயினர்

இனி இந்த 16 பர்சனாலிட்டிகளில் இரண்டை மட்டும் விரிவாகப் பார்க்கலாம்.

1. INTJ - Architect (ஆர்கிடெக்ட் - வடிவமைப்பாளர்கள்)

இவர்களை மாஸ்டர் மைண்ட் என்றும் சொல்வார்கள்.

இன்ட்ரோவெர்ட் இண்டூடிவ் திங்கிங் - ஜட்ஜிங் ஆகியவை சேர்ந்ததுதான் INTJ. இந்த நான்கும் சேர்கிறபோது அவர்கள் வடிவமைப்பாளர் என்கிற பெயர்கொண்ட பர்சனாலிட்டிகாரர் ஆகிறார்கள்.

இந்த வகையில் உலகில் அதிகம் பேர் இல்லை. குறைவான எண்ணிக்கையிலானவர்களே இருக்கிறார்கள். அரிதான வகை. இவர்களுக்கு ஆர்கிடெக்ட் என்று பெயர் சொல்கிறார்கள். வடிவமைப்பாளர்கள் என்று தமிழில் சொல்லலாம்.

எதையும் நினைத்துச் செய்பவர்கள், சாமர்த்தியமாக செய்பவர்கள் (தாட்புல் டாக்டீசியன்ஸ்). எதைச் செய்தாலும் அதில் புதுமைகள் செய்பவர்கள். எல்லாவற்றையும் அதிகம் ஆராய்பவர்கள். அதனால் அதிகம் பேருக்கு இவர்களுடன் ஒத்துப் போகாது. வேடிக்கையாக பேசக்கூடியவர்கள்.

பெரும்பாலும் அவர்கள் உள் (மன) உலகம் தனிப்பட்டதும் சிக்கலானதும் ஆகும். சமூக ஊடகங்களில் அவர்கள் குறித்த விவரங்களை வெளியிடமாட்டார்கள். இவர்கள் அறிவுக்கான தாகம் உள்ளவர்கள்.

இந்த ஆளுமைகள் கனவு காண்பவர்களில் தைரியமானவர் களாகவும், அவநம்பிக்கையாளர்களில் கசப்பானவர்களாகவும் இருக்கலாம். மன உறுதி மற்றும் புத்திசாலித்தனத்தின் மூலம் எந்த சவாலான இலக்குகளையும் அடையமுடியும் என்று நம்புகிறவர்கள். பெரும்பாலான மக்கள் சோம்பேறிகள், கற்பனை செய்யமுடியாதவர்கள் அல்லது சாதாரணமானவர்கள் என்பது இவர்கள் எண்ணம்.

தங்கள் அறிவு மற்றும் புத்திக்கூர்மை குறித்து பெருமிதம் உள்ளவர்கள். பள்ளியில் படிக்கும்போது இவர்களைப் பலரும் ‘புத்தகப் புழுக்கள்’ அல்லது ‘மேதாவிகள்’ என்று அழைத்திருப்பார்கள். இந்தப் பட்டப் பெயர்களை அவமதிப்புகளாக எடுத்துக்கொள்ளாமல், அவற்றை மதிப்பாக எடுத்துக்கொண்டவர்கள். தங்களுக்கு விருப்பமான எந்தவொரு தலைப்பு குறித்தும் நன்கு கற்று மற்றவருக்கும் கற்பிக்கும் திறன் உள்ளவர்கள்.

வெட்டிப்பேச்சு, அற்பத்தனமானவை குறித்த கவனச்சிதறல்கள் ஏதும் இன்றி ஒன்றின்மீது மட்டுமே கவனம் செலுத்தி

இவர்களால் வெகுநேரம் வேலை செய்ய இயலும். இவ்வளவு தூரம் வேலையின்மீது மட்டுமே கவனமாக இருப்பவர்களாக இருந்தாலும் இவர்கள் கூர்மையான கேலி மற்றும் கிண்டல் பேச்சு பேசக்கூடியவர்கள்.

இவர்கள் எல்லாவற்றையும் கேள்வி கேட்பவர்கள். பிற வகை பர்சனாலிட்டிகள் ஏற்கெனவே இருப்பனவற்றை நம்புவது போலவோ, மற்றவர்களின் திறன்மீது நம்பிக்கை வைப்பது போலவோ இவர்கள் செய்வதில்லை. எல்லாவற்றையும் சந்தேகித்து அவர்களே கண்டுபிடிக்க, உணர வேண்டுபவர்கள்.

விஷயங்களைச் செய்வதற்கான சிறந்த வழிகளைக் கண்டு பிடிப்பதற்கான அவர்களின் தேடலில், விதிகளை மீறுவதற்கோ அல்லது மற்றவர்களின் மறுதலிப்புகளுக்கோ அஞ்சுவதில்லை - சொல்லப் போனால் இவர்கள் அதை ரசிப்பவர்கள்.

இவர்கள் ஆர்வம் என்பது வெறும் நல்ல யோசனைகளில் இல்லை. அவற்றைச் செய்ல்படுத்துவதில்தான் இருக்கிறது. ஒரு புதிய யோசனை உண்மையில் செயல்படாவிட்டால் அது எதற்கும் மதிப்பு கொடுக்கமாட்டார்கள்.

அவர்கள் ஈடுபடும் வேலையை முடிக்க, இந்தவகை பர்சனாலிட்டிகாரர்கள். முழு ஆர்வத்துடன் ஒற்றை நோக்கோடு செயல்படுவார்கள். அவர்களது அறிவு, லாஜிக் மற்றும் மன உறுதி ஆகியவற்றை முழுமையாகப் பயன்படுத்துவார்கள். அர்த்தமற்ற விதிகளைக் காட்டியோ மோசமான விமர்சனங்கள் மூலமோ எவரேனும் இவர்கள் முயற்சியைத் தடுக்க முனைந்தால் அவ்வளவுதான். அவர்களைக் காப்பாற்றுவது கடினமாகிவிடும்.

இவர்கள் முழுக்க முழுக்க சுதந்தரமானவர்கள். மற்றவர்களின் யோசனைகளைத் தாக்கி, தங்கள் யோசனைகளையே நடைமுறைப்படுத்த விரும்புவர்கள்.

தனியாக செயல்படத் தயங்கமாட்டார்கள். மற்றவர்களுக்காக காத்திருக்கப் பிடிக்காது. பொதுவாக வேறு எவரையும் கேட்காமல் முடிவெடுப்பதே அவர்களுக்குச் சௌகர்யம். இவர்கள் இப்படி நடந்துகொள்வதால் மற்றவர்களின் விருப்பங்கள், யோசனைகளுக்கு மதிப்பளிக்காதவராக பார்க்கப் பட்டு அதிருப்திக்கு ஆளாவார்கள்.

இவர்கள் சரியானதைப் பேசவேண்டும் என்பதற்கு முக்கியத்துவம் கொடுப்பார்கள். மற்றவர்களுடன் இங்கிதமாக நடப்பது இவர்களுக்கு முக்கியமில்லை. மரியாதை பண்பு போன்ற வற்றுக்காக மாற்றிப் பேசுவதில்லை. 'சின்னச் சின்ன பொய்கள்', 'நாகரீகம் கருதி' என்றெல்லாம் இவர்கள் சமரசம் செய்துகொள்வ தில்லை. அதனால் முரடர், இங்கிதம் தெரியாதவர், புண்படுத்தக் கூடியவர் என்றெல்லாம் முத்திரை குத்தப்படுவார்கள். ஆனால் அவர்கள் இதற்கெல்லாம் கவலைப்படுவதில்லை.

அவர்களுக்கும் மற்றவர்களுடன் உறவு தேவைப்படுகிறது. அது இவர்களைப்போன்றே இருப்பவர்களிடம் இருந்து கிடைக்கிறது. தவிர இவர்களது இயல்பான தைரியம், நடை முறைகள் போன்றவற்றால் ஈர்க்கப்படுகிறவர்களும் இவர்களுடன் உறவாட வருகிறார்கள். அப்படி வேலையிடங்களில் மற்றும் சமூகத்தில் மட்டுமல்ல. இவர்களது குணங்களால் இவர்கள்மீது காதல் வயப்படுகிறவர்களும் உண்டு.

இவர்களைப் பொருத்தவரை வாழ்க்கை என்பது ஒரு பெரிய செஸ் ஆட்டத்தைப்போல. அதுவாக வரும் என்பதைக் காட்டிலும் எதை வேண்டுமானாலும் திட்டமிட்டுப் பெறலாம் என்பது இவர்கள் எண்ணம். எதிலும் ஓர் அடி எடுத்து வைப்பதற்கு முன், முடிவுகள் எடுப்பதற்கு முன் அதன் சாதகப் பாதகங்களை சீர்தூக்கிப் பார்த்தே செய்கிறார்கள்.

என்ன சவால்கள் எழுந்தாலும் சரி, போதுமான புத்திக் கூர்மை மற்றும் நுண்ணறிவால் எப்போதும் வெற்றிபெற ஒரு வழியை தங்களால் கண்டுபிடிக்கமுடியும் என்ற நம்பிக்கையைக் கொண்டவர்கள்.

இந்த ஆளுமைவகை முரண்பாடுகள் நிறைந்தது. இவர்கள் கற்பனை செய்யக்கூடியவர்கள்தான். ஆனால், முடிவெடுப்ப திலும் சூரர்கள். ஆசை உள்ளவர்கள் ஆனாலும் தனிமை விரும்பிகள். என்ன ஏது என்ற குறுகுறுப்பு உள்ளவர்கள். ஆனாலும் எடுத்தவேலையில் கவன குவிப்புக் காட்டுபவர்கள். வெளியில் இருந்து பார்த்தால், இந்த முரண்பாடுகள் குழப்ப மானதாகத் தோன்றலாம். ஆனால், இந்தவகை பர்சனாலிட்டிகளின் மனதின் உள் செயல்பாடுகளைப் புரிந்துகொண்டால் அவை சரியான அர்த்தம் உள்ளவை என்று தெரியவரும்.

இந்தவகை பர்சனாலிட்டி பிரபலங்கள்:

அமெரிக்காவின் முன்னாள் அதிபர் பராக் ஒபாமாவின் மனைவி மிஷெல் ஒபாமா, எலான் மஸ்க், ரஷ்ய அதிபர் விளாதிமிர் பூட்டின், பிரபல ஹாலிவுட் நடிகர் - குத்துச்சண்டை வீரர் அர்னால்ட் ஸ்வார்செனேகர், கோலின் போவெல், சமந்தா பவர்.

வேலை செய்யுமிடங்களில்:

இவர்கள் எவருக்குக் கீழும், எவ்வளவு சாதாரண நிலையில் வேலை செய்தாலும் சுதந்தரத்தை விரும்புவார்கள். என்ன, ஏது என்று ஒவ்வொன்றையும் துருவித் துருவிப் பார்க்கும், கேட்கும் மேலதிகாரிகளுடன் இவர்களுக்குச் சிரமம்தான்.

எவர் தலையீடும் இன்றிச் செய்யும் வேலைகள் இவர்களுக்குப் பொருத்தமானவை. குழுக்களில் இணைந்து வேலை செய்வது இயலாத செயல். ஆனால் அவர்கள் மதிக்கத்தக்க புத்திசாலிகளுடன் இணைந்து வேலை செய்வார்கள்.

தங்கள் அறிவையும் கற்பனைத் திறனையும் பயன்படுத்தக்கூடிய வேலைகள் இவர்களுக்கு சரிவரும். இவர்கள் மேலாளர்களாக இருந்தால், கீழ் பணியாற்றுபவர்கள் புத்திசாலிகளாக இருந்தால் சமமாக நடத்துவார்கள். சுதந்தரம் கொடுப்பார்கள். கூடவே அவர்கள் வேண்டும் நேரம் முழுத்தகவலும் எதிர்பார்ப்பார்கள். அப்படிப்பட்டவர்களுக்கு நல்ல ஊதிய உயர்வுகள், அங்கீகாரங்கள் கிடைக்கச் செய்வார்கள். சொந்தமாக யோசிக்க வேலை செய்யத் தெரியாதவர்கள் இவர்களிடம் மாட்டிக் கொண்டால் சிரமம்தான். இவர்களுக்கு அப்படிப்பட்டவர்களைப் பிடிக்காது.

பெற்றோராக

பிள்ளைகளிடமும் புத்திசாலித்தனத்தை எதிர்பார்ப்பார்கள். பொறுப்புகள் எடுத்துக்கொள்ளச் சொல்வார்கள். வயதுக்கு ஏற்ற சுதந்தரம் கொடுப்பார்கள். சுயமாக சிந்தித்து சொந்தக் காலில் நிற்க உதவுவார்கள். சிரமம் என்று சொல்லும் பிள்ளைகளை அவற்றைத் தவிர்க்கவிடாமல் நேருக்கு நேர் சந்திக்கச் சொல்வார்கள்.

அன்பை வெளிப்படுத்தத் தெரியாதவர்கள். அப்படிச் செய்வது செயற்கையானது என்று நினைப்பவர்கள். ஆனால் பிள்ளைகள்

இவற்றை எதிர்பார்க்கும். அவர்கள் உணர்ச்சிகளைக் காட்டாதவர்கள். பிள்ளைகள் காட்டும்போது அதற்கு ஆதரவு தராதவர்கள். இதுவும் பிள்ளைகளுக்குச் சிரமம் கொடுப்பதுதான்.

உலகை தனியே சந்திக்க வெற்றிகொள்ள வல்லவனாக/ வல்லவளாக தன் பிள்ளைகளை வளர்க்கவேண்டும் என்பதே இவர்கள் நோக்கம்.

2. INTP - Logician (லாஜிஷியன்)

இன்ட்ரோவெர்ட், இண்டியூடிவ், திங்கிங், பிராஸ்பெக்டிங் ஆகிய குணங்கள் கொண்டவர்கள். இவை அனைத்தும் சேரும் போது அவர்கள் 'லொஜிஷியன்' என்ற பர்சனாலிட்டி பெறுகிறார்கள்.

உலகில் இந்தவகை பர்சனாலிட்டிக்காரர்கள் மிகவும் குறைவு. மொத்தமாக மூன்று சதவிகிதம் இருந்தால் அதிகம்.

இவர்களுக்கு தொலைபேசி, மொபைலில் சொல்வதைக் காட்டிலும் எழுத்து வடிவில் இருப்பதையே விரும்புவார்கள். துறவிபோல வாழ்பவர்கள். மற்ற சாதாரண மனிதர்களைப்போல இருக்க, வாழ அவர்களுக்குப் பிடிக்காது.

அறிவியலாளர்களாக கண்டுபிடிப்பாளர்களாக இருப்பார்கள். அவர்களது அறிவுஜீவித்தனம், தனித்தன்மை மற்றும் புதுமைகள் செய்வது குறித்து அவர்களுக்கு பெருமிதம் உண்டு.

தத்துவவியலாளர் ஆக, வடிவமைப்பாளராக, கனவுலகில் மிதக்கும் பேராசிரியர்போல இருப்பார்கள். வரலாற்றைப் பார்த்தால் தெரியும்; மிகப்பெரிய கண்டுபிடிப்புகளைச் செய்தவர்கள் பலர் இந்தவகை பர்சனாலிட்டியைச் சேர்ந்தவர்கள்.

அதிகமான 'தியரி'களையும் 'லாஜிக்'கையும் சொல்பவர்கள். எதிலும் இருக்கக்கூடியமுறை (பேட்டர்ன்) இவர்கள் கண்களில் படும். எவர் எதைச் சொன்னாலும் அதிலிருக்கும் முரண் பாடுகளை சாதாரணமாக எடுத்துச்சொல்ல வல்லவர்கள்.

அவர்களால் இயல்பாகப் பேச முடியாது. அவர்கள் மனதில் ஓடும் ஏதோ ஒரு விஷயத்தை (தியரி) சொல்லி என்ன ஆகிறது

என்று பார்ப்பார்கள். கேட்பவர்களுக்குத் திகைப்பாகக்கூட இருக்கலாம். அதனால் அவர்கள் சொல்வதை எல்லாம் அப்படியே ஏற்றுக்கொள்ளமுடியாது. உரையாடல்களில் அவர்கள் இயல்பாக இருப்பதில்லை.

பல சமயங்களில் அவர்களை நம்ப முடியாததுபோலத் தோன்றலாம், ஆனால் அவர்கள் உண்மையில் அதிக ஆர்வமும் பிரச்னையும், கண்டுபிடிக்கும் முயற்சியும் கொண்ட தனித்துவமான தீர்வைத் தேடும் மனிதர்கள்.

அவர்களிடம் நேர ஒழுங்கை எதிர்பார்க்க முடியாது. தகவல் அறிக்கைகள், ரிப்போர்ட்டுகள் போன்ற வழக்கமான நடை முறைகளில் அவர்களுக்கு ஆர்வம் வராது. அதனால் அன்றாட நடவடிக்கைகள் மற்றும் பராமரிப்பில் ஆர்வம் காட்டமாட்டார்கள்.

அதே சமயம் அவர்களின் படைப்பு மேதமை மற்றும் திறனை வெளிப்படுத்தக்கூடிய சூழல் இருந்தால் அவர்கள் செலவிடும் நேரம் மற்றும் ஆற்றலுக்கு வரம்பு இருக்காது. ஆழ்ந்து வேலை செய்வார்கள்.

ஏதோ வேலையே செய்யாமல் பகல் கனவு காண்பவர்கள்போல அவர்கள் தெரியலாம். ஆனால் காலை தூக்கத்தில் இருந்து எழுந்ததில் இருந்தே அவர்கள் மூளை சிந்திக்க ஆரம்பித்துவிடும்.

அவர்கள் மண்டைக்குள் சிந்தனைகள் ஓடிக்கொண்டேயிருக்கும். அதனால் பார்ப்பதற்கு எதிலும் ஆர்வமும் ஈடுபாடும் இல்லாதவர்கள்போலக் காட்சியளிப்பார்கள்.

அவர்களைப்போன்ற ஆர்வம் இருப்பவர்களிடம் நன்கு சகஜமாக பழகுவார்கள், பேசுவார்கள். ஆனால் அதிக அறிமுகம் இல்லாதவர்கள் நடுவில் அவர்களால் மகிழ்ச்சியாக இருக்க முடியாது. அதிலும் அவர்கள் யோசனைகள் எதையேனும் எவரும் கிண்டலாகவோ தவறாகவோ பேசிவிட்டால் போயிற்று. தகராறு செய்வார்கள்.

அவர்களுக்கு ஆர்வம் மிகுந்துவிடும்போது அவர்கள் பேச்சில் ஒரு தொடர்பு இருக்காது. விஷயங்கள் தாவித் தாவிப் போகும். அதேபோல, எவரேனும் அவர்களிடம் உணர்வுகள் தொடர்பாக ஏதாவது பேசினால் சாதாரண விஷயங்களைக்கூட மனதிற்குள்

அதிகம் அலசி ஆராய்ந்து புரிந்துகொள்ள நேரமெடுத்துக் கொள்வார்கள். இப்படித்தான் அவர்கள் மூளை வேலை செய்யும்.

மேலும், லாஜிஷியன்களால் உணர்ச்சிகரமான புகார்களைப் புரிந்துகொள்ளமுடியாது. அவர்களது நண்பர்கள் உணர்ச்சி ரீதியான ஆதரவை அவர்களிடம் எதிர்பார்த்து ஏமாந்து போவார்கள். இந்தவகை பர்சனாலிட்டிகாரர்களைப் பொருத்த வரை அடிப்படைச் சிக்கலைத் தீர்ப்பது வேண்டும். அதுதான் முக்கியம். அதற்கான பரிந்துரைகளைத்தான் வழங்குவார்கள். எல்லாமே உணர்வுகளற்ற திட்டமிட்டுச் செய்யும் வேலை போன்றதே.

லாஜிஷியன்கள் மனதில் அமைதியிருக்காது. தோல்வி குறித்த பயம் இருக்கும். அவர்கள் தங்கள் சொந்த எண்ணங்களையும் கோட்பாடுகளையும் மறு மதிப்பீடு செய்துகொண்டே இருப்பார்கள். ஏதோ சில முக்கியமான பகுதிகளை தவறவிட்டு விட்டோமோ அதனால் நம் யோசனைகள் செயல்படுத்தப் படாமல் போய்விடுவோமோ என்று நினைப்பார்கள். இந்தச் சந்தேகம் அவர்களுக்கு பெரும் தொந்திரவு.

இந்தவகை பர்சனாலிட்டி பிரபலங்கள்:

பில்கேட்ஸ், ஆல்பர்ட் ஐன்ஸ்டீன், ஐசக் நியூட்டன், எலன் பேஜ், பிளாய்சி பாஸ்கல், அபெட் நாடிர் மற்றும் பலர்.

வேலை செய்யுமிடங்களில்:

லாஜிஷியன் பர்சனாலிட்டிகாரர்கள் தனிமையில் வேலை செய்யவே பிரியப்படுவார்கள். வேலையில் அறிவைப் பயன் படுத்தும் வாய்ப்பும் ஏதாவது சிக்கலானவற்றைத் தீர்க்கும் தேவையும் இருக்கவேண்டும்.

மேலாளராகவோ உதவியாளராகவோ, தனித்தோ, குழுவிலோ எங்கே வேலை செய்தாலும் அவர்களுக்குத் தனிமை தேவை. அவ்வப்போது தயாரித்து அனுப்பவேண்டிய அறிக்கைகள் எல்லாம் அவர்களுக்கு சிரமம் தரும். அதுபோன்ற ஒரே மாதிரியான வேலைகளில் அவர்கள் மனது லயிக்காது.

தனியாக வேலை செய்பவர்களாக இருந்தாலும் லாஜிஷியன்கள் வேறொரு நபருடன் இணைந்து செயல்படும்போது

சிறப்பாகவே செய்வார்கள். ஆனால் எந்த ஆளுமை வகை அவர்களின் தேவைகளுக்கு மிகவும் பொருத்தமானது என்பது முக்கியம். எல்லோரோடும் அல்ல.

சரியான வேலை சூழ்நிலைகளில், லாஜிசியன் துணை அதிகாரி களாகப் பணியாற்றினால் புதுமைகள் செய்பவர்களாக, கடின உழைப்பாளிகளாக சிக்கலான பிரச்னைகளுக்கு வழக்கத்திற்கு மாறான ஆனால் பயனுள்ள தீர்வுகளை வழங்குபவர்களாக பணியாற்றுவார்கள்.

துணை அல்லது நிர்வாக பதவிகளில் இருந்தாலும், சக ஊழியர்களுடன் அல்லது தனியாக வேலை செய்தாலும், சுதந்தரம் தடையின்றித் தொடரவேண்டும் என்று நினைக் கிறார்கள். அவர்களுக்குத் தேவையானதெல்லாம் அதிக சுதந்தரம். சில மேலாளர்கள் கொடுக்கத் தவறும்போது அவர் களுடைய வேலைத்திறன் குறைகிறது.

லாஜிசியன் நபர்கள் தனியாக வேலை செய்ய விரும்புகிற அதே நேரம் ‘கடினமான வேலை’களை வெறுக்கிறார்கள். புதிய மற்றும் உற்சாகமான யோசனைகள்மீதே அவர்கள் ஆர்வம் இருப்பதால் நடைமுறைப்படுத்தத் தேவைப்படும் சாதாரண வேலைகள்மீது அவர்கள் கவனம் போவதில்லை. இதற்கு அவர்களை அவ்வப்போது ஒழுங்கு செய்ய மற்றொருவர் உடன் இருக்கவேண்டும்.

வேலை செய்யும்போது அடிக்கடி எடுக்கும் இடைவேளைகள், அரட்டை ஆகியவை அவர்களுக்கு ஆகாது. மக்களிடம் அரட்டை அடிக்கப் பிடிக்காவிட்டாலும் அவர்களால் மக்களின் உள் நோக்கங்களைப் புரிந்துகொள்ளமுடியும்.

அவர்களுக்கு புதிர்களை விடுவிக்கப் பிடிக்கும். விவரம் தெரிந்தவர்களாகப் பாவித்து அவர்களிடம் சந்தேகங்கள் கேட்பதை விரும்புவார்கள். அவர்களை மதிக்கும் நபர்கள் அவர்களிடம் ஆலோசனைகள் கேட்கும்போதெல்லாம் தவறாமல் வழங்குவார்கள். ஆனால், அவை உணர்வு, உறவுகள் தொடர்பானவையாக இருந்தால் அவர்களால் பதில் சொல்ல முடியாது.

மேலாளர்களாக இருந்து மற்றவர்களின் வேலைகளை நிர்வாகம் செய்ய விருப்பம் இல்லையென்றாலும், அப்படிப்பட்ட

வேலையில் இருந்தால் அவர்களுக்கு கீழ் வேலை செய்பவர்களுக்கு சுதந்தரம் கொடுப்பார்கள். அவர்கள் சொல்லும் ஆலோசனைகள் 'லாஜிக்'கலாக இருந்தால் ஏற்றுக் கொள்வார்கள். நெகிழ்தன்மையுடன் நடந்துகொள்வார்கள். அதே சமயம் அவர்கள் அனைவருமே புத்திசாலிகளாக உடன் புரிந்து வேலை செய்பவர்களாக இருக்கவேண்டும் என்று எதிர்பார்ப்பார்கள்.

இவர்கள் மற்றவர்களின் உணர்வுகளைப் புரிந்துகொள்வது சிரமம். வராது. அதனால் இவர்கள் விமர்சனங்கள் கடுமையானதாகவே இருக்கும்.

அடுத்து மற்றுமொரு சுவாரஸ்யமான, பல வழிகளில், மனிதவள மேம்பாட்டில் உதவிகரமாக இருக்கும் மற்றொரு பர்சனாலிட்டி தியரி பற்றிப் பார்க்கலாம்.

5. டிரான்ஸாக்ஷனல் அனாலிசிஸ் – TA

ஒரு மாலை நேரம், சென்னையில் ஒரு பூங்கா அருகில் நான் நடந்து போய்க் கொண்டிருந்தேன். லேசாக இருட்டும் நேரம். எதிர்ப்பக்க பிளாட்பாரத்தில் கல்லூரி மாணவிகள் போன்ற இருவர் நின்றுகொண்டிருந்தார்கள். மோட்டார் சைக்கிள் மேல் அமர்ந்தபடி இளைஞன் ஒருவன் அவர்களுடன் பேசிக்கொண்டிருந்தான். நான் அவர்களைக் கடந்து பத்தடி தூரம் போயிருப்பேன். அப்போது அவர்கள் இருந்த பக்கமிருந்து கத்தல் சத்தம். திரும்பிப் பார்த்தேன். அந்த இளைஞனை வேறு எவனோ ஒருவன் அடிக்கிறான். வண்டியில் இருந்து கீழே தள்ளுகிறான். மேலும் பாய்ந்து பாய்ந்து அடிக்கிறான். வண்டியில் இருந்து விழுந்தவன் சமாளித்து எழுந்து திருப்பி அடிக்கிறான். இருவரும் கட்டிப்புரண்டு சண்டை போடுகிறார்கள்.

அந்த இரண்டு பெண்பிள்ளைகளும் சற்றுத் தள்ளி நின்று அதைப் பார்த்துக்கொண்டிருந்தார்கள். வேறு ஏதும் செய்யவில்லை.

கூட்டம் கூடிவிடுகிறது. பலரும் நின்று வேடிக்கை பார்க்கிறார்கள். அப்போது அந்த வழியே மற்றொரு மோட்டார் சைக்கிளில் வந்த ஒருவர் வண்டியை நிறுத்திவிட்டு, வேட்டியை

மடித்துக்கட்டிக்கொண்டு அவர்கள் அருகில் போகிறார். அடிக்கிறவனைத் தடுக்கிறார். இருவரையும் விலக்குகிறார். அடிப்பவன் திமிறுகிறான். அவர் அவனை ஒரு அடி போடுகிறார்.

அதற்குள் பூங்காவிற்குள் இருந்த ஒரு போலீஸ்காரர் சத்தம் கேட்டு கம்பி வேலியைத் தாண்டிக் குதித்து அங்கே வந்து விடுகிறார். பையன்கள் இருவரையும், அந்தப் பெண்களையும் அதட்டி விசாரிக்கிறார். பின்பு ஆட்டோ பிடித்து அவர்கள் அனைவரையும் போலீஸ் ஸ்டேஷனுக்கு அழைத்துச் செல்கிறார். அதன்பின் என்ன நடந்தது என்று எனக்குத் தெரியாது.

அது ஒரு பக்கம் இருக்கட்டும். இப்படி ஏதாவது நடக்கும் பொழுது ஏன் சிலர் நகர்ந்து வேகமாக விலகிப் போய் விடுகிறார்கள்? ஏன் வேறு சிலர் ஏதும் செய்யாமல் நகர்ந்தும் போகாமல் ஆர்வத்துடன் வேடிக்கை பார்க்கிறார்கள்? ஏன் ஒரு சிலர் மட்டும் ரிஸ்க் எடுத்து, களத்தில் இறங்கி, சண்டை போடுகிறவர்களை விலக்கிவிடுகிறார்கள்? மேலும், சிலர் இறங்கி சண்டை போடுவதற்கும், வேறு சிலர் வேடிக்கை பார்ப்பதற்கும், இன்னும் சிலர் சண்டை போடுகிறவர்களை விலக்கி விடுவதற்கும் அவர்கள் குணாதிசயங்கள் சார்ந்து ஏதாவது காரணங்கள் இருக்குமோ?

இப்படிப்பட்ட கேள்விகள் உலகில் பலருக்கும் வந்திருக்கிறது. ஒரே நாட்டில், ஒரே ஊரில், ஒரே குடும்பத்தில், ஒரே வயதில் ஒரே இனத்தில் என்று எதன் அடிப்படையிலும் மனிதர்கள் ஒருவர்போல ஒருவரில்லை. நம்பிக்கைகளில், மதிப்பீடுகளில், அணுகுமுறைகளில், எதிர்பார்ப்புகளில் என்று பலவிதங்களிலும் மக்கள் வேறுபடுகிறார்கள். இதற்கு என்ன காரணம்?

இவை குறித்து தீவிரமான ஆராய்ச்சிகள் நடந்திருக்கின்றன. அப்படி ஆய்வு செய்தவர்களில் ஒருவர் எரிக் பெர்ன். அவருடைய சிந்தனைகள், ஆய்வுகளின் முடிவில் அவர் வழங்கிய தியரியின் பெயர், டிரான்ஸாக்ஷனல் அனாலிசிஸ்.

டிரான்ஸாக்ஷனல் அனாலிசிஸ்

டிரான்ஸாக்ஷனல் அனாலிசிஸ் (Transactional Analysis) என்பதை சுருக்கமாக TA என்று அழைக்கிறார்கள். இந்த

டிரான்ஸாக்ஷனல் அனாலிசிஸ் என்பது பர்சனாலிட்டி குறித்த ஆய்வுகளில் முக்கியமானது. டாக்டர் எரிக் பெர்ன் (Eric Berne) என்ற, கனடாவில் பிறந்த அமெரிக்கர், 1957ம் ஆண்டு உருவாக்கியது. அவர் மட்டுமல்ல. அதே காலகட்டத்திலும் அதன் தொடர்ச்சியாகவும் சிலர் அதே கோணத்தில் இருந்து ஆராய்ந்தார்கள். அதனால் அது ஓர் இயக்கமாகக்கூட குறிப்பிடப்படுகிறது. 'டி. ஏ. மூவ்மெண்ட்' (TA Movement) என்பது அதன் பெயர்.

டாக்டர் எரிக் பெர்ன்

TA என்ற அந்த ஒன்றுக்குள், ஒன்றோடு ஒன்று தொடர்புடைய ஏழு தனிப்பட்ட கருத்துருவாக்கங்கள் (கான்செப்ட்ஸ்) இருக்கின்றன.

ஒருவரிடம் எப்படிப்பட்ட மனோதளங்கள் (ஈகோ) இருக்கின்றன என்று விவரிக்கும் ஸ்டிரக்சுரல் அனாலிசிஸ்; ஒருவர் பேசும் பேச்சுகளை ஆராயும் டிரான்ஸாக்ஷனல் அனாலிசிஸ்; சிலர் தெரிந்தோ தெரியாமலோ குறிப்பிட்ட விதமாகவே நடந்துகொள்ளும் முறைகளை ஆராயும், 'கேம் அனாலிசிஸ்'; ஒருவர் அவரை அறியாமலேயே தன்னுடைய வாழ்க்கை இப்படித்தான் என்று முடிவு செய்து, அதன்படியே நடந்துகொள்வதை கண்டு ஆராயும் 'ஸ்கிரிப்ட் அனாலிசிஸ்' என்று ஒரு TAவுக்குள் பல இருக்கின்றன. அவற்றை வரிசைப்படுத்தினால் இப்படி இருக்கும்.

1. PAC எனப்படும் 'ஸ்ட்ரக்சுரல் அனாலிசிஸ்'.
2. 'ஸ்கிரிப்ட்' அனாலிசிஸ்.
3. 'லைப் பொசிஷனஸ்' எனப்படும் வாழ்க்கை நிலைப்பாடுகள்.
4. தியரி X மற்றும் தியரி Y.
5. 'டிரான்ஸாக்ஷனல் அனாலிசிஸ்' எனப்படும் பரிமாற்றங்கள் குறித்த ஆய்வு.
6. 'ஸ்ட்ரோக்ஸ்' எனப்படும் கண்டு கொள்ளுதல்.

7. ‘டைம் ஸ்டிரக்சரிங்’ எனப்படும் மக்கள் நேரத்தைச் செலவிடும் வழிகள்.
8. ‘கேம்ஸ் பீபிள் பிளே’ எனப்படும் மனிதர்கள் மற்றவர்களுடன் விளையாடும் ‘மன விளையாட்டுகள்’.

ஒவ்வொன்றாகப் பார்ப்போம்.

•

1. PAC – ‘ஸ்ட்ரக்சுரல் அனாலிசிஸ்’

சிக்மண்ட் ஃப்ராய்டு (Sigmund Freud - 1856-1939) உருவாக்கிய முறையில் நோயாளிகளுக்கு சிகிச்சை அளித்தபோது அதற்கு உடனடியாக பலன் கிடைக்கவில்லை. தாமதமானது. அதனால், அவருடைய முறையை கொஞ்சம் மாற்றி, 1957ல் சிலர் சில புதிய வழிமுறைகள் உருவாக்கினார்கள். அதற்கு டிரான்ஸாக்ஷனல் அனாலிசிஸ் என்று பெயர். அதை ஓர் இயக்கம் எனும் பொருள்பட 'TA மூவ்மெண்ட்' என்றும் குறிப்பிடுகிறார்கள்.

இம்முறையின் அடிப்படை நம்பிக்கைகள் கோட்பாடுகள் சிலவற்றின்படி, உலகில் பிறக்கும் எல்லா குழந்தைகளும் ஏதோ ஒரு திறமையுடனும் தெளிவாக சிந்திக்கும் ஆற்றலுடனும், எல்லா உணர்வுகளையும் கையாளும் திறமையுடனும், மேலும் வாழ்க்கையை வாழும் விருப்பத்துடனும் பிறக்கின்றன.

அதன் தனிமனித ஆளுமை, சுற்றுப்புறச் சூழ்நிலைகள், பெற்றோர் வளர்க்கும் முறைகள், அந்தக் குழந்தைக்கு கிடைக்கும் அனுபவங்கள் மற்றும் அவற்றை வைத்து குழந்தைகள் பெறும் உணர்வுகள் ஆகியவற்றைப் பொருத்து அவற்றின் பர்சனாலிட்டி அமைகிறது.

சிக்மண்ட் ஃப்ராய்டு

மனதின் கட்டுமானத்தை ஆராய்ந்தால் அது அடிப்படையில் மூன்று விதமானதாக இருக்கிறது என்று சொல்லிய எரிக் பெர்ன் அவற்றை ‘ஈகோ ஸ்டேட்ஸ் (Ego States)' என்று அழைக்கிறார்.

கட்டுமானத்தை ஆராய்வதால், 'ஸ்டிரக்சுரல் அனாலிசிஸ்'. அதனுள் இருக்கும் Parent, Adult, Child என்ற மூன்று வகைகளின் ஆங்கில முதல் எழுத்துகளின் சேர்ப்பு, PAC.

சிக்மெண்ட் பிராய்ட்தான் மனோதத்துவத்தின் தந்தை போன்றவர். அவர் மக்களின் குணாதிசயங்களை, பர்சனாலிட்டிகளை கண்டறிய சில வழிமுறைகள் உருவாக்கியிருந்தார். ஆனால் அவையெல்லாம் கொஞ்சம் கடினமானவை. அதன்பின் 1950களின் இறுதிப்பகுதிகளில் வெளிவந்த 'டிரான்ஸ்சாக்ஷனல் அனாலிசிஸ்' பிரபலமானது. புரிந்துகொள்ளவும் பயன் படுத்தவும் எளிமையாக இருந்தது. இன்றளவும் பயன்படுத்தப் படுகிறது.

'ஈகோ ஸ்டேட்ஸ்'

மக்கள் நடந்துகொள்ளும் விதங்களிலிருந்து அவர்களுடைய பர்சனாலிட்டிகளைப் புரிந்துகொள்ளலாம் என்றார் பெர்ன். மக்கள் ஒருவருடன் ஒருவர் செய்துகொள்ளும், மனிதர்களுக்கு இடையேயான உறவுகளை (இன்டர்பர்சனல் ரிலேஷன்ஷிப்) மூன்று வகைகளாகப் பிரித்தார் எரிக் பெர்ன்.

ஈகோ என்றால் திமிர் அல்லது தற்பெருமை என்ற அர்த்தத்தில் அவர் சொல்லவில்லை. எரிக் பெர்ன் சொல்லும் ஈகோவிற்கும் தற்போது புழக்கத்தில் இருக்கும் 'ஈகோ காரர்' 'ஈகோ பிடித்தவர்' போன்ற பதங்களுக்கும் தொடர்பில்லை.

மக்கள் மூன்றுவிதமான 'ஈகோ ஸ்டேட்'களில் இயங்குவதாக பெர்ன் கண்டறிந்து சொன்னார்.

அவர் பயன்படுத்திய வார்த்தை. 'ஈகோ ஸ்டேட் (Ego State).' அதை அப்படியே சொல்லவேண்டாம் என்று நான் இந்தப் புத்தகத்தில் 'மனோ தளம்' என்கிறேன். எனவே இனி மனோ தளம் என்று வருவதெல்லாம் 'ஈகோ ஸ்டேட்'. அவர் சொன்ன மனோ தளங்கள்...

1. பெற்றோர் மனோதளம் (பேரண்ட் ஈகோ ஸ்டேட்).
2. முதிர்ந்த அல்லது பக்குவ மனோதளம் (அடல்ட் ஈகோ ஸ்டேட்).
3. குழந்தை மனோதளம் (சைல்ட் ஈகோ ஸ்டேட்).

ஒருவர் மற்றொருவருடன் பேசும் பேச்சுக்கள், கேட்கும் கேள்விகள், சொல்லும் பதில்கள், அடிக்கும் ‘கமெண்ட்டு’கள் முதலியவற்றை வைத்து, அவர் எந்தத் தளத்தில் இருந்து பேசுகிறார், நடந்துகொள்கிறார் என்று அறிந்துகொள்ளமுடியும் என்பதுதான் பெர்ன் சொல்லியது. இதைப் புரிந்துகொள்ள ஒரு கற்பனை நிகழ்வைப் பார்க்கலாம்.

ஒரு வீடு. பரபரப்பான காலை நேரம். மணி 7.45. அனைவரும் ஏதோவொரு வேலை செய்துகொண்டிருக்கிறார்கள். பத்து வயதாகும் சிறுவன் சரவணன், காலை உணவுக்காக இட்லி, சாம்பார் பாத்திரத்தை சாப்பாட்டு மேஜைக்குத் தூக்கி வரும்போது கை தவறிக் கீழே போட்டுவிடுகிறான். மொத்த சாம்பாரும் தரையில் கொட்டிவிடுகிறது. அந்த சத்தம் கேட்ட குடும்பத்தார் அனைவரும் ஹாலுக்கு ஓடிவருகிறார்கள். ஆளுக்கு ஒன்று சொல்கிறார்கள்.

அப்பா: ‘கவனமாக எடுத்து வரக்கூடாதா? உனக்கு எதிலுமே கவனம் போதாது. இன்று உனக்கு இட்லியுடன் சாப்பிட வேறு எதுவும் கிடையாது. வெறும் இட்லி சாப்பிடு. அப்போதுதான் உனக்கு புத்தி வரும்.’

அம்மா: ‘அய்யய்யோ கை தவறி விட்டதா? பாத்திரம் வழுக்கியிருக்கும். சாம்பார் மிகவும் சூடாக இருந்ததே! உன்மேல் பட்டுவிட்டதா? கொப்பளம் ஆகிவிடுமே! எங்கே காட்டு.’

அக்காள்: ‘சாம்பார் தரையில் கொட்டி விட்டதா? சரி. நகரு. நான் சுத்தம் செய்கிறேன்.’

தம்பி: ‘மொத்தமும் கொட்டி போச்சா! அய்யா!! நல்லது. எனக்கு இன்னைக்கு இட்லிக்கு ஜாம் கிடைக்கும்.’

ஒரே நிகழ்வு. ஆனால் குடும்ப அங்கத்தினர்களின் பார்வை மற்றும் பேச்சுகள் வெவ்வேறு விதங்களில். இதேதான் எல்லா இடங்களிலும், எல்லா நிகழ்வுகளிலும்.

இப்படி ஒவ்வொரு நாளும் ஒவ்வொரு நிகழ்வு குறித்தும் நாம் எல்லோருமே வெவ்வேறு விதங்களில் மறுவினையாற்று கிறோம். அணுகுகிறோம், பேசுகிறோம்.

ஒருவரோடு ஒருவர் பேசிக்கொள்ளுவதை, எரிக் பெர்ன் ‘டிரான்ஸாக்ஷன்’ என்கிறார். டிரான்ஸாக்ஷன் என்றால் பரிமாற்றம். வார்த்தைகள் பரிமாற்றம். இவற்றைத்தான் ஆராய வேண்டும் என்கிறார். அதுதான் அவர் சொல்லும் ‘டிரான்ஸாக்ஷனல் அனாலிசிஸ்’.

இதை அவர் ஆராயச் சொல்வதற்கான காரணம், மக்கள், அவரவர் பர்சனாலிட்டிக்கு ஏற்றவாறு எதையும் பார்க்கிறார்கள், அணுகுகிறார்கள், பேசுகிறார்கள் என்பதுதான். அதனால், அவர்கள் பேசுவதை வைத்து அவர்கள் பர்சனாலிட்டி எப்படி என்ற முடிவுக்கு வரலாம் என்பது அவரது அணுகுமுறை.

சரி. இப்போது சாம்பார் கொட்டிய நிகழ்வில் நடந்த வார்த்தைப் பரிமாற்றங்களை ஆராய்ந்து பார்க்கலாம்.

தம்பி சொன்னது எப்படி இருந்தது? அந்த நிகழ்வின் தீவிரம், அதன் விளைவு போன்றவை குறித்து கவலைப்படாமல் தனது தேவையை மட்டும் மனதில் நிறுத்தி, அவன் பேசினான். இப்படி இருப்பதை, பெர்ன் ‘சைல்டு ஈகோ ஸ்டேட்’ என்கிறார். தமிழில் ‘குழந்தை மனோதளம்’.

அக்காள் சொன்னது எதார்த்தமான வார்த்தைகள். அவர்கள் சொன்னதில் வருத்தமோ, கோபமோ, ஏமாற்றமோ, மகிழ்ச்சியோ இல்லை என்பதை கவனித்திருக்கலாம். உணர்வுகள் இல்லாத வார்த்தைகள். ‘நடந்தது, நடந்துவிட்டது. அடுத்து நடக்க வேண்டியது என்ன?’ என்று பார்க்கிற அணுகுமுறை. இதை ஆங்கிலத்தில் ‘அப்ஜெக்டிவ் அப்ரோச்’ என்றும் சொல்வார்கள். உணர்வற்ற இயந்திரம் போன்ற பேச்சு. பெர்ன் பார்வையில், இது ‘அடல்ட் ஈகோ ஸ்டேட்’. ‘வாலிப மனோதளம்’. பக்குவ மனோதளம் என்று சொல்வோரும் உண்டு.

அப்பாவும் அம்மாவும் சொன்னவை வித்தியாசமானவை. அப்பா கோபிக்கிறார். திட்டுகிறார். தண்டனையும் கொடுக்கிறார். அம்மா நிகழ்வின் விளைவுகள் குறித்து கவலைப்படவில்லை. தன் பிள்ளைக்கு அதனால் ஏதாவது ஆகி இருக்குமோ என்ற கவலையில் மட்டும் பேசுகிறார்.

பெர்ன் இந்த இரண்டையும் ‘பேரண்ட் ஈகோ ஸ்டேட்’ என்கிறார். பெற்றோர் மனோதளம்.

இந்த இரண்டும் எப்படி ஒன்றாகும்? அணுகுமுறைகள் வெவ்வேறாக இருக்கிறதே! என்று கேட்கலாம். சரியான கேள்வி. பெர்ன் பெற்றோர் மனோதளத்தை இரண்டாகப் பிரிக்கிறார். முதலாவது, 'கிரிட்டிக்கல் பேரன்ட்'. கட்டுப் படுத்தும் பெற்றோர் மனோதளம். அப்பா சொன்னது இந்த வகையில் வரும்.

இரண்டாவது வகை, 'நர்சரிங் பேரண்ட்'. அரவணைக்கும் பெற்றோர் மனோதளம். அம்மாவின் பேச்சுகள் இந்தவகையைச் சார்ந்தவை.

இது ஒரு குடும்பத்தில் நடந்தது. அப்பாவும் அம்மாவும் பெற்றோர் மனோதளங்களில் இருந்து இயங்கினார்கள். பதின் பருவத்தில் இருக்கும் மூத்த சகோதரி வாலிப மனோபாவத்தில் இருந்து பேசினாள். சின்ன வயதுத் தம்பி, குழந்தை மனோ தளத்திலிருந்து பேசினான்.

இந்த உதாரணத்தில், வயதானவர்கள், வாலிப வயதில் இருப்பவர்கள் மற்றும் குழந்தைகள் அவரவர்கள் வயதிற்கு ஏற்ற மனோதளங்களில் இருந்து அணுகியுள்ளனர்! இதெல்லாம் இயல்புதானே! இதில் என்ன பெரிய விஷயம் இருக்கிறது! பெர்ன் என்ன புதிதாகச் சொல்கிறார் என்று தோன்றலாம்.

மேலே பார்த்த அந்தக் குடும்பம் அந்த நிகழ்வு மற்றும் குடும்பத்தவர்கள் பேசியது எல்லாம் இந்த 'டிரான்ஸாக்ஷனல் அனாலிசிஸ்' மற்றும் பல்வேறுவிதமான ஈகோ ஸ்டேட்களை எளிதாகப் புரிந்துகொள்வதற்காக புனையப்பட்ட நிகழ்வு. கற்பனையானது. நிஜ வாழ்வில் எப்போதும் அதேபோன்றா நடக்கிறது? மக்கள் அனைவரும் அவரவர் வயதுக்கு உரிய மனோதளங்களில் இருந்துத்தானா பேசுகிறார்கள்? கொஞ்சம் யோசித்துப் பாருங்கள்.

இதேபோன்றதொரு நிகழ்வு வேறு ஒரு வீட்டில் நடந்தால், அங்கிருக்கும் அப்பா, அம்மா, சகோதரி மற்றும் தம்பி முன்பு பார்த்த வீட்டில் இருந்தவர்கள் நடந்துகொண்டதுபோலவேதான் நடந்துகொள்வார்களா? இல்லை.

வயது ஐம்பதிற்கு மேலாகியும் பொறுப்பில்லாமல் குழந்தை மனதளத்திலிருந்து அணுகுகிறவர்கள், பேசுகிறவர்கள் உண்டுதானே! அதேபோல சிறுவயதிலேயே வெவ்வேறு

காரணங்களால் பெரிய மனிதர்கள்போல பேசும், அணுகும், நடந்து கொள்ளும் சின்னப் பிள்ளைகள் இருக்கிறார்கள்தானே!

எனவே ஒருவருடைய வயதிற்கும் அவர் பேசும் மனோ நிலைக்கும் (ஈகோ ஸ்டேட்) தொடர்பில்லை. எந்த வயதினர் வேண்டுமானாலும் எந்த மோனோநிலையில் இருந்தும் பேசலாம். பேசிக்கொண்டிருக்கிறார்கள். அது என்ன என்று கவனித்து புரிந்துகொள்ளவேண்டும் என்கிறார் எரிக் பெர்ன்.

ஆக, எரிக் பெர்ன், ஆராய்ந்து, உலகத்துக்கு அளித்திருக்கும் மிக முக்கியமான தகவல், மக்கள் அவர்கள் வயதுக்கு தொடர்பில்லாத வகையில் வெவ்வேறு ஈகோ தளங்களிலிருந்து பேசுகிறார்கள் என்பதுதான். தவிர மனத்தளத்திற்கும் ஆண், பெண் என்ற பாலினமோ, படிப்போ பொருளாதார நிலையோ காரணமில்லை. அவரவர் அவரவர் பர்சனாலிட்டிக்கு ஏற்றார்போல பேசுகிறார்கள்.

தவிர, ஒரே நபருக்குள்ளாகவே பெற்றோர், வாலிப மற்றும் குழந்தை என எல்லா மனோ நிலைகளும் உண்டு. அவற்றின் அளவுகள் விகிதாச்சாரங்கள் வேறுபடும். ஒன்றுமட்டும் கூடுதலாக இருக்கும். மற்றவை குறைவாக இருக்கும்.

மேலும், ஒரே நபர் வெவ்வேறு இடங்களில், வெவ்வேறு நேரங்களில் வெவ்வேறு மனோதளங்களில் இருந்து இயங்குகிறார்கள்.

இவற்றை எல்லாம் புரிந்துகொண்டால், வாழ்க்கை சுலபமாக இருக்கும். அது குறித்துதான் இனி சற்று விரிவாகப் பார்க்க இருக்கிறோம்.

இப்பொழுது ஒரு சின்ன ‘டெஸ்ட்’. கீழ்க்கண்ட, கிட்டத்தட்ட ஒரே வயதுடைய நபர்களின் வித்தியாசமான ஈகோ மன தளங்களை உங்களால் யூகிக்க முடிகிறதா? பாருங்கள்.

- நடிகர், மன்சூர் அலிகான்
- செயற்பாட்டாளர், டிராபிக் ராமசாமி
- அரசியல் பிரமுகர், சுப்ரமணியம் சாமி
- அன்னை தெரசா
- முன்னாள் பிரதமர் நரசிம்ம ராவ்

அடுத்து இன்னுமொரு 'டெஸ்ட்'. ஒவ்வொரு ஈகோ ஸ்டேட்டுக்கு அருகிலும், இவர் இந்த ஈகோ ஸ்டேட்காரர் என்று நீங்கள் நினைக்கும் நபர்/ நபர்களின் பெயர்களை எழுதமுடிகிறதா பாருங்கள்.

- குழந்தை மனோதளம்
- வாலிப மனோதளம்
- அரவணைக்கும் பெற்றோர் மனோதளம்
- கட்டுப்படுத்தும் பெற்றோர் மனோதளம்

•

மூன்று மனோ நிலைகள்

- பெற்றோர் மனோதளம் - Parent Ego State:

  பெற்றோர் அல்லது மற்றும் பெற்றோர்போன்ற நிலைகளில் இருந்தவர்களிடம் இருந்து எடுத்துக்கொள்ளப்பட்ட எண்ணங்கள், உணர்வுகள், நடத்தைகள்.

- பக்குவ மனோதளம் - Adult Ego State:

  நிகழ்காலத்தில் நடப்பனவற்றுக்கு ஏற்றார்போல வெளிப்படுத்தும் எண்ணங்கள், உணர்வுகள், நடத்தைகள்.

- குழந்தை மனோதளம் - Child Ego state:

  குழந்தைப் பிராயத்தில் ஏற்பட்ட எண்ணங்கள், உணர்வுகள், நடத்தைகள் ஆகியவற்றைப்போலவே பின்னாலும் செய்வது, வெளிப்படுத்துவது.

- உள்பிரிவுகள்

  பெற்றோர் மனோபாவம் மேலும் இரண்டு வகைகளாகப் பிரிக்கப்பட்டு, முதலாவது கட்டுப்படுத்தும் பெற்றோர் (Critical Parent) மனோதளம் எனவும் இரண்டாவது, அரவணைக்கும் பெற்றோர் (Nurturing Parent) மனோதளம் எனவும் அழைக்கப்படுகிறது.

வாலிப மனோபாவத்தில் பிரிவுகள் இல்லை.

குழந்தைகள் மனோதளத்தில் இயல்பான அல்லது சுதந்தரமான குழந்தை மனோதளம் (Free Child) என்றும், வரித்துக்கொள்ளும்

மூன்று மனோ தளங்கள்

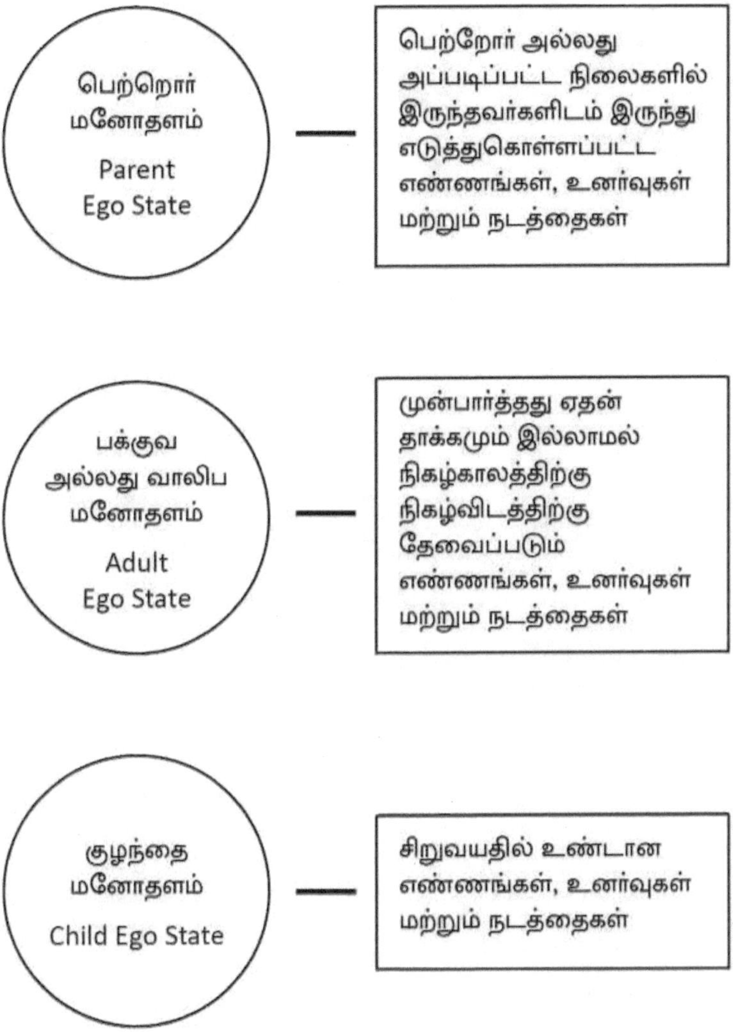

பெற்றொர் மனோதளம்
Parent Ego State
பெற்றோர் அல்லது அப்படிப்பட்ட நிலைகளில் இருந்தவர்களிடம் இருந்து எடுத்துகொள்ளப்பட்ட எண்ணங்கள், உனர்வுகள் மற்றும் நடத்தைகள்
பக்குவ அல்லது வாலிப மனோதளம்
Adult Ego State
முன்பார்த்தது ஏதன் தாக்கமும் இல்லாமல் நிகழ்காலத்திற்கு நிகழ்விடத்திற்கு தேவைப்படும் எண்ணங்கள், உனர்வுகள் மற்றும் நடத்தைகள்
குழந்தை மனோதளம்
Child Ego State
சிறுவயதில் உண்டான எண்ணங்கள், உனர்வுகள் மற்றும் நடத்தைகள்

மனோ தளங்களின் உள் பிரிவுகள்

கண்டிக்கும் பெற்றோர்

- நியாயவாதம்
- முன்முடிவுகளுக்கு வருதல்
- அதிகாரம் காட்டுதல்

அரவணைக்கும் பெற்றோர்

- ஆதரவு தருதல்
- கனிவு காட்டுதல்
- ஊக்கப்படுத்தல்
- உதவுதல்
- புரிந்துகொள்ளல்

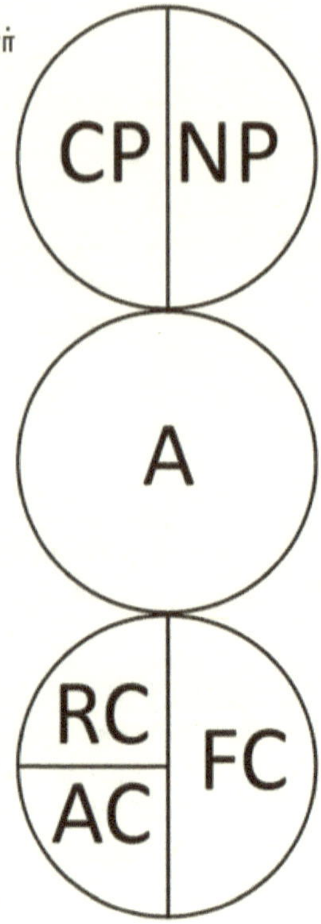

பக்குவ மனோதளம்

- முன்முடிவிலா அணுகுமுறை
- திறந்த மனது
- ஆர்வம் காட்டல்
- தைரியம்
- யதார்த்தம்

முரண்டு குழந்தை

- அடிபணிய மறுத்தல்
- குறை சொல்லுதல்

வரித்துக்கொள்ளும் குழந்தை

- ஒத்துப் போதல்
- முனைப்பில்லாமல் இருத்தல்

சுதந்திரமான குழந்தை

- ஆர்வம்
- உற்சாகம்
- கலகலப்பு
- இயல்பாக
- உடனடியாக

CP - Critical Parent - கண்டிக்கும் பெற்றோர்
NP - Nurturing Parent - அரவணைக்கும் பெற்றோர்
A - Adult - பக்குவ மனோதளம்
RC - Rebellious Child - முரண்டு குழந்தை
AC - Adapted Child - வரித்துக்கொள்ளும் குழந்தை
FC & Free Child - சுதந்திரமான குழந்தை

குழந்தை மனோதளம் (Adapted Child) மற்றும் முரண்டு செய்யும் (Rebellious Child) குழந்தை மனோதளம் என்றும் மூன்று வகைகளாகப் பிரிக்கப்படுகிறது.

மனோ நிலைகள் உள்பிரிவுகள்

சிறு வயது. அறிவைப் பெறாத, தெளிவாக சிந்திக்க இயலாத கால கட்டம். அப்போது காதில் விழுந்தவை, கண்ணால் பார்த்தவை, உணர்ந்தவை போன்றவற்றை எந்தவிதத் தடையோ தணிக்கையோ இல்லாமல் குழந்தையின் மனது ஏற்றுக் கொள்கிறது. அவை மனதில் அப்படியே பதிந்துவிடுகின்றன.

வளர்த்த பெற்றோர், கூட இருந்த மூத்தவர்கள், ஆசிரியர்கள், நெருங்கிய உறவினர்கள், தவிர வாழ்வில் பெரும் பங்கேற்ற மற்ற சிலர் எப்படி எண்ணினார்களோ, உணர்ந்தனரோ, செயல் பட்டனரோ, அவற்றையும் பதிவு செய்துவைத்துக்கொண்டு வயதான பின்பும் அதேபோல செயல்படும் தன்மை.

'நீ இப்படிச் செய்', 'அப்படிச் செய்யாதே', 'இது நல்லது', 'அது கெட்டது' என்று காதில் விழும் செய்திகளின் அழுத்தம், சத்தம், அவற்றோடு கலந்திருந்த உணர்வுகள் எல்லாம் சேர்ந்துகொள்கின்றன. மற்றும் பிறந்த இனம், குழு, நாடு, கலாச்சாரம் போன்றவையும் தாக்கம் கொடுக்கும்.

குழந்தை பார்க்கிற, கேட்கிற விஷயங்கள் இவையெல்லாம் கல்லில் செதுக்கப்பட்டதுபோல அதன் மனதில் பதிந்துவிடும். பதிவானது பல ஆண்டுகளுக்கு பத்திரமாக இருக்கும். அடிக்கடி அதுவாக ஒலிக்கும்.

குழந்தையாக இருந்தபோது கேட்டவை, பார்த்தவை உணர்ந்தவை பதிவாகின்றன. தவிர வயதாக வயதாக, அதெல்லாம் சரிதானா என்று யோசிக்கும் தன்மை வருகிறது. அப்படி வருவன பக்குவ மனோதளம்.

இப்படியாக, மனம் என்ற சுவற்றில் பர்மனென்ட் மார்க்கரால் எழுதப்பட்டவைபோல பலவும் பதிகின்றன. அவை மீண்டும் மீண்டும் கண்ணில் பட்டுக்கொண்டேயிருக்கும். பதிவானவிதம் 'ரீட் ஒன்லி சிடி' (Read only CD) போன்றது. அவற்றில் பலவற்றை மாற்ற இயலாது. அவை வாழ்க்கை முழுக்க மீண்டும் மீண்டும் ஓடும்.

அந்தக் குழந்தைக்கு அந்தச் சொற்கள், உள்ளிருந்து வரும் பெரும் உத்திரவுகள். அவற்றை அந்தக் குழந்தை முழுமையாக நம்பும். அதையே பின்பற்றும். குறிப்பிட்டவிதமாக பதிவானவைகள் பல்வேறு மனோதளங்களாக அமைகின்றன.

இனி ஒவ்வொரு மனோதளம்பற்றியும் சற்று விரிவாகப் பார்க்கலாம்.

1. குழந்தை மனோதளம்

இயல்பாக தனக்கே உள்ள தேவைகளின் அடிப்படையில் இந்த உலகத்தை எதிர்கொள்ள மனது இயங்குகிற வழிமுறைகள், குழந்தை மனோதளம். சைல்டு ஈகோ ஸ்டேட்.

எல்லோரும் ஒரு காலத்தில் குழந்தையாக இருந்திருக்கிறோம். அந்த காலத்திய உணர்வுகளும் நடத்தைகளும் சைல்டு ஈகோ விற்கு அடிப்படை. அந்த அளவில் புரிந்துகொள்ளுதலும் முடிவு எடுத்தாலும் இருக்கும். ஐந்து வயதில் நடந்த மிக முக்கியமான விஷயங்கள் குறித்து மனதிற்குள்ளும் வெளியிலும் கிடைத்த அனுபவங்களைப் பதிவு செய்து வைத்திருக்கிறோம்.

சிறுபிள்ளையாக இருந்தபோது சிந்தித்தது உணர்ந்தது செய்தது போலவே இப்போதும் செய்துகொண்டிருப்பது. (அழுவது, படுத்துப் புரள்வது, தட்டைத் தூக்கி அடிப்பது, பரிசு கிடைத்தால் குதிப்பது, கட்டிப்பிடிப்பது)

குழந்தைப் பருவத்தில் எப்படி எண்ணினோம், உணர்ந்தோம் செயல்படுத்தினோமோ அப்படியாக. வளர்ந்த பின்பும் அதேபோல செயல்படுவதற்கு பெயர் குழந்தை மனோபாவம்.

மூன்றுவிதமான குழந்தை மனோதளங்கள்

1.1 சுதந்தரமான குழந்தை (Free child)*:* கடந்த காலத்துடன் வலுவான தொடர்புடைய அதன் நீட்சியான பேச்சுகள், எண்ணங்கள், உணர்வுகள், நடத்தைகள். குதூகலம், பயம், குறுகுறுப்பு, வெறுப்பு. உடனடியாக யோசிக்காமல் செய்வது. என்ன என்று தெரிந்துகொள்கிற குறுகுறுப்பு ஆர்வம். இந்த மனோபாவத்தை ‘குட்டிப் பேராசிரியர்’ எனும் பொருள்பட ‘லிட்டில் புரபசர்’ என்பார்கள். இந்த மனோதளத்திற்கான அடையாளங்கள், ஏகப்பட்ட உற்சாகம், பெரிதாக

யோசிக்காமல், பெரிய திட்டம் இல்லாமல் எதையும் உடனே சொல்வது, செய்வது. மகிழ்ச்சியோ, வருத்தமோ, கோபமோ, எரிச்சலோ. எல்லாவற்றையுமே அதிக அளவுகளில் வெளிப்படுத்துவது.

1.2 சுவீகரிக்கும் குழந்தை (Adaptive Child)**:** இதில் இரண்டு வகைகள் உண்டு. ஒன்று எதிர்ப்புக் காட்டும், ரெபெல்லியன் குழந்தை. மற்றது, ஒத்துப் போய்விடும் 'கம்பிளையன்ஸ்' குழந்தை மனோதளம். இந்த மனோதளத்தின் முக்கிய குணாம்சம், சொந்தமாக இல்லாமல் மற்றவர்களைப் பார்த்து கற்றுக்கொண்டதைச் செய்வது. உலகத்தோடு ஒத்து போவதற்காக மற்றவர்கள் செய்வதுபோலவே, எதிர்பார்ப்பது போலவே செய்வது. இந்த Adaptive child சொன்னபடி கேட்கும். இதை சமத்து என்பார்கள். ஆனால், அது தன் தேவைக்காக, Survivalக்காக செய்ய ஆரம்பித்தது. மகிழ்ச்சிக்காக அல்ல.

1.3 முரண்டுபிடிக்கும் குழந்தை (Rebellious Child)**:** பிடிவாதம், விதண்டாவாதம், சச்சரவுகள், அடிபணியாமல், ஒப்புக் கொள்ளாமல் விலகிப் போவது. நகர்ந்து விடுவது, பயப்படுவது, தவிர்த்துவிடுவது, சமயத்தில் சந்தேகம் கொள்வது ஆகியவை இந்த மனோதளத்தின் முக்கிய குணாதிசயங்கள். தவிர, பொறாமை, தனக்குள் பற்றாக்குறை நிலை, மற்றவர்கள்மீது வெறுப்பு ஆகியவையும் இந்த மனோதளத்திற்கு உண்டு.

2. பக்குவ மனோதளம்

ஆங்கிலத்தில் 'அடல்ட் ஈகோ ஸ்டேட்' எனப்படும் இதை, வாலிப மனோதளம், பக்குவ மனோதளம் என்று பல பெயர்களில் அழைக்கிறார்கள். விருப்பு வெறுப்பின்றி உணர்ச்சிகளுக்கு இடம் கொடுக்காமல், ஒரு கணினி இயந்திரம்போல, நிகழ்கால பிரச்னைகளை மனதில் நிறுத்தி உண்மைகளை எதார்த்த கண்ணோட்டத்தோடு பார்த்து, திறம்பட நல்ல முடிவுகளை எடுக்கவைக்கும் சுபாவம்தான் பக்குவ மனோதளம்.

இந்த மனோதளத்தைக் கணக்கிடும் அல்லது சிந்திக்கும் மனோபாவம் அல்லது உண்மை மனோபாவம் என்றும் சொல்வார்கள்.

தர்க்கரீதியான, உள்நோக்கம் இல்லாத, உணர்வுக்கு இடம் கொடுக்காத சிந்தனைப் போக்குடன் பிரச்னைகளை,

தேவைகளை ஆராய்வது. சரியான பொருத்தமான தீர்வுகளைக் கண்டுபிடிப்பது. நடைமுறைப்படுத்த முயல்வது. நிகழ் காலத்தில் தரவுகள் விவரங்களை வைத்து ஆராய்ந்து முடிவு செய்வது.

'இப்பொழுது இங்கே' என்கிற எதார்த்ததுடன் Here and now reality செயல்படுவது. கடந்த காலத்துடன் தொடர்பற்ற, அதன் தாக்கங்கள் இல்லாத மனோதளம்.

செயற்கை நுண்ணறிவுகொண்டு இயங்கும் எந்திரம்போல கிடைக்கும் தகவல்களைக்கொண்டு முடிவுக்கு வருவது. கடந்த கால நிகழ்வுகள் தொடர்பு கிடையாது. அவர் சொன்னதுபோல சொல்வதில்லை, தானே சிந்தித்துச் செய்வது.

3. பெற்றோர் மனோதளம்

குடும்பங்களில் மட்டுமல்ல பல வேலை இடங்கள், பொது இடங்களில்கூட சிலர் எப்போதும் மற்றவர்களைக் கண்டித்தோ அல்லது அனுசரணையாகவோ பேசுவார்கள். மற்றவர்களை ஒன்றும் தெரியாதவர்கள், திருத்தப்படவேண்டியவர்கள் அல்லது உதவி தேவைப்படுகிறவர்கள்போலவே நடத்துவார்கள்.

ஏன் இப்படிச் செய்கிறார்கள்?

பள்ளிகளில், கல்லூரிகளில், வேலைக்குச் சேர்கிற இடங்களில் எல்லாம், வியந்து பார்க்கும் எவரோ ஒருவர்போல மதிப்பு பெற, அதிகாரம் செலுத்த அல்லது அன்பு பெற ஆசை வரலாம். அதன் காரணமாக அந்த நபர் பேசும், நடந்துகொள்ளும் விதங்கள் மனதில் பெரும் தாக்கம் கொடுக்கலாம். அதனால் அடுத்தடுத்த இடங்களில் வாய்ப்பு கிடைக்கிறபோது நாம் அப்படியே நடந்துகொள்வோம். அதேபோல, தான் சின்ன வயதில் பார்த்த பெரியவர்களின் பேச்சுக்கள் மற்றும் நடத்தைபோலவே தன்னை அறியாமல் நடந்துகொள்வது. பெரியவர்களின் பேச்சுக்களுக்கு கிடைத்த விளைவுகளை மனதில்கொண்டு அதேபோன்ற நிகழ்வுகளின்போது தன்னிச்சையாக யோசிக்காமல் அவர்கள் பேசியதுபோலவே பேசுவது, நடந்துகொள்வது.

இவையெல்லாம் பிறரிடம் இருந்து பெறப்பட்ட பழையவை. தன் மாமியார் நடந்துகொண்டதைப்போல தானும் நடப்பது, தன் தாத்தாவைப்போலவே நடந்துகொள்வது.

பொதுவாக பெற்றோர் மனோபாவம் என்பது 'சட்டதிட்டங்கள்' 'தர்ம, நியாயங்கள்' 'கலாச்சார பழக்க வழக்கங்கள்' 'மதிப்பீடுகள்' போன்றவற்றின் தொகுப்பு.

மொத்தத்தில் வாழ்க்கையின் ஆரம்பத்தில் ஐந்து வயதிற்கு முன்னதாக பார்த்த பெற்றோர் மற்றும் அதிகாரம் மிக்கவர்களிடம் இருந்து பெறப்பட்டவை. கவனித்துப் பெறப்பட்டவை அல்லது திணிக்கப்பட்ட அல்லது மறுக்கப்படாத நிகழ்வுகளின் பதிவுகள்.

அவர்கள் பேசுவதைக் கேட்டும், செய்வதைப் பார்த்தும் பதிவு செய்துகொண்டவை. ஆயிரக்கணக்கான 'முடியாது' 'கூடாது' கள். அம்மாவின் வருத்தம், அப்பாவின் பெருமிதம், 'கெட்ட வார்த்தைகள் பேசாதே' என்ற அதட்டல்கள். இப்படி பல.

வாழ்க்கையை சொல்லிக்கொடுக்கப்பட்டதைப்போல வாழ்வது, பெற்றோர் மனப்பான்மை. நம்புவதும் பேசுவதும் பெரும்பாலும் மற்றவர்கள் சொல்லிக் கொடுத்தவை, சொல்லக் கேட்டவை, பார்த்தவை. அவற்றால் உண்டான மதிப்பீடுகள், நம்பிக்கைகள், வாக்கியங்கள்.

3.1 அரவணைக்கும் பெற்றோர்

ஊக்கப்படுத்துவது, கருணை காட்டுவது, கவனித்துக்கொள்வது ஆகியவை இந்த ஈகோ ஸ்டேட்டின் குணங்கள். அனுமதிக்கும், ஆதரவளிக்கும், அக்கறையான, 'கேர்' எடுக்கும், மன்னிக்கும், தைரியம் கொடுக்கும், எல்லாவற்றுக்கும் சரி என்று சொல்லும், பிரியமாக பாதுகாக்கும், கவலைப்படும் பெற்றோர் போன்ற மனநிலை.

'இந்த உலகத்தில் உதவி தேவைப்படும் பலவீனமானவர்கள், வழிகாட்டுதல் வேண்டுபவர்கள் நிறைய பேர் இருக்கிறார்கள். நான் அவர்களுக்கு வழிகாட்ட வேண்டும். என்னால் அதை கொடுக்கமுடியும். கொடுப்பேன். மற்றவருடைய குற்றங்களைக் கண்டுகொள்ள மாட்டேன். அவர்கள் இருக்கும்விதமாக இருக்கட்டும். நான் ஏற்றுக்கொண்டு, உதவிகள் செய்வேன். அவர்கள் தவறுகளை மன்னித்து, ஆதரவளித்து, ஊக்கப்படுத்த வேண்டும். அன்பு, கருணை, வழிகாட்டல் கொடுப்பேன். ஏற்றுக் கொள்வேன்' என்பனபோன்ற நினைப்புள்ளவர்கள்.

நன்றாக செய்திருக்கிறாய்'. 'சிறப்பு'. 'அது சரியில்லைதான் ஆனாலும் பரவால்லை விடு' என்பதுபோன்ற அணுகுமுறை உள்ளவர்கள்.

3.2 கட்டுப்படுத்தும் பெற்றோர்

பெற்றோர்கள் கருணை, அன்பு, பாதுகாப்பு, அரவணைப்பை மட்டுமல்ல, கண்டிப்பையும் காட்டுவார்கள். எனவே ஒவ்வொருவரிடமும் இரண்டுவித பெற்றோர் மனப் பான்மைகளும் வெவ்வேறு அளவுகளில் இருக்கும்.

மற்றவர்கள் இப்படித்தான் என்று முடிவு செய்வது (Judgmental). அவர்கள் என்ன செய்யவேண்டும் என்று உறுதியாகச் சொல்வது (Authorotarian). பிறர் செயல்பாடுகளில் குற்றம் கண்டுபிடிப்பது. பொதுவாக, எப்போதும் எவருடனும் கடுமையாக நடந்துகொள்வது.

கட்டுப்படுத்தும் பெற்றோர் மனப்பான்மை என்பது, வழி முறைகள், சட்ட திட்டங்களை உருவாக்குவது. மற்றவர்களைக் குறை சொல்வது. 'இது செய்யக்கூடாதது. பெரிய தவறு' என்பதுபோலச் சொல்லும், வரையறைகள் செய்யும், காலக்கெடு கொடுக்கும், எடைபோடும், சக்திமிக்க, இப்படித்தான் என்று உறுதியாக இருக்கும், கடுமையாக தண்டிக்கும் மனோநிலை.

இப்படிக் கற்றுக்கொண்டவை உதவியா தொந்தரவா என்பது வாழ்க்கை சூழ்நிலையைப் பொருத்து அமையும். தவிர, இந்த வாக்கியங்கள் பின்னால் சூழலுக்கேற்ப மாற்றியமைக்கப் பட்டனவா இல்லையா என்பதைப் பொருத்தும் அமையும்.

சிலருக்குக் கிடைக்கும் அனுபவங்கள் காரணமாக 'அடல்ட் ஈகோ' வலுவாகும்போது அல்லது மிக வெற்றிகரமான ஆளுமைகளுடன் பழகும்போது இந்த வாக்கியங்கள் பரிசீலனைக்கு உள்ளாகலாம், மாற்றியமைக்கப்படலாம்.

4. எந்த மனோதளம் சிறந்தது?

வாழ்க்கையை நிம்மதியாக, மகிழ்ச்சியாக, வெற்றிகரமாக வாழ, எல்லோ மனோபாவங்களுமே வெவ்வேறு சமயங்களில், வெவ்வேறு அளவுகளில் தேவைப்படுபவைதான். ஒவ்வொரு மனோதளத்தாலும் நன்மை, தீமை ஆகிய இரண்டுமே உண்டு.

4.1 குழந்தை மனோதளம்

- ***சுதந்தரமான குழந்தை***

பலம்: கற்பனை வளம், மகிழ்ச்சி, புதுமை, எப்போதும் சுறுசுறுப்பாக இருத்தல், கலை ஆர்வம்.

பலவீனம்: கடந்த காலத்துடன் வலுவான தொடர்புடைய அதன் நீட்சியான பேச்சுக்கள், எண்ணங்கள், சுயநலம், பேராசை, பகல்கனவு காணுதல், மற்றவர்களுக்கு மதிப்பு கொடாமை.

- ***முரண்டு செய்யும் குழந்தை***

பலம்: அடக்குமுறை எதிர்த்தல். நியாயத்திற்காக போராட தன் மற்றும் தன்னைச் சார்ந்தோரின் உரிமைகளை தட்டிக் கேட்டல்.

பலவீனம்: எப்போதும் எதிர்ப்பு. குறை சொல்லி அழுதல். ஒத்திப் போடுதல், சோம்பேறித்தனமாக இருத்தல். எதற்கெடுத்தாலும் போராடுதல், வாதாடுதல், பிடிவாதம் பிடித்தல்.

- ***சுவீகரிக்கும் குழந்தை***

பலம்: சட்டதிட்டங்களை மதித்து நடத்தல். விட்டுக்கொடுத்தல், ஏற்றுக்கொள்ளுதல்.

பலவீனம்: வருத்தம், ஆர்வமின்மை, பிறருக்காகச் செய்வதால் 'கடமை'க்காக மட்டும்.

குழந்தை மனோபாவத்திலிருப்பவர்கள் சுயமாக முடிவெடுக்க மாட்டார்கள். அவர்களது நடவடிக்கைகளுக்கு பொறுப்பேற்க மாட்டார்கள். அதிக ஆர்வம் இருக்கும். அல்லது ஒன்று வேண்டவே வேண்டாம் என்பார்கள்.

அறிவுக்கு மரியாதை காட்ட மாட்டார்கள். சுயநலம் முக்கியம் என்று எண்ணுவார்கள். சமயத்தில் சமுதாயத்தின் எதிரியாக மாறுவார்கள். உண்மையை அறியாமல் எதேச்சையாகச் செயல்படுவார்கள். உணர்வு அதிகம், சிந்திப்பது குறைவு.

கவிஞர்கள், கலைஞர்கள், விளையாட்டு வீரர்கள் இந்த வகையில் வருவார்கள்.

4.2 பக்குவ மனோதளம்

பலம்: சிக்கலான நேரங்களில் உணர்ச்சிகளுக்கு குறைவான முக்கியத்துவம் கொடுத்து தெளிவாகச் சிந்தித்து முடிவெடுப்பது.

பலவீனம்: குறைவான மனிதத்தன்மை, விசுவாசம் இருக்காது, கிடைக்காது.

எப்போதும் பக்குவ மனோபாவத்தில் இருப்பவர்கள் குறிக்கோளோடு வேலை செய்வார்கள். உணர்ச்சிகளை வெளிக்காட்டமாட்டார்கள். மற்றவர் உணர்வுகளையும் புரிந்துகொள்ளமாட்டார்கள். உணர்வுகளுக்கு இடமோ மதிப்போ கொடுக்கமாட்டார்கள். அவர்களிடம் மனிதாபிமானம் குறைவாக இருக்கும். அதனால், அவர்களிடம் வேலை செய்பவர்கள் அவர்களை மதிக்கலாம். ஆனால், விரும்புவார்களா என்று சொல்ல முடியாது. எதிலும் மிகப்பெரிய ஆர்வம் காட்டமாட்டார்கள். அவர்களால் எதுமுடியும் எது முடியாது போன்றவற்றை ஆராய்ந்தே முடிவெடுப்பார்கள்.

கணக்கர்கள், கணித மேதைகள், விஞ்ஞானிகள், வழக்கறிஞர்கள் போன்றோர் இந்தவகையில் வருவார்கள்.

4.3 பெற்றோர் மனோதளம்

- ***அரவணைக்கும் பெற்றோர்***

பலம்: அரவணைக்கும் பெற்றோர் மனோபாவம் நல்லவற்றை ஏற்றுக்கொள்ளுதல், துணையாக நின்று உதவி செய்தல், குறுக்கிடாமல் காதில் வாங்குதல்.

பலவீனம்: அதிக அரவணைப்பு வளரவிடாது. தானே மற்றவர் செய்யவேண்டியதைச் செய்தல் மற்றும் அதிக இரக்கம் காட்டுதல், மற்றவர்களிடத்தில் பொறுப்பின்மை தன்முனைப்பு மற்றும் முயற்சித்தலைக் குறைத்துவிடும்.

அரவணைக்கும் பெற்றோர் மனோதளத்தில் இருப்பவர்கள் சிலரால் கண்டித்து வேலை வாங்க இயலாது.

சமூக சேவகர்கள், சில ஆசிரியர்கள், சில குடும்பத்தலைவிகள் இந்த வகையில் வருவார்கள்.

- **கட்டுப்படுத்தும் பெற்றோர்**

பலம்: ஒழுங்குபடுத்துதல், வழிகாட்டுதல், சட்ட திட்டங்களை உருவாக்குதல், நல்ல மதிப்பீடுகளைத் தருதல் ஆகிவை நன்மை பயப்பன.

பலவீனம்: திட்டுதல், அடித்தல், எப்போதும் குற்றம் கண்டு பிடித்தல், எதையாவது செய்யக் கட்டாயப்படுத்துதல், பெரிய போதனைகள், அறிவுரைகள், பிரசங்கங்கள் செய்துகொண்டே இருத்தல் ஆகியவை சுற்றியிருப்போருக்கு விருப்பமில்லாதவை.

பெரும்பாலான நேரங்களில் கட்டுப்படுத்தும் பெற்றோர் மனோபாவத்தில் இருப்பவர்களால் எதிலும் எவரிடத்தும் சிறு குறையைக்கூட பொறுத்துக்கொள்ளமுடியாது. அதனால் வாழ்க்கை அவர்களுக்கு பெரும் பாரமாகிவிடும். மற்றவர் களை சிறுபிள்ளைகளை நடத்துவதுபோல நடத்துவார்கள். அதனால் மற்றவர்களுக்கும் இவர்களிடம் சிக்கல்தான். மேலும் பணியிடங்களில் இவர்கள் மேலதிகாரிகளாக இருந்தால், தனக்கு ஒத்து வரும் நபர்களையே வேலைக்குத் தேர்ந்தெடுத்து குழுவின் திறனைக் குறைத்துவிடுவார்கள்.

சர்வாதிகாரிகள், தீவிர மத நம்பிக்கையுள்ளவர்கள், ராணுவ அதிகாரிகள் இந்தவகையில் வருவார்கள்.

5. பொதுவாக மனோதளங்கள் குறித்து

மனோதளங்களைப் பொருத்தவரை ஆண் பெண் வயது படிப்பு வேறுபாடுகள் இல்லை. அதேபோல எல்லாரிடமும் எல்லா விதமான மனோதளங்களும் உண்டு. அளவுகள் வேறுபடும். ஒரு குறிப்பிட்ட நேரம், குறிப்பிட்ட உரையாடலில் ஒருவிதமான ஈகோ மேலோங்கும். ஏதாவது ஒரு ஈகோ ஸ்டேட் மேலோங்கி இருந்து அவர்கள் பர்சனாலிட்டிபோலாகிவிடும்.

இவற்றில் எது மிகச் சிறந்த பயனுள்ள மனோதளம் என்கிற கள்வி வரலாம். இதுகுறித்து ஆராய்ந்திருக்கிறார்கள். செய்யவேண்டிய வேலை, இருக்கும் சூழ்நிலை ஆகியவற்றைப் பொறுத்துதான் எது பயனுள்ள ஈகோ என்று சொல்லமுடியும்.

முன்பே அட்டவணையில் பார்த்தோம். அரவணைக்கும் பெற்றோர் மனப்பான்மை வளரவிடாது. குறை சொல்லும்.

கட்டுப்படுத்தும் பெற்றோர் மனதளம் அழுத்தம் கொடுக்கும். வாலிப மனோநிலையில் இருந்தே பெற்றோர் பிள்ளைகளை வளர்த்தால் அவர்கள் சாதனையாளர் ஆகலாம். ஆனால், அவர்கள் வாழ்வில் மகிழ்ச்சி இருக்குமா என்று சொல்ல முடியாது.

பொதுவாகச் சொல்வதென்றால் அதிக அளவில் வாலிப பக்குவம் மனோநிலையும் குறைந்த அளவிலான சுவீகரிக்கப் பட்ட குழந்தை மனோநிலையும் சரி. அதேபோல குறிப்பிட்ட சூழ்நிலைகளில் சந்திக்கும் பெற்றோர் அரவணைக்கும் பெற்றோர் மற்றும் சுதந்தரமான இயல்பான குழந்தை ஆகிய மன நிலைகளும் பயன்படுகின்றன.

உதாரணத்திற்கு புதிதாக ஒரு குழு உருவாக்கப்பட்டால் அங்கே தொடக்கத்தில் மக்களுக்கு அதிக ஊக்கம் தேவைப்படுகிற காரணத்தினால், தலைவர் அரவணைக்கும் பெற்றோர் மனோ நிலையில் இருந்து நடப்பது நல்லது. குழுவினருக்குப் பயிற்சி கொடுத்த பின், அவர்கள் செயல்பாடுகளை சீர்தூக்கிப் பார்க்க வேண்டிய நேரத்தில் தலைவர் கட்டுப்படுத்தும் பெற்றோர் மனநிலையில் இருக்கலாம். குழுவை வழி நடத்திச் செல்ல, உற்சாகப்படுத்த, வேலைகளின் வலி தெரியாமல் இருக்க சுதந்தரமான குழந்தை மனநிலை பயன்படும்.

இங்கே கவனிக்கவேண்டியது என்னவென்றால், வலிந்து ஒரு மனோநிலையை உருவாக்காமல், இயல்பாக அந்தந்தத் தேவை களுக்கு ஏற்ற மனோநிலைகள் இயல்பாக வெளிப்பட்டால் அது பலன் கொடுக்கும். கவனிக்கவேண்டிய மற்றொரு விஷயம், ஒருவர் எந்த மனோநிலையில் இருந்து பதில் சொல்வார் என்பது அவரிடம் என்ன மனோநிலையில் இருந்து கேள்வி கேட்கப் படுகிறது என்பதையும் பொறுத்தது. சிலருக்கு ரோஷம், கோபம் வந்துவிடும். கட்டுப்பட மாட்டார்கள். அதற்குக் காரணம் அவரிடம் சொல்லப்பட்ட விஷயத்தின் தொனி அப்படி.

பெரும்பாலும் பெற்றோர் மனோபாவம் 15%, பக்குவ மனோபாவம் 30%, குழந்தை மனோபாவம் 55% இருப்பவர்கள் சந்தோஷமாக வாழ்கிறார்கள்.

5.1 சுய பரிசோதனை

கீழே கொடுக்கப்பட்டுள்ள பெட்டிகளில் உங்கள் கணிப்புப்படி நீங்கள் எந்த ஈகோ ஸ்டேட்டில் எவ்வளவு உடையவர் என்று அதற்கு ஏற்றபடி சதவிகிதத்தை குறியுங்கள். (மொத்தம் 100தான்)

ஈகோ கிராம்

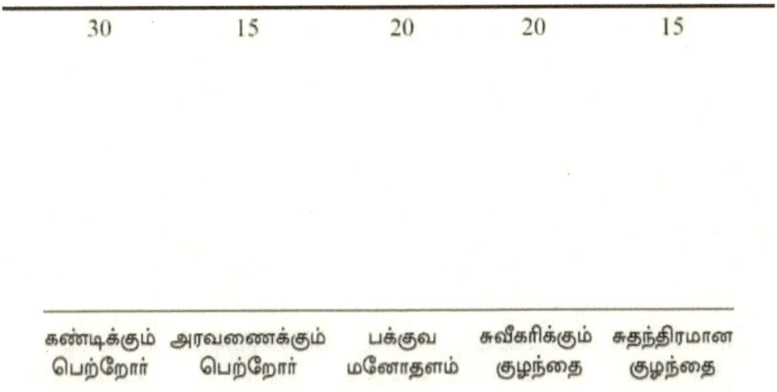

உதாரணத்திற்காக முதல் படிவத்தில் சில அளவுகள் எண்களாக குறிக்கப்பட்டிருக்கின்றன. அதாவது ஒருவருக்கு.

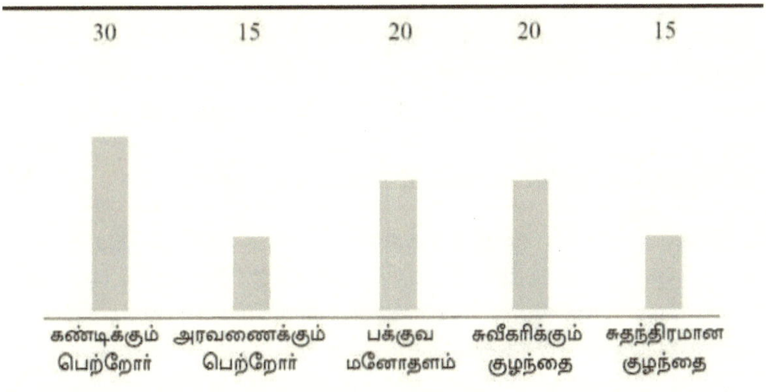

இதேபோல நீங்கள் வேறு சிலருக்கும் போட்டுப் பார்க்கலாம். மற்றவர்களிடம் கொடுத்து உங்களுக்குப் போடச் சொல்லலாம். நீங்கள் உங்களுக்கு நீங்களே போட்டுக்கொண்ட எண்களுடன் ஒப்பிட்டுக்கொள்ளலாம். ஏன் வேறுபாடு என்று யோசிக்கலாம். அவர்களிடமே கேட்கலாம். உங்கள் குடும்பத்தாருக்கும் உடன் அலுவலகத்தில் பணிபுரிவோருக்கும் தனித்தனியே 'ஈகோ கிராம்'கள் போட்டுப் பாருங்கள். அவர்கள் பர்சனாலிட்டிகள் தெரியவரும்.

•

2. வாழ்க்கை திரைக்கதை – Life Scripts

TA உருவாக்கிய எரிக் பெர்ன், 'மக்கள் எல்லோரும் அவர்கள் வாழ்க்கை குறித்து அவர்கள் ஒரு 'கதை' வைத்திருக்கிறார்கள். அந்தக் கதை எப்படிப் போகும், எப்படிமுடியும் என்று அவர்களே முன்கூட்டியே முடிவு செய்து வைத்திருக்கிறார்கள்' என்று சொல்கிறார். ஆங்கிலத்தில் அதன் பெயர், 'லைப் ஸ்கிரிப்ட்'.

ஒரு குழந்தையின் இளம்பிராயத்திலிருந்து அதன் பெற்றோர் அந்தக் குழந்தை எதைச் செய்யலாம் பேசலாம் மற்றும் கூடாது என்றெல்லாம் சொல்லிச்சொல்லி, குழந்தையின் ஐந்து அல்லது ஏழு வயதிற்குள் அதுவே அதன் மனதிற்குள் அதற்கான ஒரு வாழ்க்கை திரைக்கதையை உருவாக்கிக்கொண்டுவிடுகிறது.

அதுதான் அந்தக் குழந்தையின் 'அன் கான்ஷியஸ் லைஃப் பிளான்'. அதற்கே தெரியாத, அது உருவாக்கிக்கொண்ட மொத்த வாழ்க்கைக்குமான திட்டம்.

இப்படியாக எல்லா மனிதர்களுமே, நான் எப்படிப்பட்டவன்? எனக்கு எது முக்கியம்? நான் வாழ்க்கையை எப்படி பயணிப்பேன்? போன்றவற்றை அறியாத பருவத்தில் உள்ளுணர்வாக முடிவு செய்துவிட்டு, அதை நிறைவேற்ற, நிரூபிக்க வலி, சிரமங்கள், நட்டம் போன்ற பலவற்றையும் தாங்குவார்கள்.

மக்கள், அவர்கள் வாழ்க்கையின் தொடக்கத்திலேயே தங்கள் வாழ்க்கை இப்படித்தான் 'மகிழ்ச்சியாக', 'எளிதாக' அல்லது 'சிரமமாக' அல்லது 'நோயோடு நகரும்' என்பதுபோலவோ அல்லது வேறு விதங்களிலோ முடிவு செய்துகொள்கிறார்கள். இப்படி நினைப்பதன் காரணமாக தங்கள் வாழ்க்கை 'ஓக்கே' அல்லது 'நாட் ஓக்கே' (சரியில்லை) என்ற முடிவுக்கு வந்து விடுகிறார்கள்.

இதுதான் அவர்களுடைய 'ஸ்கிரிப்ட்'. இதுதான் இந்தக் குழந்தை முடிவு செய்துகொண்ட அதன் வாழ்க்கை கதை.

குழந்தைகள் உருவாக்கிக்கொண்ட திரைக்கதைக்கு பெற்றோரும் மேலும் தாக்கம் கொடுக்கக்கூடிய சில பெரியவர்களும் தொடர்ந்து வலு சேர்க்கிறார்கள். "Don't think. Drink instead" என்று ஒரு தந்தை சொன்னார் என்பார்கள். அதனால், மகன் குடித்துக்கொண்டே இருந்தானாம்.

அப்படிப்பட்ட 'ஸ்கிரிப்ட்'டில் அந்தக் குழந்தைபற்றியும் வெளி உலகம்பற்றியும் சரியான அல்லது தவறான சில தகவல்கள் பொதிந்து இருக்கலாம். அதெல்லாம் அறியாத அந்தக் குழந்தை தன் கதையை உண்மை என்றும் அதுதான் தன் வாழ்க்கைக்கான ஒரே வழி என்றும் நம்பும். அதனால் அதன்படியே செயல்பட்டு அந்த குழந்தை ஒரு,

வெற்றியாளராக (Winner) ஆக அல்லது

வெற்றி பெறாதவர் (Non-Winner) ஆக, அல்லது

தோல்வியாளராக (Loser)

தன்னை சித்தரித்துக்கொண்டு, அப்படித்தான் வாழ வேண்டும் என்று முடிவு செய்துகொள்கிறது. அதற்கான முயற்சிகளை மட்டும் செய்கிறது.

உதாரணத்திற்கு, 'நான் மற்றவர்களுக்காகச் சிரமப்படுவேன். உழைப்பேன். என் தலை போனபிறகுதான் என் அருமையை அவர்கள் உணர்வார்கள்' என்பதுபோல ஸ்கிரிப்ட் வைத்திருப்பவர் எல்லாச் சிரமங்களையும் சகித்துக்கொள்வார். தொடர்ந்து உழைப்பார். மற்றவர்கள் அவரைப் பயன்படுத்திக் கொள்வார்கள்.

இப்படியாக சுமார் ஏழு வயதிற்குள் ஒருவருடைய திரைக்கதை அவரால் முடிவு செய்யப்பட்டு விடுகிறது. பின்னர் அது மாற்றங்களுக்கு உள்ளாகலாம். ஆனாலும் அடிப்படை மாறாது. வலிந்து மாற்றினால்தான் உண்டு. வாழ்க்கை எப்படி வாழ வேண்டும் என்று தனக்கே தெரியாமல் ஆரம்ப கால முடிவுகள் குறித்த ஆய்வு, அதைக் கண்டுபிடித்து வெளிக்கொணர்தல் ஆகியவைதான் 'ஸ்கிரிப்ட் அனாலிசிஸ்'.

ஒருவர் தன்னுடைய எண்ணம், மதிப்பீடுகள், உணர்வுகள் மற்றும் செயல்பாடுகள்மீது இந்த ஸ்கிரிப்ட் தாக்கம் குறித்து தெரிந்துகொண்டு, அது கட்டுப்படுத்துவதாக, பின்னுக்கு இழுப்பதாகத் அறிந்தால் அதிலிருந்து வெளிவரவேண்டும். அதுதான் டி. ஏ.வின் குறிக்கோள்.

தங்கள் ஸ்கிரிப்டை தெரிந்துகொண்டு அதற்கு எதிராக மீறிச் செயல்படுவது என்பது, 'ஸ்கிரிப்ட் பிரி ' (Script free) ஆவது.

தனி மனிதர்களுக்கு மட்டுமல்ல. நிறுவனங்கள், அமைப்புகளுக்கும்கூட இந்த 'ஸ்கிரிப்ட்' என்ற கருத்துருவாக்கம் (கான்செப்ட்) பொருந்தும்.

நிறுவனத்தைத் தொடங்கியவரின் ஆழமான நம்பிக்கைகள் அந்த நிறுவனத்தில் பின்னால் சேர்கிறவர்களிடமும் பரவி, நிலை பெற்று, போகப்போக நிறுவனத்தின் ஆழமான நம்பிக்கையாகி விடும். அப்படிப்பட்ட வலுவான நம்பிக்கைகளில் சில கால மாற்றத்தினால், நிறுவனத்தின் செயல்பாடுகளுக்கு ஏன், முன்னேற்றத்திற்கேகூட பொருந்தாமல் போய், வியாபார விரிவாக்கத்திற்குத் தடையாகவும் மாறலாம்.

2.1 ஸ்கிரிப்ட் அனாலிசிஸ்

இந்தக் கதைகள் எப்படி வந்தன? ஏன் எல்லோருடைய கதைகளும் ஒரே மாதிரியாக இல்லை?

ஒருவர் அவருடைய சிறு வயதில் அவரை அறியாமல் எடுத்துக் கொண்ட செய்திகளும் அவரது நம்பிக்கைகளும் அவருக்கு வெற்றி அல்லது தோல்வி தந்த நடத்தைகளும்தான் காரணம்.

தன்னுடைய பெற்றோர் மற்றும் வலிமையான ஆளுமைகளை அவருடைய சிறிய வயதில் பார்க்கிறார். அவர்கள் பேசுவதைக் கேட்கிறார். அவர்கள் முடிவெடுக்கும் விதங்களைக் கவனிக்கிறார். முடிவுகளுக்குக் கிடைக்கும் விளைவுகளையும் கவனிக்கிறார். தான் பார்த்தவைகளில் சிலவற்றைக்கொண்டு அச்சப்படுகிறார். சிலவற்றுக்கு ஆசைப்படுகிறார். சிலவற்றை வெறுக்கிறார். வேண்டவே வேண்டாம் என்று நினைக்கிறார்.

தவிர, வீட்டில் நடப்பவைகளைப் பார்த்து, உடனிருப்பவர்கள் பேசியதைக் காதல் வாங்கி, அக்கம் பக்கத்தில் நடந்தது, உறவினர்களுக்கு நடந்தது, அவர்கள் சொல்லியது, கதைகளில் கேட்டது என்று பலவிதங்களில் கிடைக்கும் செய்திகளை வைத்து அவர் தனக்கான ஒரு வாழ்க்கைக் கதையை உருவாக்கிக்கொண்டுவிடுகிறார்.

'குழந்தை ஏன் அப்படிச் செய்யவேண்டும்?' என்று கேட்கலாம். ஒரு குழந்தையின் பார்வையில் இருந்து யோசித்துப் பார்த்தால் இதற்கான விடை கிடைக்கும்.

குழந்தைக்கு வயது மூன்று முதல் ஐந்து என்று வைத்துக் கொள்வோம். வீட்டில் அப்பா அம்மா, மற்ற உறவினர்கள் இருக்கிறார்கள். இன்னும் சிலர் வந்துபோகிறார்கள். ஒவ்வொருவரும் ஒரு குணாதிசயம். ஒவ்வொருவருக்கும் ஓர் அணுகுமுறை, கொள்கைகள், விருப்பு வெறுப்புகள். வெவ்வேறுவிதமாக நடந்துகொள்கிறார்கள். தவிர, குழந்தையை வெவ்வேறுவிதமாகக் கையாள்கிறார்கள். அதனிடம் சிலவற்றை எதிர்பார்க்கிறார்கள், வேறு சிலவற்றைக் கண்டிக்கிறார்கள். அதற்கு 'இப்படித்தான்', 'அப்படியில்லை' என்றெல்லாம் சொல்லிக்கொடுக்கிறார்கள்.

குழந்தைக்கு எந்த முன் அனுபவமும் இல்லை. ஆனால் அது தன்னைப்போல நான்கு ஐந்து மடங்கு உயரமான மனிதர் களையும், அதிக எடையுடன் பெரியதாக கனத்து இருக்கும் நபர்களையும், உணர்ச்சிவசப்படும், கத்தும், அதட்டும், கொஞ்சும், உணவும் பிற வேண்டியவற்றை யெல்லாம் தரும் பல உறவினர்களையும் அந்தக் குழந்தை அனுசரித்துப் போக வேண்டும். திருப்திபடுத்தவேண்டும், சமாளித்தாகவேண்டும். அதுதான் அந்தக் குழந்தையின் அப்போதைய நிலைமை.

அதன் காரணமாக அந்தக் குழந்தை, விறுவிறுவென்று அதன் மனதிற்குள்ளாகவே சில குறிப்புகள் எடுத்துக்கொள்கிறது. 'அவர் இப்படி. இவர் இப்படி. இப்படி நடந்துகொண்டால் அவர்களுக்குப் பிடிக்கிறது. அப்படி நடந்துகொண்டால் கோபிக்கிறார்கள், என்னைப்பற்றி இப்படி நடந்துகொள்ளச் சொல்கிறார்கள். ஓகோ! இதுதான் நான். எனக்கு இது நன்றாக வரும் என்கிறார்கள். சரி. இது எனக்கு வரும். அது வரவே வராது என்கிறார்கள். அதுவும் சரியாகத்தான் இருக்கவேண்டும். இனி நான் அதை முயற்சிக்கவேண்டியதில்லை'.

இப்படியாக அந்தக் குழந்தையின் மனம் என்கிற எதுவும் எழுதப்பெறாத புத்தம் புது நோட்டுப் புத்தகத்தில் மடமடவென்று குறிப்புகள் எழுதப்படுகின்றன. கிட்டத்தட்ட ஐந்து முதல் 7 வயதிற்குள் இப்படியாக அதன் மனம் என்ற நோட்டுப் புத்தகம் நிறைக்கப்பட்டுவிடுகிறது.

அதன்பின் அதில் எழுத முடியாது. அதுவே போதுமானதாக இருக்கிறது. தவிர, முன்பே பார்த்ததுபோல, அது எழுதப்பட்ட விதம் 'பர்மெனென்ட் மார்க்கர்' என்று அழைக்கப்படும், அழிக்க

சிரமம் தரும் பேனாவால் எழுதப்பட்டதுபோல, 'ரீட் ஒன்லி சி.டி' போல ஆகிவிடுகிறது.

இப்படி அது எழுதிக்கொண்டதை வாழ்க்கை முழுக்க பின்பற்று கிறது, நடைமுறைப்படுத்துகிறது. அதுதான் பின்னால் வளர்ந்து பெரிதானபின்பும் தொடர்கிறது. அந்த நபரின் 'லைப் ஸ்கிரிப்ட்' ஆக விரிந்து, திரைக்கதை, வசனமாக ஆகிவிடுகிறது. எல்லா மனிதர்களிடமுமே அவர்களுக்கே தெரியாத அப்படிப்பட்ட 'லைப் ஸ்கிரிப்ட்' ஒன்று உள்ளே ஒட்டிக்கொண்டிருக்கிறது.

2.2 வகைகள்

பெரிய நிறுவனம் ஒன்றில் பயிற்சி வகுப்பு நடத்திக் கொண்டிருந்தேன். இடையில் பொதுவான சில விஷயங்கள் பேசினேன். பயிற்சியின் ஊடே ஒரு நேரம் அவர்களிடம், 'உங்கள் வாழ்க்கை அனுபவத்தில் இருந்து நீங்கள் மற்றவர்களுக்கு ஏதாவது முக்கியமாக சொல்ல விரும்பினால், என்ன சொல்வீர்கள்?' என்று கேட்டேன். அவர்களில் சிலர் சொன்ன பதில்கள் இவை.

'எவனுக்கும் கடன் கொடுக்கக் கூடாது'

'இந்த உலகத்தில் எவனுமே நல்லவன் இல்லை'

'யாரிடமும் எந்த உதவியும் கேட்கக்கூடாது'

'ஆண்களையே நம்பக்கூடாது'

'பெண்களையே நம்பக்கூடாது'

'எல்லாம் தலையெழுத்துப்படித்தான் நடக்கும். நம்மால் எதையும் மாற்ற முடியாது'

இவையெல்லாம் மொத்தமாக முடிவு செய்துவிட்ட மற்றும் பொதுவான அபிப்பிராயங்கள். ஆங்கிலத்தில், 'ஸ்வீபிங் ஸ்டேட்மெண்ட்ஸ்'.

சொன்னவர்கள் மட்டுமல்ல. அன்று பதில் சொல்லாதவர்களும், இன்னும் பலரும் தத்தம் அனுபவம் காரணமாக உள்ளுணர் வாகவோ வெளிப்படையாகவோ, மனிதர்கள் குறித்து ஏதோ சில அழுத்தமான நம்பிக்கைகள் வைத்திருக்கிறோம்.

TAவில் இவற்றை 'மினி ஸ்கிரிப்ட்டு'கள் என்கிறார்கள். ஆம். ஸ்கிரிப்ட் இரண்டு வகைப்படும். மினி ஸ்கிரிப்ட் மற்றும்

ஸ்கிரிப்ட். மினி ஸ்கிரிப்ட் என்றால் 'குட்டித் திரைக்கதை' கதைக்குள் கதை என்போமல்லவா. அப்படிப்பட்டவை.

மினி ஸ்கிரிப்ட்'களை 'டிரைவர்ஸ்' என்றும் சொல்வார்கள். நம்மைக் குறிப்பிட்டவிதமாக செயல்படவைக்கின்றன. உலகில் பெரும்பாலான மக்களிடம் காணப்படும் ஐந்து 'டிரைவர்'கள்.

1. சரியானவனாக இரு - Be Perfect
2. வலுவானவனாக இரு - Be Strong
3. கடும் முயற்சி செய் - Try hard
4. வேகமாகச் செய் - Hurry up
5. என்னை மகிழ்ச்சிப்படுத்து - Please me

2.3 'ஸ்கிரிப்ட்'டை மாற்றவேண்டும்

இப்படியாக ஒவ்வொருவருமே கண்மூடித்தனமாக நிறைய செய்திகளை வாங்கி உள்ளே வைத்துள்ளோம். அவற்றை வைத்து நம் மனதை 'ப்ரோக்ராம்' செய்திருக்கிறோம். அந்த புரோகிராம்படி வாழ்க்கையை எதிர்கொள்கிறோம், வாழ்கிறோம். இப்படியாக ஒருவரின் நம்பிக்கைகள், மதிப்பீடுகள், குணாதிசயங்கள் அவரது ஐந்து முதல் ஏழு வயதிற்குள்ளாகவே உருவாகி, நிலைபெற்றுவிடுகின்றன.

சிலருக்கு அவர்களாக உருவாக்கி வைத்திருக்கும் இப்படிப்பட்ட கதைகளால் தொந்திரவுதான் உண்டாகும். அந்த நம்பிக்கைகள், அவநம்பிக்கைகள் அவர்களை கட்டுப்படுத்த முயற்சிக்கும். வித்தியாசமாகச் செயல்பட, முயற்சிகள் எடுக்கவிடாது. சில, அவர்களை பின்னுக்கு இழுக்கும். அழுத்தும். அப்படிப்பட்ட நம்பிக்கைகளைக் கண்டறிந்து ஆராயவேண்டும். அது என்ன கதை வசனம் என்று பார்க்கவேண்டும்; கண்டுபிடிக்கவேண்டும்.

அவற்றில் பல பின்னால் வாழ்க்கைக்குத் தேவையில்லாதது, தொந்தரவு தரக்கூடியது. அவற்றை விட்டுவிடவேண்டும். சிலவற்றை மாற்றவேண்டும், சிலவற்றை மட்டும் தொடர்ந்து வைத்துக்கொள்ளலாம்.

எனவே, அப்படிப்பட்டவர்களை அவர்களுடைய கதைகளின் பிடியில் இருந்து விடுவிக்கவேண்டும். அதன்பின்தான் அவர்கள் சுதந்தரமாக வாழ்வார்கள்'. அதற்கான வழி வகுப்பதற்கு

உதவக்கூடியது ‘டிரான்ஸாக்‌ஷனல் அனாலிசிஸ்’ என்றார், எரிக் பெர்ன்.

தோற்றம், எண்ணம், உணர்வு, செயல்பாடுகள் ஆகியவை சேர்ந்ததுதான் ஒருவருடைய பர்சனாலிட்டி. தோற்றம் மற்றும் செயல்பாடுகள் வெளித்தெரிவன. ஆனால், ஒருவருடைய எண்ணங்களோ உணர்வுகளோ வெளியே தெரிவதில்லை. பர்சனாலிட்டியை மாற்றுகிறேன் என்று, வெளித்தோற்றத்தை மட்டும் மாற்றினால் பலன் கிடைக்காது. உள்ளே இயங்கும், உள்ளிருந்து இயக்கும் ‘ப்ரோக்ராமை’ மாற்றாமல் பர்சனாலிட்டியை மாற்ற முடியுமா? முடியவே முடியாது!

பர்சனாலிட்டியில் மாற்றம்கொண்டுவருவதற்கு ஸ்கிரிப்ட் அனாலிசிஸ் செய்யலாம்.

2.4 செல்ப் இமேஜ்

மற்றவர்கள் குறித்து தமக்குள் அபிப்பிராயங்கள் இருப்பது போலவே, எல்லோருக்கும் தங்களைப்பற்றிய கருத்துகளும் இருக்கும். தங்களுக்கு தன்னைப்பற்றி இப்படி ஓர் எண்ணம் இருக்கிறது என்பது தெரிந்திருக்குமா என்று உறுதியாகச் சொல்ல முடியாது. அவை மனதிற்குள் ஆழமாக இருக்கும். உள்ளே இருக்கும் தன்னைப்பற்றிய அந்த நினைப்புதான் ஒருவரை இயக்குகிறது. பல வேலைகளைச் செய்யவைக்கிறது, வேறு பலவற்றைச் செய்யவிடாமல் தடுக்கிறது.

‘நான் கூச்ச சுபாவமுள்ளவன். என்னால் மற்ற கலகலப்பானவர்களைப்போல சகஜமாகக் கலந்து பேசிப் பழகமுடியாது!’

‘நான் துரதிஷ்டசாலி. எதைச் செய்தாலும் அது கெட்டுப் போய்விடும்!’

‘நான் இந்த உலகை ஆளப்பிறந்தவன்!’

‘நான் ஒரு சராசரி. என்னால் பெரிய சாதனைகள் செய்ய இயலாது.’

இப்படியெல்லாம் சிலர் சொல்வார்கள். இவை தவிர இன்னும் பலவிதங்களாகவும் அவர்களைப்பற்றி அவர்களே சில அபிப்பிராயங்கள் வைத்திருப்பார்கள். அவற்றை ஆழமாக நம்புவார்கள்.

ஒருவர் அவர் மனதிற்குள் அவரைப்பற்றி நம்பும் குணாதிசயங்களின் கலவைதான் அவருக்குள் இருக்கும் அவரது 'செல்ப் இமேஜ்'. அது ஒரு புரோகிராம்போல இயங்கி, அவருடைய முயற்சிகளில், ஈடுபாடுகளில், வெற்றி தோல்விகளில் பெரும் பங்காற்றுகிறது.

'செல்ப் இமேஜ்' என்பதற்கு சுயபிம்பம் என்ற சொல் பொருத்தமாக இருக்கிறது என்பதால், அது தமிழ்ச் சொல்லாக இல்லாவிட்டாலும் புரிதலுக்காக செல்ப் இமேஜ் என்பதை சுயபிம்பம் என்று அழைப்போம்.

ஒருவர் அவருடைய சுய பிம்பத்தைத் தெரிந்துகொள்ள சில வழிமுறைகள் இருக்கின்றன. ஒரு சுலபமான வழிமுறை இதோ.

முதலில் உங்கள் மனதில் உங்களைப்பற்றி தோன்றுகிற ஒற்றை வார்த்தைகளை ஒரு வெள்ளைத் தாளில் எழுதுங்கள். 'நேர்மையானவன்' 'உழைப்பாளி' 'உதவி செய்பவன்'. இதுபோல எவ்வளவு தோன்றுகிறதோ அவ்வளவும் எழுதுங்கள். எல்லாம் எழுதியாயிற்று, இனி எழுத ஒன்றும் இல்லை என்பதுபோல ஆகும்வரை தொடர்ந்து ஒன்றின் கீழ் ஒன்றாக எழுதுங்கள்.

ஆயிற்றா? இப்போது இன்னொரு வேலை செய்யுங்கள். இன்னொரு வெள்ளைத்தாளில் மீண்டும் உங்களைப்பற்றி அதேபோல ஒற்றை வார்த்தைகள் எழுத வேண்டும். 'அதான் ஏற்கெனவே எழுதியாயிற்றே!' என்று கேட்கிறீர்களா? அது சரி, முன்பு எந்தக் கையால் எழுதினீர்கள்? நீங்கள் வலது கைப்பழக்கம் உடையவர் என்றால் வலதுகையால் எழுதியிருப்பீர்கள். இடது கை பழக்கம் உடையவர் என்றால் இடது கையால் எழுதியிருப்பீர்கள். இப்போது இரண்டாவது வெள்ளைத் தாளில் செய்யவேண்டியது, உங்களுக்கு பழக்கமில்லாத கையால் எழுதுவதுதான்.

அப்படி எழுதி முடிக்கும்வரை அடுத்த இந்தப் புத்தகத்தின் பேராவை படிக்காதீர்கள். புத்தகத்தை வைத்துவிட்டு, எழுத ஆரம்பியுங்கள். எழுதி முடித்தபின் தொடர்ந்து படியுங்கள்.

....
....
....

இனி இரண்டு தாள்களிலும் எழுதியதை அருகருகே வைத்துப் பாருங்கள்.

எப்படியிருக்கிறது? கையெழுத்தில் மட்டுமல்ல, அதைவிட முக்கியமாக எழுதிய குணாதிசயங்களில் வேறுபாடு இருக்குமே!

இருக்கும் என்கின்றன ஆராய்ச்சிகள்...

ஒரே நபரைப்பற்றி அவரே ஒரே நேரத்தில் எழுதியவற்றில் எப்படி வேறுபாடு இருக்கமுடியும் என்று கேட்கலாம். வழக்கமாக பயன்படுத்தும் கையால் எழுதியவை பெரும்பாலும் நல்ல குணங்களாக, நாமே நம்மைப்பற்றி சொல்லிக் கொள்பவையாக (கான்சியஸ்) இருக்கும். மற்றொரு கையால் எழுதியவையும் நமக்கே தெரியாமல் (அன்கான்ஷியஸ்ஸாக) நம்முள் இருந்து நம்மை இயக்கும் குணாதிசயங்கள்தான். அதனால்தான் இருவேறு கைகளால் எழுதச் சொல்வது.

எனவே வலது கையாலும் இடது கையாலும் எழுதியவைகளுக்கு இடையே ஏதாவது முரண் இருக்கும். நீங்கள் அதிகம் உணராத உங்களுடைய குணாதிசயத்தை, உங்கள் வழக்கத்துக்கு மாறான கை எழுதி இருக்கும்.

அப்படியில்லாவிட்டால் பரவாயில்லை. விட்டுவிடுங்கள். மிக கவனமாக (கான்சியஸ் ஆக) எழுதியிருக்கிறீர்கள் என்று எடுத்துக்கொள்வோம். வித்தியாசமாக இருந்தால் அவற்றில் எது சரி என்று தெரிந்துகொள்ளவேண்டும் அல்லவா? அதற்காக உங்களுடைய வழக்கத்துக்கு மாறான கையால் எழுதியவற்றை சரிதானா என்று உங்களைப்பற்றி நன்கு தெரிந்தவரிடம் கேட்டுப்பாருங்கள். அவர்கள் ஆமோதிக்கலாம்.

இந்த சுய பிம்பங்களில் நேர்மறையான (பாசிட்டிவ்), எதிர் மறையான (நெகட்டிவ்) சுய பிம்பமும் உண்டு. அது குறித்து ஒரு துரிதமான சோதனை செய்துகொள்வதென்றால் கீழே கொடுக்கப் பட்டுள்ள பதினெட்டு வாக்கியங்களைப் படியுங்கள். எவை எல்லாம் உங்களைப் பொருத்தவரை சரி என்று நினைக் கிறீர்களோ அவற்றுக்கெல்லாம் டிக் மார்க் போடுங்கள்.

1. நான் ஒரு 'ஆப்டிமிஸ்டிக்' ஆள்.
2. நான் ஒரு திருப்திகரமான சமன்பாடான (பேலன்ஸ்டு) வாழ்க்கை நடத்திக்கொண்டிருக்கிறேன்.

3. நான் ஓர் ஆர்வமுள்ள மனிதன்.
4. நான் பாசிட்டிவான சுய பிம்பத்தை முன்னிறுத்துகிறேன்.
5. நான் புதிய சூழ்நிலைகளில் இயல்பாகவும் சௌகரியமாகவும் இருக்கிறேன்.
6. நான் மற்றவரிடம் இருக்கும் நல்ல விஷயங்களைக் கவனிக்கிறேன்.
7. நான் மற்றவர்களைப் பாராட்டுகிறேன். என்னைப்பற்றிய சரியான பாராட்டுக்களை ஏற்கிறேன்.
8. எதிராளியின் கண்களைப் பார்த்து பேசுகிறேன்.
9. குறிக்கோள்கள் நிறைவேற்றும் வழிமுறைகளை பின்பற்றுகிறேன்.
10. நான் முடிவுகள் எடுக்கத் தயங்குவது இல்லை.
11. நான் என்னுடைய உடல் நலத்தை கவனித்துக் கொள்கிறேன். அதேபோல நேர்த்தியாக உடை அணிய வேண்டும் என்று நினைக்கிறேன்.
12. என்னால் என்னுடைய உணர்வுகளை நேரடியாக வெளிப்படுத்தமுடியும்.
13. என்னுடைய குறைகள் குறித்து வெளிப்படையாகப் பேசி என்னால் என்னையே கேலி செய்துகொள்ளமுடியும்.
14. எனக்குத் தேவைப்படும் உதவிகளை என்னால், குற்ற உணர்வில்லாமல் மற்றவரிடம் கேட்கமுடியும்.
15. மற்றவர்களுக்கு முன்பாக நின்று பேசுவதில் எனக்கு கூச்சமில்லை.
16. நான் சந்திக்கும் தடைகளை ஒரு சவாலாகப் பார்க்கிறேன்.
17. நான் நல்ல கேட்பாளன்.
18. என்னுடைய எல்லா எண்ணங்களுக்கும் செயல்களுக்கும் நான் பொறுப்பேற்கிறேன்.

மேலே இருக்கும் இந்த வாக்கியங்களில் பெரும்பாலானவற்றுக்கு டிக் மார்க் போட்டிருந்தால் (10க்கும் மேற்பட்டவை), உங்களுடைய சுயபிம்பம் 'பாசிட்டிவ்' ஆக ஆரோக்கியமாக இருக்கிறது என்று பொருள்.

•

3. லைஃப் போசிஷன்ஸ்

'லைஃப் போசிஷன்ஸ் - வாழ்க்கை நிலைப்பாடுகள்' எப்போதும் ஒரேபோல இருக்காது. நிலைக்கேற்ப நபர்களுக்கு ஏற்ப மாறலாம். பெரும்பாலான நேரங்களில் ஓர் அடிப்படையான நிலைப்பாடு ஒருவருடைய குணாதிசயம் ஆக இருக்கும் வாய்ப்பு உண்டு.

★ 'லைஃப் போசிஷன்ஸ் - வாழ்க்கை நிலைப்பாடுகள்' - கீழே 'யூ' (You) என்று குறிப்பிடப்படுவது, தன்னைத் தவிர மற்ற அனைவரையும் குறிப்பதாகும்.

- **I am Ok. You are Ok - நான் சரி. நீங்களும் சரி.**

  குணாதிசயங்கள்: எல்லோராலும் சிந்திக்க, செயல்பட இயலும். எல்லோராலும் ஏதாவது பலன் உண்டு என்று நினைப்பவர்கள். பக்குவ மனோதளத்திலிருந்து வரும் அணுகுமுறை. தன்னாலும் மற்றவர்களாலும் அவரவர் பிரச்னைகளைத் தீர்த்துக்கொள்ளமுடியும் திறன் உள்ளவர்கள் என்று நம்புவது.

  தாராளமாகப் பேசுவார்கள், கலந்துகொள்வார்கள். முன் வந்து கற்றுக்கொள்வார்கள். மற்றவர்களையும் கலந்து பிரச்னைகளுக்கு தீர்வு காண்பார்கள். மற்றவர்களும் தனக்கு நிகர்தான் என்பதுபோல் நடந்து கொள்வார்கள்.

  ஸ்கிரிப்ட்: வாழ்க்கை வாழத் தகுந்தது

  தன்மை: இருப்பதிலேயே ஆரோக்கியமான மனநிலை. தன்னைப்பற்றியும் மக்கள்பற்றியும் நல்ல மதிப்பு வைத்திருப்பது.

- **I am Ok. You are not Ok - நான் சரி. நீங்கள் சரி இல்லை.**

  குணாதிசயங்கள்: பெரும்பாலும் பெற்றோர் மனநிலையில் இருந்து அணுகுவது. தங்களை முன்னிறுத்தி, மற்றவர்களைக் காட்டிலும் மேலாக காட்டிக்கொள்ள விரும்புகிறவர்கள்.

  மற்றவர்களை தண்டிக்க விரும்பும் மனோதளம். அவருடைய சிரமங்களுக்கு அவர்களே காரணம் என்று சொல்வது. பெரும்பாலும் குற்றம் செய்பவர்கள் இந்த மனநிலையில் இருப்பார்கள். மற்றவர்களை மதிக்கமாட்டார்கள்.

மற்றவர்களிடம் தங்களை மேம்பட்டவர்களாக நினைத்துக் கொள்வார்கள். ஆக்கிரமிப்புத் தன்மையுடன் பேசுவார்கள். சுலபத்தில் கற்றுக்கொள்ள மாட்டார்கள். மற்றவர்களின் யோசனைகளை விரும்பாதவர்கள். தாங்களே சுயமாக முடிவெடுத்து, பிரச்னைகளை தீர்க்க முயல்வார்கள். அதுவும் உடனடியாகச் செய்வார்கள்.

ஸ்கிரிப்ட்: உங்கள் வாழ்க்கை வாழத் தகுதி இல்லாதது

தன்மை: நான் சரியாக இருக்கிறேன் ஆனால் மற்றவர்கள் சரி இல்லை. இந்த மனநிலை ஆரோக்கியமானதல்ல.

- **I am not Ok. You are Ok - நான் சரி இல்லை. நீங்கள் சரி.**

குணாதிசயங்கள்: குழந்தை மனோதளத்திலிருந்து அணுகு கிறவர்கள். விட்டுக்கொடுப்பவர்கள். அதிகாரத்தைக் கண்டு பயப்படுபவர்கள். தான் என்ன செய்யவேண்டும் என்று மற்றவர்கள் சொல்லவேண்டும் என்று எதிர்பார்ப்பவர்கள்.

எப்போதும் தற்காப்பு நிலையிலேயே பேசுவார்கள். எதையும் மெதுவாக கற்றுக்கொள்வார்கள். அவர்களுக்கு எப்போதும் மற்றவருடைய, ‘நீ சரியாகத்தான் செய்கிறாய்’ என்கிற உறுதியளிப்பு தேவைப்படும். தம் சொந்த பிரச்னைகளைத் தீர்க்கக்கூட மற்றவர் உதவியை நாடுவார்கள். தன்மீது வரும் புகார்கள், விமர்சனங்கள், வசவுகள் போன்றவற்றை எதிர்ப்பின்றி ஏற்றுக்கொள்வார்கள்

தங்களைச் சக்தியில்லாதவர்களாக உணர்பவர்கள். மற்றவர்களோடு ஒப்பிடும்போது தான் ஏதும் இல்லையே என்று நினைப்பவர்கள். இதன் காரணமாக நிகழ்வுகள் சூழ்நிலைகளில் இருந்து விலகுவார்கள். சில அசாதாரண சமயங்களில் தற்கொலைக்குக்கூட போய்விடுவார்கள்.

ஸ்கிரிப்ட்: என் வாழ்க்கை வாழத் தகுதியற்றது.

தன்மை: தான் சரியில்லை. மற்றவர்கள் சிறப்பானவர்கள். இதுவும் சரி இல்லாத மனநிலைதான். தாழ்வு மனப்பான்மை.

- **I am not Ok. You are not Ok -**
நான் சரி இல்லை. நீங்களும் சரி இல்லை.

குணாதிசயங்கள்: பெரும்பாலும் வெறுப்பு மற்றும் கோபத்துடன் பேசுவார்கள். சிரமப்பட்டு, அடிபட்ட பிறகு கற்றுக்கொள்வார்கள். மற்றவர்களிடம் இருந்து விலகி இருப்பார்கள்.

எதிர்மறை எண்ணம்கொண்டவர்கள். தன்னையும், உலகத்தை யும், மனிதர்களையும் குழந்தைகளாக பாவிப்பவர்கள். வாழ்க்கை வாழ விருப்பம் இல்லாதவர்கள். தற்கொலை, கொலை போன்றவற்றுக்கு வாய்ப்புண்டு.

ஸ்கிரிப்ட்: வாழ்க்கை என்பது எதுவுமே இல்லாதது.

தன்மை: இருப்பதிலேயே மிக மோசமான மனநிலை இது. நானும் வீண். மற்றவர்களும் வீண். எதிலும் யார் மீதும் நம்பிக்கை இல்லாத நிலை.

•

4. தியரி 'X' தியரி 'Y'

பொதுவாக மனிதர்களைப்பற்றி உங்கள் கருத்து என்ன?

நல்லவர்களா, கெட்டவர்களா?

பெரும்பாலான மனிதர்கள் மற்றவர்களுக்கு உதவுவார்கள் என்று நம்புகிறீர்களா, இல்லை எல்லோருமே ஒருவிதத்தில் சுயநலவாதிகள்தான், சந்தர்ப்பம் கிடைத்தால் அடுத்தவர்களுக்கு கெடுதல் செய்வார்கள் என நினைக்கிறீர்களா?

ஒவ்வொரு மனிதனுக்கும் மற்றவர்களைப்பற்றிய ஓர் ஒருமித்த கருத்து இருக்கும். இதை உலகத்தைப்பற்றிய பார்வை என்று சொல்லலாம்.

சிலருக்கு தங்கள் பார்வை அல்லது கருத்து என்பது இதுதான் என நன்றாகத் தெரியும். அவர்கள் தெரிந்து வைத்திருப்பார்கள். being concious.

வேறு சிலருக்கோ, அதேபோன்ற கருத்துகள் இருக்கும். ஆனால், தன்னுடைய அடிப்படை கருத்து, எண்ணம் அப்படித்தான் இருக்கிறது என்பது அவர்களுக்குத் தெரியாது. ஆனால், அவர்களுடைய செயல்பாடுகளில் பேச்சுகளில் அந்த எண்ணம் வெளிப்படும். அதுதான் உள்ளிருந்து உந்தும்.

ஆக, தங்களுக்குத் தெரிந்தோ தெரியாமலோ அனைவருமே அடுத்தவர்களைப்பற்றிய ஒரு கருத்து வைத்திருக்கிறோம். அது எப்படிப்பட்டது என்பதுதான் கேள்வி.

சிலரோடு பேசும்போது, பழகும்போது அவர்கள் நம்மை மதிப்பது தெரியும். நம்புகிறார்கள் என்பது புரியும். கேட்ட உதவியை தயங்காது செய்வார்கள். அவர்கள் பழகக்கூடிய எவருடனும் அப்படித்தான் இருப்பார்கள். அது அவர்களுடைய இயல்பாகவே ஆகிவிட்டிருக்கும்.

நீங்களும் இப்படிப்பட்ட பலரைச் சந்தித்திருக்கலாம். அவர்களின் கருத்து என்ன, ஏன் இப்படிப் பழகுகிறார்கள் என்று கேட்டால், விடை கிடைக்கும். அவர்கள் எண்ணப்படி மனிதர்கள் நல்லவர்கள், விவரம் தெரிந்தவர்கள். உதவி பெறத் தகுந்தவர்கள். இப்படி அவர்கள் பொதுவாக நினைப்பதால்தான் அவர்களுடைய பழக்க வழக்கங்கள் அதுபோல அமைந்துள்ளன.

இன்னும் சிலரையும் நீங்கள் சந்தித்திருப்பீர்கள். இந்த இரண்டாவது வகையைச் சேர்ந்தவர்கள், தான்தான் உயர்வு என்றும் அடுத்தவர்கள் அனைவரும் மட்டம் என்று நினைப்பவர் கள். எவரையும் நம்பக்கூடாது என்று அவர்கள் எண்ணுகிறார்கள். அடுத்தவர்கள் நம்மை பயன்படுத்திக்கொள்ளப் பார்க்கிறார்கள். கூடாது. ஏமாந்துவிடக்கூடாது என்று நினைப்பவர்கள் இவர்கள்.

இவருடைய பார்வையில் மனிதர்கள் சுயநலவாதிகள். விவரம் போதாதவர்கள். அவர்கள் தாங்கள் இப்படி எண்ணம் கொண்டிருப்பது தெரிந்து இருப்பவர்களும் உண்டு, தங்களுக்கு இப்படி ஒரு மொத்த பார்வை இருப்பது தெரியாமலேயே செயல்பட்டுக்கொண்டிருப்பவர்களும் உண்டு.

ஆக, இந்த உலகத்தைப்பற்றி மனிதர்களைப்பற்றி ஒரு பொதுவான அணுகுமுறை நம் எல்லோரிடமுமே இருக்கிறது.

இனி, மேலே சொன்னதைப்போல இரண்டே மனப்பாங்குகள் தான், வெட்டு ஒன்று துண்டு இரண்டு என்பதுபோல, முழுக்க கெட்டவர்கள் அல்லது முழுக்க நல்லவர்கள் என்று இரண்டு பெரும் பிரிவுகள்தானா இருக்கமுடியும்? யோசிக்க வேண்டிய விஷயம்தான் இல்லையா?

●

டக்லஸ் மெஃரிகார் என்ற ஒரு மனோதத்துவ அறிஞரின் ஓர் ஆய்வுப்படி, அலுவலகம் தொழிற்சாலைகள் போன்றவற்றில் பணியாற்றும் மேற்பார்வையாளர்கள் மற்றும் மேலாளர்கள், தங்களுக்குக் கீழ் பணிபுரியும் ஊழியர்களைப்பற்றி ஒரு கணிப்பு வைத்திருப்பார்கள். அவர்களின் அந்த மனோவோட்டத்தின் அடைப்படையில் மேலதிகாரிகள், இரண்டுவகைப் படுவார்கள்.

அடையாளத்திற்காக முதல் வகையினரை தியரி எக்ஸ் (Theory X) வகையினர் என்றும் இரண்டாவது வகையினரை தியரி ஓய் (Theory Y) வகையினர் என்றும் பிரிக்கிறார்.

தியரி எக்ஸ் மேலதிகாரிகள் எண்ணங்கள்

- வேலை செய்வது ஊழியர்களுக்குப் பிடிக்காது. அவர்கள் அதைத் தவிர்க்கவே பார்ப்பார்கள்.
- ஊழியர்களை அதட்டித்தான் வேலை வாங்கவேண்டும். தண்டனைகள் இருந்தால்தான் அவர்களிடம் வேலை வாங்கமுடியும்.
- பொறுப்புகள் கொடுத்தால் ஏற்கமாட்டார்கள். எதையும் சொன்னால்தான் செய்வார்கள். அவர்களாகச் செய்ய மாட்டார்கள்.
- முன்னேறவேண்டும் என்ற ஆவல் அவர்களிடம் இருக்காது.
- சொன்னதைத்தான் செய்ய இயலும். சிந்திக்கும் ஆற்றல் இல்லை.

தியரி ஓய் மேலதிகாரிகள் எண்ணங்கள்

- ஓய்வு எடுப்பது எப்படியோ, விளையாடுவது எப்படியோ, அப்படிப்பட்டதுதான் வேலைகளும் என்று மக்கள் வேலையையும் இயல்பாகவே பார்க்கிறார்கள்.
- ஊழியர்களிடம் சுய கட்டுப்பாடு உண்டு. தங்களுக்குத் தாங்களே வழிகாட்டிக்கொள்ளக்கூடிய, வேலைகளைச் செய்து முடிக்கவேண்டும் என்ற ஆர்வம்கொண்டவர்கள்தான் ஊழியர்கள்.
- கொடுத்த பொறுப்புகளை ஏற்றுக்கொள்வது மட்டுமல்ல, கேட்டுப் பெறும் மனப்பக்குவமும்கொண்டவர்கள்.

- தங்களிடம் இருப்பதை பாதுகாத்துக்கொள்ளும் உணர்வுதான் மேலோங்கி இருக்கும்.

- புதிதாக சிந்தித்துச் செயலாற்றக்கூடிய திறமை உடையவர்கள்.

இந்த இரண்டு அணுகுமுறைகளுக்கும் இடையேதான் எவ்வளவு வேறுபாடு! நீங்கள் உங்கள் பணியிடத்தில் இப்படிப்பட்ட மனவோட்டம் உள்ள முதலாளிகள், மேலதிகாரிகளைப் பார்த்திருக்கலாம். அல்லது நீங்களே இரண்டு வகைகளில் ஒருவகை எண்ணம், அணுகுமுறை உடையவராக இருக்கலாம்.

இந்த தியரி எக்ஸ், தியரி ஒய் அணுகுமுறைகள் பணியிடத்து மேலதிகாரிகளிடம் மட்டுமல்ல. எல்லா இடங்களில் இருப்பவர் களிடமும் காணப்படுகிறது. அரசியலில், சமுதாயத்தில், வீடுகளில், பள்ளி ஆசிரியர்களிடத்தில், கல்லூரி வளாகங்களில் ஏன் தேசங்களுக்கு இடையேகூட இருக்கிறது.

முன்பே ஒரு கேள்வி கேட்டது நினைவிருக்கலாம்.

வெட்டு ஒன்று துண்டு இரண்டு என்று இரண்டே விதம்தான் உலகத்தில் உள்ளதா? கறுப்பு வெள்ளை என்று இரண்டே இரண்டுதான் இருக்கிறதா?

காய், பழம் என்று இரண்டுமட்டுமல்ல, செம்பழமும் உண்டுதானே! கறுப்பு வெள்ளை தவிர இரண்டும் கலந்த சாம்பல் நிறம் உண்டு. அதுபோல மனிதர்களின் அணுகுமுறைகளையும் இப்படி அல்லது அப்படி என்று வெறும் இரண்டாக எப்படிப் பிடிக்கமுடியும்.

இரண்டும் இரண்டு தீவிர கருத்துகள். இரண்டுக்குமிடையில் இன்னும் பலவிதமான கருத்துகள் இருக்கலாம். இதுபோல பல்வேறு நிலைகள் இருப்பதை Continuum என்பார்கள்.

எக்ஸ் என்பது ஒரு தீவிர நிலை. முழுவதும் கறுப்பாக இருக்கலாம் என்பது ஒரு தீவிர நிலை. முழுவதும் வெள்ளையாக இருக்கலாம் என்பது மற்றொரு தீவிர நிலை. இடையில் நாம் ஏதோ ஒரு புள்ளியில் இருக்கலாம். ஆனால், பணியிடங்களில், வாழ்க்கையில் வெற்றிபெற, ஒருவர் அடைய வேண்டிய நிலை, Y.

•

5. பரிமாற்ற ஆய்வுகள்– Transactional Analysis Proper

பரிமாற்ற ஆய்வுகள் என்றால் என்ன என்று பார்ப்பதற்கு முன்பாக, ஒரு சில உரையாடல்களைப் பார்க்கலாம்.

அலுவலகம்: ஒரு மேலதிகாரிக்கும் ஓர் ஊழியருக்கும் இடையே நடந்த உரையாடல்.

'என்ன குமார், தலைமை அலுவலகத்திற்கு மாதாந்திர ரிப்போர்ட்டை அனுப்பிவிட்டாயா?'

'இன்றைக்கு தேதி என்ன?'

'தேதி என்னவாக இருந்தால் என்ன? ரிப்போர்ட் அனுப்பி ஆயிற்றா?'

'தேதி 15தான் ஆகிறது. அதற்குள்ளாக எப்படி அனுப்ப முடியும்?'

'ஏன்? போன மாதம் 30ம் தேதி வரையிலான ரிப்போர்டை அனுப்ப உனக்கு 15 நாட்கள் பத்தாதா?'

'அப்ப அந்த ஒரு ரிப்போர்ட் அனுப்பும் வேலையை மட்டும் நான் செய்தால் போதும் என்கிறீர்கள்!'

'அந்த ஒரு ரிப்போர்ட் மட்டும் அனுப்புவது என்றால், மாதம் 30,000 சம்பளத்தில் உன்னைப்போன்ற சூப்பரண்டெண்ட் எதற்கு? சாதாரண பயிற்சியாளர் போதுமே!'

வீடு: பள்ளி செல்லும் ஓர் அண்ணனும் தம்பியும் பேசிக் கொண்டிருக்கிறார்கள்.

'ஏன்டா அடிச்ச?'

'நீ ஏன்டா என்னப் பாத்து சிரிச்ச?'

'உன்னைப் பாத்து எவன்டா சிரிச்சது? நீதான்டா முறைச்ச'

'சிரிச்சதும் சிரிச்சிட்டு, நான் முறைச்சேன்னு சொல்றியா? உன் கண்ணுக்கு மட்டும் அப்படி தெரிஞ்சுதா?'

'உன் கண்ணுதான்டா குருடு'

இவையெல்லாம் சர்வசாதாரணமாக பல இடங்களிலும்கேட்கும் உரையாடல்கள். இப்படியாக மக்கள் அவர்களுக்குள் பேசிக் கொள்கிறார்கள். இப்படிப்பட்ட பேச்சுகளை ஆராய்ந்து, கேட்பவர், பதில் சொல்கிறவர்களின் பர்சனாலிட்டிகள் குறித்து முடிவுக்கு வரமுடியும் என்கிறார் எரிக் பெர்ன். அந்த ஆய்வின் பெயர்தான் 'டிரான்ஸாக்ஷனல் அனாலிசிஸ் பிராப்பர்' (TA Proper).

இதென்ன புதிதாக 'பிராப்பர்' என்று ஒரு சொல் சேர்கிறதே என்று யோசிக்கிறீர்களா? அதொன்றுமில்லை. முன்பு 'லைப் ஸ்கிரிப்ட்', 'ஸ்டிரக்சுரல் அனாலிசிஸ்' போன்று மொத்தம் ஏழு கருத்துருவாக்கங்கள் 'டிரான்ஸாக்ஷனல் அனாலிசிஸ்'ஸில் இருக்கிறதென்று பார்த்தோம் அல்லவா. அவற்றில் ஒன்று குறிப்பாக பரிமாற்ற ஆய்வுகளை மட்டும் செய்வது. அதனால் அதற்கு 'டிரான்க்ஸாக்ஷனல் அனாலிசிஸ் பிராப்பர்' என்று பெயர். அவ்வளவுதான்.

ஒருவர் பேசும் பேச்சுக்களின் தன்மைக்கு நிச்சயமாக அவரது பர்சனாலிட்டி காரணமாக இருக்கும் என்பதால், முன்பு பார்த்த 'ஸ்டிரச்சுரல் அனாலிசிஸ்'ஸை இந்த இடத்தில் கொஞ்சம் நினைவுப்படுத்திக்கொள்ளவேண்டும்.

'ஸ்டிரக்சுரல் அனாலிசிஸ்'ல் பெற்றோர், பக்குவம் மற்றும் குழந்தை (P,A,C) என்று மூன்று மனோதளங்கள் உண்டு.

ஒருவரை மேம்படுத்தவேண்டுமென்றால், அவரது பேச்சுகளை கவனித்து, அது எந்த மனோதளத்தில் இருந்து பேசப்படுகிறது என்று கண்டுபிடித்து, அவருக்குத் தெரிவித்து, அதைச் சரி செய்யமுடியும். அதற்கான வேலை, பரிமாற்ற ஆய்வு.

5.1 பரிமாற்றங்களின் வகைகள்

பரிமாற்றங்களை எரிக் பெர்ன் மூன்று வகைகளாகப் பிரிக்கிறார். முதலாவது, 'காம்பிளிமெண்டரி டிரான்ஸாக்ஷன்ஸ்'. தமிழில் இதை, 'இணக்கமான பரிமாற்றங்கள்' என்று சொல்லலாம். இரண்டாவது வகை, 'கிராஸ்டு டிரான்ஸாக்ஷன்ஸ்' தமிழில் 'வெட்டும் பரிமாற்றங்கள்' என்று சொல்லலாம். மூன்றாவது வகை 'அல்டீரியர் டிரான்ஸாக்ஷன்ஸ்'எனப்படும். தமிழில் 'மாறான உள்நோக்கம்கொண்ட' பரிமாற்றங்கள்..

5.1.1 இணக்கமான பரிமாற்றங்கள்

'ஏன் லேட்? இனி, இப்படி, தாமதமாக வரக்கூடாது'.

'சரி சார். இனி நேரத்துக்கு வந்து விடுகிறேன்.'

'அங்கே ஏதோ சத்தம் கேட்கிறதே?'

'ஆமாம். வழக்கத்தைவிடக் கூடுதலாக சத்தம் வருகிறது.'

இந்த மாதிரி பேச்சு இருந்தால் பிரச்னை வராது. இவர் சொல்ல, அவர் சொல்ல என்று பரிமாற்றங்கள் தொந்தரவு இன்றி தொடர்ந்து நடைபெறும். இதற்கு உதாரணம் சொல்வதென்றால், பால் பாட்மிண்டன் அல்லது பூப்பந்து (ஷட்டில்) ஆடுகையில், ஒருவருக்கு ஒருவர் இணக்கமாக பந்தைத் தட்டுவதைச் சொல்லலாம். ஆங்கிலத்தில் ரேலி (Rally) என்பார்கள். அது தொடர்ந்து நடைபெறும். இவர் தட்ட, அது அவர் எடுக்கும் விதமாக இருக்கும். அவர் தட்டுவார். அதுவும் இவருக்குத் தட்ட ஏதுவாக இருக்கும்.

இப்படிப்பட்ட உரையாடலில் கருத்து பரிமாற்றம் மற்றும் உரையாடலின் இன்ன பிற நோக்கங்களை அடையலாம்.

5.1.2 வெட்டும் பரிமாற்றங்கள்

'ஏன் லேட்? இனி, இப்படி, தாமதமாக வரக்கூடாது.'

'எனக்காக ஏன் காத்திருக்கிறீர்கள்? வேலையை ஆரம்பிக்க வேண்டியதுதானே! என்னவோ இந்த அலுவலகத்தில் நான் மட்டும்தான் தாமதமாக வருவதுபோல கேட்கிறீர்கள்!'

இப்படி பதில் வந்தால் கேட்டவர் எப்படி பதில் சொல்வார் என்று சொல்லமுடியாது. அதன் பின் பேச்சு தொடருமா என்றும் சொல்லமுடியாது.

கிராஸ்டு, வெட்டும் பரிமாற்றம் என்றால், இணக்கமில்லாத பிரச்னை தரும் பதில். ஏட்டிக்குப் போட்டி, இடக்கு மடக்கு அல்லது எதிர்ப்புணர்வு உருவாக்குபவை. இப்படிப்பட்ட உரையாடல் வெகு நேரம் தொடராது. துண்டிக்கப்பட்டு விடும். பேசுகிறவர்களுக்கு நடுவில் இடைவெளி உண்டாகும்.

அதே பால் பாட்மிண்டன் உதாரணம் சொல்வதென்றால், ஒருவர் பந்தைத் தட்ட, எதிரில் இருப்பவர் ஓடிச் சென்று வித்தியாசமாகத்

தட்டுவார். அவர் தட்டும் விதத்தில் பந்து எதிரில் இருப்பவர் பக்கம், அவர் எளிதாக தட்டும் விதத்தில் போகாது. எதிராளி தடுமாறிவிடுவார். பந்தைத் தட்டத் தவறி, அது கீழே விழுந்து விடும். அல்லது மிகவும் சிரமப்பட்டுத்தான் பந்தைத் தட்டவேண்டியிருக்கும்.

இப்படி ஆடும் போது அதிக ரேலிகள் (Rally) போகாது. ரேலி வெட்டுறும்.

இப்படிப்பட்ட 'கிராஸ்ஸுட்' உரையாடல்களில் கருத்துப் பரிமாற்றம் மற்றும் உரையாடலின் இன்ன பிற நோக்கங்களை நிறைவேறாது.

5.1.3 மாறான உள்நோக்கம்கொண்ட (அல்டீரியர்) பரிமாற்றங்கள்

> 'ஏன் லேட்? இனி, இப்படி, தாமதமாக வரக்கூடாது.'
>
> 'சரி சார். அய்யா சொல்லிட்டீங்க இல்ல. இனி வழியில எவ்வளவு டிராபிக்காக இருந்தாலும் இடிச்சுத் தள்ளிவிட்டு ஆபீசுக்கு நேரத்துக்கு வந்திடுறேன்.'

வெளிப்பார்வைக்கு இயல்பான ஒன்றாகவும் ஏதுவானது போலவும் தோன்றும் இந்த பதில் உண்மையில் இணக்கமான பதிலா? எதிர்ப்புணர்வை உள்வைத்து, வெளித்தோற்றத்திற்கு ஒத்துப் போவதுபோல அமைக்கப்பட்ட பதில்தானே!

இவற்றைத்தான் 'அல்டீரியர் டிரான்ஸாக்ஷன்' என்கிறார்கள். உள்நோக்கம்கொண்ட வேறுவிதமான எதிர்பார்ப்புடன் சொல்லப்படுபவை. கேலி, கிண்டல், வஞ்சப்புகழ்ச்சி ஆகியவை உள்ளே இருக்கலாம்.

5.2 ஆய்வு

ஒருவர் பேசும்போது ஏதாவது ஒரு மனோதளத்தில் (ஈகோ ஸ்டேடில்) இருந்து பேசுவார். அவர் சொல்லும்விதத்தை வைத்து அவர் கேட்பவரை எப்படிப்பட்ட மனோதளத்தில் இருப்பவராக நடத்துகிறார் என்பதைக் கண்டுணரமுடியும். உதாரணத்திற்கு, ஒருவர்

> 'சார். என்னால இந்த வேலையைச் செய்ய முடியல. எனக்கு உதவி வேணும். செய்வீர்களா?'

என்று கேட்கிறார். கேட்பவர் மனோதளம் என்ன? பதில் சொல்லவேண்டியவரை எப்படி பாவித்து அவர் கேட்கிறார்?

குழந்தை மனோதளத்தில் இருந்து பெற்றோர் மனோதளத்திற்கு கேட்கப்பட்ட கேள்வி இது. இதை குறிப்பாக இப்படி அடையாளப்படுத்துவார்கள். C to P. C என்றால், சைல்ட். குழந்தை மனோதளம். P என்றால் பேரண்ட். பெற்றோர் மனோதளம்.

இதற்கு பதில் தருகிறவர் சொன்ன பதில் கீழ்கண்டவாறு இருந்தது என்று வைத்துக்கொள்வோம்...

'நிச்சயமாக. இதோ வந்துட்டேன்.'

இதை ஆய்வு செய்தால் என்ன மனோதளத்தில் இருந்து என்ன மனோதளத்திற்கு பதில் சொல்லப்பட்டது என்று கண்டு பிடிக்கலாம். பதில் சொல்கிறவர் பெற்றோர் மனோதளத்தில் இருந்து குழந்தை மனோதளத்திற்கு பதில் 'சொல்கிறார். P to C

கேட்டவர் பேச்சு, C to P. பதில் சொன்னவர் செய்தது, P to C.

(கேள்வி) குழந்தை மனோதளம் >>>> பெற்றோர் மனோதளம்

(பதில்) பெற்றோர் மனோதளம் >>>> குழந்தை மனோதளம்

இந்த உரையாடல் இணக்கமாகப் போய்விடும். எதிர்பார்த்த மாதிரியே இருவரும் நடந்துகொண்டார்கள், பேசினார்கள். ஆனால் அவர்களுக்கு வேறு வாய்ப்புகளும் இருந்தன. அவற்றையும் காட்ட, இப்படிப் படம் போடலாம்.

கேட்டவர் **பதில் சொன்னவர்**

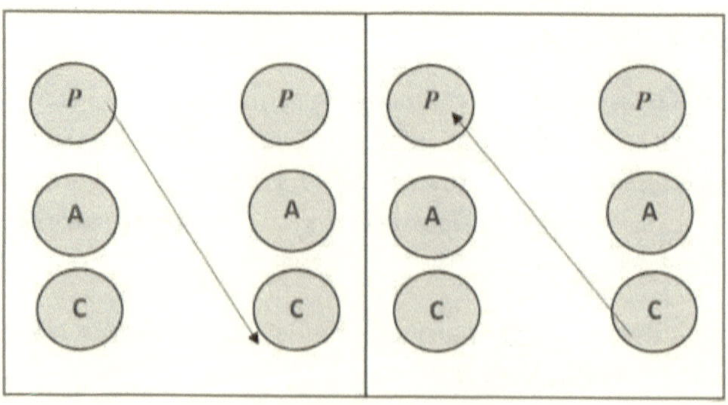

இரண்டையும் சேர்த்துப் பார்த்தால் இப்படி இருக்கும். இதுதான் இணக்கமான பரிமாற்றம். Complementry transaction.

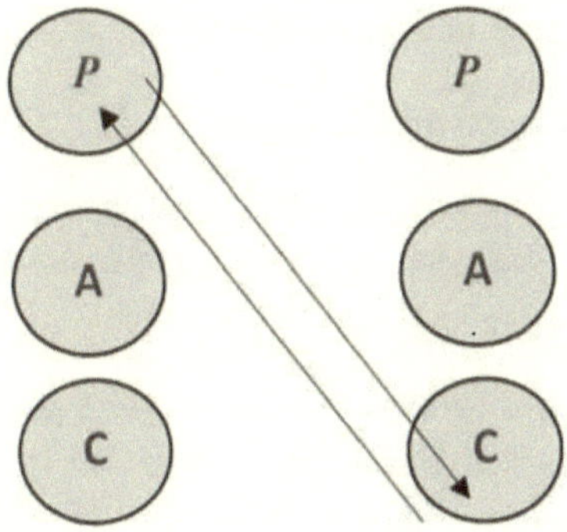

எனவே இது இணக்கமான பரிமாற்றம். இதற்கு மற்றொரு எடுத்துக்காட்டையும் பார்க்கலாம். இன்னொரு கேள்வி இன்னொரு பதில்.

'என்ன? வேலை முடிஞ்சுதா? (A to A)

'முடிச்சு அப்பவே கொடுத்தாச்சு' (A to A)

5.2.1 இணக்கமான 'காம்ப்ளிமெண்ட்ரி' பரிமாற்றங்கள்

'ஏன் தாமதம்? இனி இப்படி தாமதமாக வரக்கூடாது.' (P to C)

'சரி சார். இனி நேரத்துக்கு வந்துவிடுகிறேன்.' (C to P)

'அங்கே ஏதோ சத்தம் கேட்கிறதே!' (A to A)

'ஆமாம். வழக்கத்தைவிட கூடுதலாக சத்தம் கேட்கிறது.' (A to A)

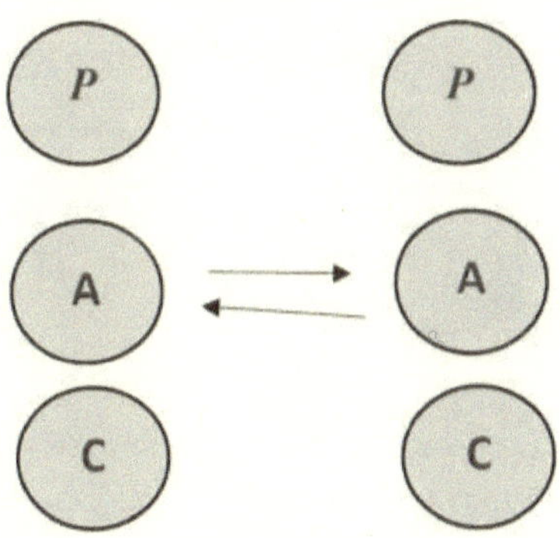

5.2.2 வெட்டுப்படும் 'கிராஸ்சுடு' பரிமாற்றங்கள்

கேள்விகளுக்குப் பதில் வேறுமாதிரியும் வரலாமல்லவா? உதாரணத்திற்காக இன்னொரு கேள்வி.

'அம்மா எனக்கு கைவலிக்கிறது.'

'இப்போதுதானே வீட்டுப்பாடம் எழுத ஆரம்பித்தாய். ஒரு பத்திதான் எழுதியிருக்கிறாய். அதற்குள் வலிக்க வாய்ப்பிலையே!'

குழந்தை பெற்றோரிடம் இருந்து அன்பை எதிர்பார்த்துப் பேசுகிறது. ஆனால் அதைக்கேட்ட அந்தத் தாய் பக்குவ மனோ தளத்திலிருந்து பதில் சொன்னார். எனவே அங்கே பரிமாற்றம் வெட்டுப்படுகிறது. அதே போன்றதுதான் கீழ் கண்ட உரையாடல்களும்.

'என்ன எத்தனை செய்து முடித்து இருக்க?'

'பார்த்தா தெரியலியா? முடிச்ச பிறகு வந்து எண்ணிக்க.'

'ஏன் தாமதம்? எல்லோரும் உனக்காகக் காத்திருக்கிறோம்.' (A to A)

'நான் மட்டும்தான் தாமதமாக வந்திருக்கிறேனா? ஏன் என்னையே எப்போதும் குற்றவாளியாக ஆக்குகிறீர்கள்?' (C to P)

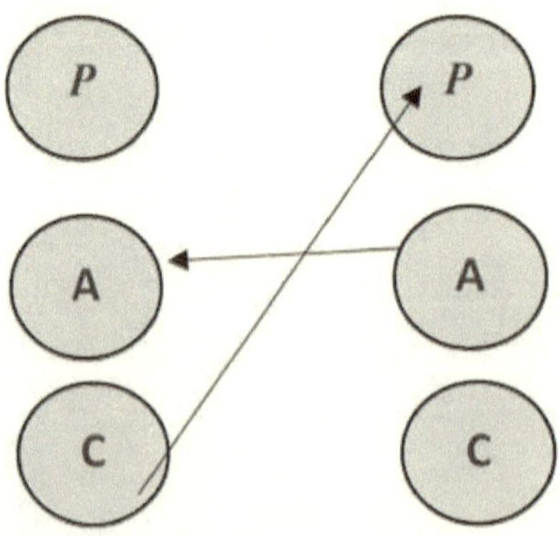

ஒருவர் எதிர்பார்க்கப்படும் மனோதளத்திலிருந்து பதில் சொல்லாத பொழுது பரிமாற்றம் வெட்டுப்படுகிறது. 'கிராஸ்சுடு டிரான்சாக்ஷன்'.

5.2.3 உள்நோக்கம்கொண்ட (அல்டீரியர்) பரிமாற்றங்கள்

பேசும் வார்த்தைகளுக்கு பொருள் நன்றாக இருக்கும். ஆனால் சொல்லும் விதத்தாலும் சொல்லாமல்விடப்படுபனவற்றாலும் அதே வாக்கியத்திற்கு வேறு பொருள் உணரப்படும். மிக சாமர்த்தியமாக பேசப்படுபவன. வலி தருவன.

> 'நான் எல்லோரையும் என் வீட்டிற்கு வரவேற்கிறேன்.'
>
> 'ஆமா. நீங்கள் சொல்றத நாங்க நம்புறோம். போனமுறை வீட்டிற்கு வந்தபோது நன்றாகக் கவனித்தீர்களே.'

'போனமுறை' என்பதையும் 'நன்றாக' என்பதையும் வேறுவேறு வித்தியாசமான அழுத்தம் கொடுத்துப் பேசினால் எப்படி இருக்கும்? அப்படி அழுத்தம் கொடுப்பதன் மூலம் வேறு ஏதோ சொல்ல வருகிறார் என்றுதானே அர்த்தம்.

'என்ன இப்படிச் சொல்கிறீர்கள்? போனமுறை நன்றாக கவனிக்க வில்லை என்கிறீர்களா?' என்று திருப்பிக்கேட்டால் என்ன சொல்வார்? 'என்ன சார்! நன்றாகக் கவனித்தீர்கள் என்றுதானே சொன்னேன்!' என்பார்.

பிறகு ஏன் அவர் அப்படிப் புரிந்துகொண்டார்? சொன்ன முறை அப்படி. இதுதான் 'உள்நோக்கம்கொண்ட பரிமாற்றம்'. பார்ப்பதற்கு ஒருமாதிரியாகவும் புரிந்துகொள்ள வேறு மாதிரியாகவும் இருப்பவை.

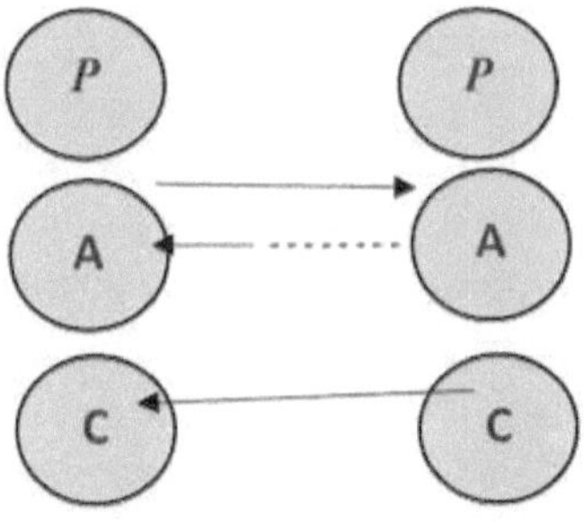

⟶ என்பது வெளித்தோற்றத்திற்குத் தெரியும் மனோ தளத்தில் இருந்து (From) ⟵┈┈ வெளித்தோற்றத்தில் தெரியும் மனோதளத்திற்கு. (To) ⟵ என்பது பதில் சொல்பவர் மனதில் இருப்பது.

•

6. ஸ்டிரோக்ஸ் – Strokes

எரிக் பெர்னின் மற்றொரு கருத்துவாக்கம், ஸ்டிரோக்ஸ். மக்களுடைய தேவைகள் காற்று, நீர், உணவுடன் முடிவதில்லை. மக்களுக்கு அங்கீகாரம் - 'ரெகக்னிஷன்' தேவைப்படுகிறது. அதற்காக ஏங்குகிறார்கள். சாதாரணமாக அல்ல. அதற்காக பசித்திருக்கிறார்கள் எனும் பொருள் பட, Recognition Hunger என்று அதைக் குறிப்பிட்டார்.

குழந்தை வளர்ப்பில் பல ஆய்வுகள் செய்த ரெனே ஸ்பிட்ஸ் (Rene Spitz) என்பவர் வெளியிட்ட கருத்துகளின் அடிப்படையில் எரிக் பெர்ன் 'ஸ்டிரோக்ஸ்' கருத்துவாக்கம் செய்தார். ஒருவருடைய பர்சனாலிட்டி முடிவாவதில் அவர்கள் இளம் பிராயம் முதல் பெற்ற ஸ்டிரோக்குகளுக்கு பங்குண்டு என்றார்.

6.1 ஆராய்ச்சி

மனிதன் ஒரு சமூக விலங்கு என்பார்கள். அவனால் மற்றவர் களுடன் பேசாமல் இருக்க முடியாது. மனிதனுக்கு மட்டுமல்ல. இப்படிப்பட்ட பிறரின் அங்கீகரிப்பு மிருகங்களுக்குக்கூடத் தேவைப்படுகிறது என்று ஆராய்ந்து கண்டுபிடித்திருக்கிறார்கள். புதிதாகப் பிறந்த விலங்குகளின் குட்டிகளை வைத்துச் செய்த ஆராய்ச்சிகள் குறித்து நீங்கள் கேள்விப்பட்டிருக்கலாம். சில சமயங்களில் நாய்க்குட்டிகளை வைத்து. வேறு சில சமயங்களில் பூனைக் குட்டிகளை வைத்து.

புதிதாகப் பிறந்த மூன்று குட்டிகளை தாயிடமிருந்து பிரித்து, வசதியான மூன்று வெவ்வேறு தொட்டில்களில் வைக்கிறார்கள். அந்தத் தொட்டில்களில் அவற்றுக்குத் தேவைப்படும் பால், தண்ணீர் மற்றும் உணவு கிடைப்பதற்கான ஏற்பாடு செய்யப் படுகிறது. அந்த மூன்று தொட்டில்களையும் தள்ளித் தள்ளி வைத்துவிட்டு, அவற்றைக் கவனித்துக்கொள்ள மூன்று நபர்களை நியமிக்கிறார்கள். அந்த மூன்று நபர்களுக்கும் என்ன செய்ய வேண்டும் என்று தெரிவிக்கப்பட்டது.

முதல் தொட்டிலை கவனித்துக்கொள்பவர் சிறிய இடை வெளிகளுக்கு ஒருமுறை தொட்டிலைத் திறந்து உள்ளே இருக்கும் பூனைக்குட்டியை எடுத்து, கைகளால், வருடிவிட்டு, கொஞ்சி விட்டு உள்ளே வைக்க வேண்டும். இப்படியாக ஒரு நாள் முழுக்க பல தடவைகள் செய்ய வேண்டும்.

இரண்டாவது தொட்டிலைக் கவனித்துக்கொள்கிறவரும் அவரது தொட்டிலை அடிக்கடி இடைவெளி கொடுத்து திறக்க வேண்டும். குட்டியைத் தூக்கக் கூடாது. ஆனால், வெளியில் இருந்தபடியே குட்டிக்கு தொந்தரவு கொடுக்கவேண்டும். குத்துதல், கிள்ளுதல், சுடுநீர் ஊற்றுதல்போல எதையாவது செய்து குட்டியை சிரமப்படுத்தவேண்டும். பிறகு தொட்டில் உள்ளே வைத்துவிடவேண்டும். இப்படியாக நாள் முழுக்க சிறிது நேரத்திற்கு ஒருமுறை என்று பலமுறை செய்யவேண்டும்.

மூன்றாவது தொட்டிலைக் கவனித்துக்கொள்கிறவர் தொட்டிலைத் திறக்கக்கூடாது. எதுவுமே செய்யக்கூடாது. அதாவது மூன்றாவது தொட்டில் குட்டிக்கு உணவு, தண்ணீர். காற்று உண்டு. மற்றபடி அதற்கு எவருடனும் எந்தத் தொடர்புமில்லை. உள்ளே வைத்ததுடன் சரி. யாரும் அதைத் தொடவோ அதனுடன் உரையாடவோ இல்லை.

இப்படியாக மூன்று நாட்கள் செய்த பிறகு அந்த மூன்று தொட்டில்களையும் ஒவ்வொன்றாகத் திறந்து குட்டிகள் எப்படி இருக்கின்றன என்று பார்க்கிறார்கள். முதல் தொட்டிலில் இருந்த பூனைக்குட்டி ஆரோக்கியமாக, மகிழ்ச்சியாக வெளிவருகிறது. இரண்டாவது தொட்டில் பூனை வெளியில் வர அஞ்சுகிறது. முகத்தில் பயமும், கொஞ்சம் வெறுப்பும். தொட்டிலுக்குள் பதுங்குகிறது. சமயத்தில் திறப்பவரைத் தாக்க முற்படுகிறது. மூன்றாவது தொட்டிலில் இருந்த பூனைக்குட்டி எப்படி வெளிவந்திருக்கும் என்று நினைக்கிறீர்கள்?

இந்த ஆராய்ச்சியைச் செய்த ஒவ்வொருமுறையும், மூன்றாவது தொட்டில் பூனைக் குட்டி அல்லது நாய்க்குட்டி, இறந்தே கிடந்திருக்கிறது. காற்று, உணவு, தண்ணீர் ஆகியவை கிடைத்தும் அவை உயிர்வாழவில்லை.

6.2 ஆராய்ச்சியின் முடிவுகள்

அன்பும் ஆதரவும் கிடைத்த பூனைக்குட்டி ஆரோக்கியமாக வளர, தொந்திரவும் வசவும் கிடைத்த பூனைக்குட்டி பயமும் கோபமும் உள்ளதாக மாற, எந்தத் தொடுதலும் கிடைக்கப் பெறாத பூனைக்குட்டிகள் உயிர் வாழவில்லை.

அன்பு, ஆதரவு நல்ல வார்த்தைகள் அன்பான தொடுதல்கள் ஆகியவற்றை ‘பாசிட்டிவ் ஸ்ட்ரோக்’ என்றும், திட்டு, அடி,

வெறுப்பு ஆகியவற்றை 'நெகட்டிவ் ஸ்டிரோக்' என்றும், தொடர்பே இல்லாமல் எதுவும் செய்யாமல் விடுவதை 'நோ ஸ்டிரோக்' என்றும் பெயரிட்டு,

- பாசிட்டிவ் ஸ்டிரொக்குகள் அவசியம்.
- நெகட்டிவ் ஸ்டிரொக்குகள் சிரமம் கொடுக்கும்.
- அதைவிட மோசம் ஸ்டிரோக்கே கொடுக்காமல் விடும் 'நோ ஸ்டிரோக்'.

என்ற முடிவுக்கு வந்தார்கள்.

இதேதான் மனிதர்களுக்கும். குழந்தைகளாக இருக்கையில் பெற்றோர் மற்றும் வேண்டியவர்கள் தூக்க, கொஞ்ச, பேச வேண்டும். அந்தத் தொடுதலும் அரவணைப்பும் குழந்தைகளாக இருக்கையில் தேவைப்படுகிறது. கிடைக்கும் குழந்தைகள் ஆரோக்கியமான குழந்தைகளாக வளர்கிறார்கள்.

வெறுப்பும், கோபமும், காட்டப்படும் குழந்தைகள் பர்சனாலிட்டி வித்தியாசமாக, 'நான் சரியில்லை' என்பதுபோலவும், 'ம்ஹூம்! இந்த உலகமும் சரியில்லை' என்பதுபோலவும் மாறிவிடுகிறது.

அனாதை ஆசிரமங்கள் போன்றவற்றில் ஆதரவின்றி சிறுவயதிலிருந்து வளரும் குழந்தைகளுக்கும் அரவணைப்பு கிடைக்காமல் போகலாம். அதனாலும் பர்சனாலிட்டி மாறுதல்கள் ஏற்படுகின்றன.

சரி, பெரியவர்கள் ஆனபின்பு அந்தத் தேவை இருக்காதா?

ஏனில்லாமல். அது இருக்கவே செய்யும். அதை மக்கள் தொடுதல் இல்லாத முறைகளிலேயே பெற்றுத் திருப்தியடை கிறார்கள் என்கிறார் பெர்ன். அந்தமுறைதான் அங்கீகாரம். அது தொடுதல் மற்றும் தொடுதல் இல்லாத வழிகளாக 'வாய் வார்த்தைகள்', 'முக பாவங்கள்' மூலம் கிடைத்தாலும் சரி.

6.3 அங்கீகாரம்

மக்களுக்கு மற்றவர்களின் அங்கீகரிப்பு வேண்டும். அது வாய் வார்த்தைகளாகத்தான் இருக்கவேண்டும் என்பதில்லை. அதே போல அங்கீகரிப்பு என்பது பாராட்டாகத்தான் இருக்கவேண்டும் என்பதில்லை.

ஒருவர் கவிதை எழுதிக்கொண்டு வந்து மற்றொருவரிடம் காட்டுகிறார். அவர் என்ன செய்யவேண்டும்? படிக்கவேண்டும். படித்தபின் பாராட்டவேண்டும். அல்லது சரியில்லை என்று சொல்லவேண்டும். மாறாக வாங்க மறுத்தால்? அல்லது வாங்கி கீழே வைத்துவிட்டு ஒன்றும் சொல்லாமல் போனால்? முகத்தைக்கூட நிமிர்ந்து பார்க்காமல், முகத்தில் எந்தவித சலனமும் இல்லாமல் போனால்?

ஸ்டிரோக்கே கொடுக்கவில்லை என்று பொருள். அதாவது கொடுத்தவரும் அந்தக் கவிதையும் ஒரு பொருட்டே இல்லை என்பதுபோல நடந்துகொள்வது. இதைத்தான் மக்களால் தாங்கிக்கொள்ள முடியாது.

நீங்கள் உங்கள் வீட்டில் இருந்து கிளம்பி அலுவலகம் வருகிறீர்கள். வேலை செய்கிறீர்கள். வீட்டிற்கு வருகிறீர்கள். வீட்டில் இருப்பவர் முதல் வெளியில் சாலையில், பேருந்தில், அலுவலக வளாகத்தில், அலுவலகத்தில், தொலைபேசிகள், கணினி மூலம் என்று எத்தனை பேருக்கு 'ஸ்டிரோக்' கொடுத்து, எத்தனை பேரிடம் இருந்து ஸ்டிரோக் வாங்குவீர்கள்.

ஏகப்பட்டது நடக்கும் அல்லவா? அதுதான் தேவை. அதனால்தான் ஸ்டிரோக் என்றால் அதையும் அங்கீகரிப்பின் ஒரு பகுதி, Unit of recognition (இருப்பை அங்கீகரித்தல்) என்றார்கள்.

இப்படி ஓர் ஆள் இருக்கிறான். அவன் ஏதோ செய்கிறான் என்று ஏற்றுக்கொள்வதுதான் இருப்பை அங்கீகரித்தல்.

6.4 வகைகள்

ஸ்டிரோக்குகள் ஐந்து வகைப்படும்.

- இரண்டு வகை பாசிட்டிவ் ஸ்டிரோக்குகள் - நிபந்தனைகளற்ற மற்றும் நிபந்தனைகளுடனான - Conditinal Positive & Unconditional Positive Strokes

- இரண்டு வகை நெகட்டிவ் ஸ்டிரோக்குகள் - நிபந்தனைகளற்ற மற்றும் நிபந்தனைகளுடனான- Conditional Negative & Unconditional Negative Strokes

- ஒரே வகை நோ ஸ்டிரோக் - No Stroke

6.4.1 பாசிட்டிவ் ஸ்டிரோக்ஸ்

பாசிட்டிவ் ஸ்டிரோக்ஸ் பெறுகிறவர்களுக்கு மகிழ்ச்சி. இது இரண்டுவகைப்படும்.

முதலாவது கண்டிஷனல் ஸ்டிரோக். தமிழில் நிபந்தனை களுடனான என்று சொல்லலாம்.

ஒருவர் பேச்சு நன்றாக இருந்ததற்காக கைதட்டினால், அது இந்தவகையில் வரும். கைதட்டல் என்பது பாசிட்டிவ் ஸ்டிரோக். பேச்சு நன்றாக இருந்ததால் வழங்கப்பட்டது. அதனால் அது நிபந்தனையுடனானது. பேச்சு நன்றாக இருந்திராவிட்டால் கைதட்டல் கிடைத்திருக்காது.

பேச்சாளர் ஹாலுக்குள் வரும்போதே, அவரைப் பார்த்து புன்னகைப்பது, 'வாருங்கள், நலமா?' என்று கேட்பதும், பாசிட்டிவ் ஸ்டிரோக்குகள்தான்.

புன்னகைப்பதில் சொற்கள் இல்லை. அதனால் அது 'நான்-வெர்பல்'. மேலே பார்த்த கைதட்டலும் 'நான்-வெர்பல்' பாசிட்டிவ் ஸ்டிரோக்குதான்.

'வாருங்கள், நலமா?' என்று கேட்டது சொற்கள் தொடர்பான 'வெர்பல்' பாசிட்டிவ் ஸ்டிரோக்.

இரண்டாவது நிபந்தனைகள் அற்றது - 'அன்-கண்டிஷனல்' பாசிட்டிவ் ஸ்டிரோக்கு.

பேச்சாளர் ஏதும் செய்யவில்லை. இன்னும் பேச ஆரம்பிக்க வில்லை. பார்த்தவுடனேயே புன்னகைப்பது, விசாரிப்பது போன்றவை நிபந்தனைகள் அற்றது. அவர் இருப்புக்கே வழங்கப்பட்ட ஸ்டிரோக்.

முன்பு பார்த்த பூனைக்குட்டிகள் சோதனைகளில் குட்டிகள் ஏதும் செய்யவில்லை. ஆனாலும் முதல் தொட்டியில் இருந்த குட்டிக்கு அவ்வப்போது வழங்கப்பட்ட கொஞ்சல், வருடல் எல்லாம் நிபந்தனைகள் அற்றது.

'நீ நல்ல மார்க் எடுத்துவிட்டாய். இந்தா உனக்கு தனி கம்பியூட்டர்' என்பது பாசிட்டிவ் ஆனால் கண்டிஷனல் - நிபந்தனைகளுடனானது. நான் வெர்பல்.

'வாடா தங்கம். உனக்குப் பிடிக்குமென்று செய்தேன். இந்தா இனிப்பு சாப்பிடு' என்பது பாசிட்டிவ் அன்-கண்டிஷனல் ஸ்டிரோக். இது வர்பல் (தங்கம்) மற்றும் நான் வெர்பல் (இனிப்பு தருதல்).

6.4.2 நெகட்டிவ் ஸ்டிரோக்

இதுவும் பாசிட்டிவ் போன்றே இருவகைப்படும். நிபந்தனை களுடனான மற்றும் நிபந்தனைகளற்ற 'நெகட்டிவ் ஸ்டிரோக்ஸ்'.

'கொட்டிக்க வந்திட்டியா... இன்னும் சாப்பாடு ரெடி ஆகலை' என்பது நெகட்டிவ் ஸ்டிரோக். நிபந்தனைகளற்றது (அவன் ஏதும் செய்யவில்லை). வெர்பல் (சுடும் வார்த்தைகள்).

'நீ வகுப்புக்கு தாமதமாக வந்திருக்கிறாய். வகுப்புக்கு வெளியில் நில்' என்பது 'நெகட்டிவ்' (தண்டணை தருவதால்). காரணம் இருப்பதால். 'கண்டிஷனல்'. நான்-வெர்பல்.

6.4.3 நோ ஸ்டிரோக்

வீட்டிற்குள் நுழையும் மகனை நிமிர்ந்துகூடப் பார்க்கவில்லை என்றால், ஏதும் பேசவில்லை என்றால், தன் போக்கில் செய்தவேலையைத் தொடர்ந்து செய்தால் - அவன் வருகையை, அவனை ஒரு பொருட்டாகவே கருதவில்லை. நெகட்டிவும் இல்லை. பாசிட்டிவும் இல்லை. அதனால் இது நோ ஸ்டிரோக்.

நெகட்டிவிற்காவது பதில் சொல்லலாம். சண்டை போடலாம். இதற்கு என்ன செய்ய? நான் என்ன அவ்வளவு மட்டமா? என்னை ஏன் இவ்வளவு உதாசீனம் செய்கிறார்கள் என்று அவனுக்கு உள்ளே பொங்கும்.

முன்பு பார்த்த கவிதைக்கான நோ ஸ்டிரோக்கையும் இங்கே நினைவுபடுத்திக்கொள்ளலாம்.

வகுப்பிற்கு தாமதமாக வரும் மாணவனைக் கண்டிக்கவில்லை. ஏன் என்று கேட்கவில்லை. ஒன்றும் சொல்லாமல் ஆசிரியர் அவர் போக்கில் பாடம் நடத்துவது, நோ ஸ்டிரோக்.

நல்ல மதிப்பெண் எடுத்த மகன், ஆசையாகக் கொண்டுவந்து காட்டும் 'பிராகரஸ் ரிப்போர்ட்டை' வாங்கிப் பார்க்காமல், 'அப்படி வைத்துவிட்டுப் போ' என்றூ அப்பா சொன்னால்,

நல்ல மார்க் என்று மகன் சொன்ன பிறகும் ஏதும் சொல்லாமல் தொடர்ந்து அவர் செய்ததையே செய்துகொண்டிருந்தால், அவையெல்லாம் 'நோ ஸ்டிரோக்'குகள்.

6.4.4 குறியீடுகள்

ஸ்டிரோக்குகளுக்கு அவற்றை உருவாக்கிய ஸ்பிட்ஸ் குறியீடுகள் கொடுத்திருக்கிறார்.

+	அன்- கண்டிஷனல் பாசிட்டிவ் ஸ்டிரோக்கு
−	அன்-கண்டிஷனல் நெகட்டிவ் ஸ்டிரோக்கு
⊕	கண்டிஷனல் பாசிட்டிவ் ஸ்டிரோக்கு
⊖	கண்டிஷனல் நெகட்டிவ் ஸ்டிரோக்கு
○	நோ ஸ்டிரோக்கு

	கண்டிஷனல்	அன்-கண்டிஷனல்
+ பாசிட்டிவ் ஸ்டிரோக்கு	⊕ எதையோ செய்ததற்கு	+ வெறும் இருப்பிற்கே
− நெகட்டிவ் ஸ்டிரோக்கு	⊖ எதையோ செய்ததற்கு	- - வெறும் இருப்பிற்கே

6.4.5 ஸ்டிரோக் பாட் (*Stroke Pot*)

மக்கள் அனைவருமே ஸ்டிரோக் கொடுப்பவர்களாகவும் பெறுகிறவர்களாகவும் இருக்கிறோம். கொடுப்பது நம் கையில் இருக்கிறது. எவ்வளவு வேண்டுமானாலும் எந்தவகையானது வேண்டுமானாலும் கொடுக்கலாம். ஆனால் பெறுவது நம் கையில் இல்லை.

அதிகமான அன்-கண்டிஷனல் பாசிட்டிவ் ஸ்டிரோக் கொடுப்பவர்களை மக்கள் வரவேற்பார்கள், விரும்புவார்கள்.

ஏராளமான அன் கண்டிஷனல் நெகட்டிவ் ஸ்டிரோக் கொடுப்பவர்களை சிடுமூஞ்சி, கடுகடுப்பானவன், எப்போதும் குறைசொல்வான் என்று ஒதுக்குவார்கள், விரும்ப மாட்டார்கள்.

கண்டிஷனல் பாசிட்டிவ் ஸ்டிரோக், அன்பையும் நெடுநாள் நட்பையும் பெற்றுத்தரும். கண்டிஷனல் நெகட்டிவ் ஸ்டிரோக் கொடுப்பவர்மீது உரிய பயமும் மரியாதையும் இருக்கும்.

ஒருவர் பெறும் மொத்த ஸ்டிரோக்குகளின் அளவு 100 என்றால், அதில்,

65 வரை அன்-கண்டிஷனல் பாசிட்டிவ் ஆகவும்

20 கண்டிஷனல் பாசிட்டிவ் ஆகவும்

10 கண்டிஷனல் நெகட்டிவ் ஆகவும்

5 நோ ஸ்டிரோக்காவும்

இருக்கும் பட்சம் அவர் வளர்ச்சி நன்றாக இருக்கும். இதே அளவுகளில் நம் குழந்தைகளுக்கும் மாணவர்களுக்கும், கீழ் பணிபுரிகிறவர்களுக்கும் கொடுக்கலாம். ஏன் 5 நோ ஸ்டிரோக் என்ற கேள்வி வரலாம். எல்லா நேரமும் எல்லோரும் நம்மை கவனிக்க மாட்டார்கள். அதற்கு பழகிக்கொள்வதற்காகவே இந்த 100ல் 5 என்கிற அளவு.

குடும்பங்களிலும் நிறுவனங்களிலும் மக்களுக்கு நாம் ஸ்டிரோக்குகள் கொடுக்கிறோம். அவற்றில் பாசிட்டிவ் ஸ்டிரோக்குகளை பலர் முன்னிலையில் கொடுத்தால் அதற்கு மதிப்பு அதிகம். தனிமையிலும் கொடுக்கலாம்.

அதேபோலத்தான் நெகட்டிவ் ஸ்டிரோக்குகளுக்கும் கொடுக்கும் இடம், நேரம், பொருத்து மதிப்பும் தாக்கமும் மாறும். பொதுவாக கண்டிஷனல் நெகட்டிவ் ஸ்டிரோக்குகளை எச்சரிக்கையுடன் கையாளவேண்டும். அதற்கான சில வழிமுறைகள் கீழே.

நெகட்டிவ் ஸ்ட்ரோக் கொடுப்பதற்கான ஒரு சில வழிகாட்டுதல்கள்.

1. தனி நபரை விமர்சிக்கவேண்டாம். பந்தை அடிக்கவேண்டும். பந்து வீசுபவரை அல்ல.

2. உடனடியாக கொடுக்கவேண்டும். பல வாரங்கள் மாதங்கள் போனபின் அல்ல.

3. மற்றவர் முன்பாக அல்ல. தனிமையில்.
4. நேரடியான தகவல் அடிப்படையில் மட்டுமே. கேட்டது, காதில் விழுந்தவை வைத்தல்ல.
5. எது சரியில்லை எனக் குறிப்பாகச் சொல்லவேண்டும். பொதுவாக அல்ல.
6. ஏற்கெனவே தெரிவித்த விமர்சனத்தை மீண்டும் மீண்டும் வைக்கவேண்டாம்.
7. விமர்சனம் செய்வதோடு நில்லாமல், அதன் விளைவு களையும் எடுத்துச் சொல்லவேண்டும்.
8. இனி எப்படித் தவிர்ப்பது என்பது குறித்து பேசி ஒரு முடிவுக்கு வந்தால் பெரும் உதவி.
9. அடிக்கடி பாராட்டு பெறுகிறவர்களுக்கு தாராளமாகக் கொடுக்கலாம். தாங்குவார்கள். பாராட்டே பெறாதவர் களுக்கு அதிகம் தாங்காது. கொஞ்சமாகக் கொடுங்கள்.

•

7. டைம் ஸ்டிரக்சரிங் (Time Structuring)

மக்கள் மற்றவர்களுடன் எப்படி எந்தெந்த விதங்களில் நேரம் செலவு செய்கிறார்கள் என்பது குறித்து எரிக் பெர்ன் ஆராய்ந் திருக்கிறார். அவர் சொன்ன தியரிதான் 'டைம் ஸ்டிரக்சரிங்'. இதில் மொத்தம் 6 வழிமுறைகள் இருக்கின்றன. இவற்றைத் தனித்தனி நிலைகளாகவும் பார்க்கலாம்.

7.1 விலகி இருத்தல் (வித்டிராவல்):

எதற்கு வம்பு என்று மற்றவரிடமிருந்து தள்ளியே இருக்கும் வழி. உடல் ரீதியாக அல்லது மனம் மற்றும் உணர்வு ரீதியாக தள்ளியிருத்தல். 'என்னடா எதும் பேச மாட்டேங்குற, சிரிக்க மாட்டெங்குற!' என்று கேட்கும் அளவுக்கு கலந்து கொள்ளாமல் இருப்பது. தேவையானதைக் காட்டிலும் குறைவான பதில்கள் சொல்வது. சுருக்கமாகச் சொல்வது. பெரிதாக மறுவினையாற்றாமல் இருப்பது. சில சமயங்களில் இப்படி இருப்பதும் அவசியமாகிறது. ஆனால் சிலரால் முடியாது. எல்லாவற்றிலும் தலையிடுவார்கள், ஆலோசனை சொல்வார்கள். சிலரால் எதிலும் கலந்துகொள்ள முடியாது. ஒரேயடியாக தள்ளி இருப்பார்கள்.

7.2 சம்பிரதாயம் (ரிட்சுவல்ஸ்)

சம்பிரதாயமான பேச்சுக்கள் பேசுவது. அவற்றை மட்டும் பேசுவது. சம்சாரம் அது மின்சாரம் படத்தில் விசு சொல்லி லட்சுமி பேசுவாரே, அதுபோல. 'நாங்க சௌக்கியம். நீங்க சௌக்கியமா?' என்று மட்டும் விசாரித்துக்கொண்டு மற்றவர்களிடம் இருந்து தள்ளியே இருப்பது. அளவோடு பேசுவது. ஏனென்றால், ஏன். அவ்வளவுதான். 'பார்டி' விழாக்கள், வீட்டு விசேஷங்களின்போது பல புதியவர் களுடன் அறிமுகம் ஆகும்போது பேசும் விதம். மேலோட்டமாக மட்டும்.

7.3 செயல்பாடுகள் (Activities)

அதிக ரிஸ்க் எடுக்காமல் சின்னச்சின்ன 'பாசிட்டிவ் ஸ்டிரோக்ஸ்' வாங்கும் செயல்கள் செய்வது. அலுவலக மீட்டிங்குகள், விளையாட்டுகள், உடன் வேலை செய்வது இப்படி. வீட்டில் இருப்பது, வீட்டில் வேலைகள் செய்வது போன்றவையும். இந்த நேரத்தில் பெரிய உணர்வுபூர்வமான பேச்சுக்கள் இருக்கலாம். இல்லாமலும் போகலாம்.

7.4 பாஸ்டைம்ஸ்: (Pastimes)

இருதரப்பும் அதிக ரிஸ்க் இல்லாத விஷயங்கள் (மட்டும்) பேசுவது. வானிலை, மழை, போக்குவரத்து போன்ற பொதுவான அதிகம் முக்கியமில்லாத விஷயங்களைப் பேசுவது. உரையாடலை ஓர் எல்லைக்குள் முடித்துக் கொள்வது. அரசியல், மதம், ரசனைகள் போன்ற சிக்கல் தரும் விஷயங்களைத் தவிர்த்து விடுவது.

7.5 சைக்கலாஜிக்கல் கேம்ஸ்: (Psychological Games)

எவராவது ஒருவரை பிடித்துக்கொண்டு அவரிடம் கொஞ்ச நேரம் செலவிடுவது. அதன் முடிவில் இருவருக்கும் பெரிய பலன் இருக்காது. இருவருமே வெளிப்படையாக அல்லது உண்மையாக இல்லை. தெரிந்தே 'பாதுகாப்பான' உரையாடல் நடத்துகிறார்கள்.

7.6 இண்டிமசி: (Intimacy)

இதுதான் வெளிப்படையான நேர்மையான உறவாடல்.

உரையாடல். இதில் 'கேம்ஸ்' இல்லை. உரையாடும் இருவரும் தாராளமாக, சுதந்தரமாக அச்சமின்றி, உள்நோக்கமின்றிப் பேசுவார்கள். இதுதான் அனைவரும் விரும்புவது. ஆனால், இதில் ரிஸ்க் அதிகம். பாசிட்டிவ் ஸ்டிரோக் கிடைக்காமல் போகலாம், மேலும் நெகட்டிவ் கிடைத்தாலும் கிடைக்கும். ஈகோ அடிபடலாம்.

எல்லோருக்கும் ஸ்ட்ரோக்ஸ் கட்டாயம் வேண்டும். அதைப் பெற வெளிப்படையாக முயற்சித்தால் கிடைக்காமல் போகலாம். அப்படி முயற்சிக்கப் போக, சிக்கல்கள்கூட வரலாம். அதற்குப் பயந்து பிரச்னை வராத வழிகளில் மக்கள் ஸ்டிரோக்குகள் பெற முயற்சி செய்வார்கள். அதற்கு சில வழிகளை கடைப்பிடிக்கிறார்கள். அவற்றைத்தான் TAவில் 'டைம் ஸ்டிரக்சரிங்' என்று பெயர் கொடுத்திருக்கிறார்கள்.

இந்த ஆறையும் ஆறு நிலைகள் என்றும் சொல்லலாம். 'வித்டிராவல்' என்கிற விலகியிருத்தலை ஆரம்பநிலையாகக் கொண்டால், மிகவும் நெருங்கி ஒருவருடன் வெளிப்படையாகப் பேசுவது, 'இண்டிமசி' நிலை.

ஒவ்வொருவருமே இந்த ஆறு விதங்களிலும் நேரம் செலவழிக்கிறோம். பெரும்பாலானவர்கள் எதில் எவ்வளவு நேரம் செலவு செய்கிறார்கள் அல்லது எந்தவிதமாக நடந்துகொள்கிறார்கள் என்று பார்த்திருக்கிறார்கள்.

•

8. மக்கள் விளையாடும் 'மன' விளையாட்டுகள் – கேம்ஸ் பீப்பிள் பிளே

இது குறித்து எரிக் பெர்ன் ஒரு முழு புத்தகமே எழுதியிருக்கிறார்.

ஒவ்வொருவருக்கும், மக்கள் தன்னை விரும்பவேண்டும், தன்மேல் பரிதாபப்படவேண்டும், தன்னை நம்பவேண்டும், தனக்கு உதவவேண்டும் என்பது போன்ற பல தேவைகள் இருக்கும். சிலர் அந்தத் தேவையை வெளிப்படையாக வெளியே சொல்வதில்லை. சொல்லக் கூச்சம், தயக்கம். ஆனாலும் அந்தத் தேவை இருக்கிறது. அதை நிறைவேற்றிக்கொள்ளவேண்டும். அதற்காக சாமர்த்தியமாக குறிப்பிட்ட சில விதங்களில் உரையாடுவார்கள். அந்த உரையாடல் மூலம் அவர்கள்

விரும்பியது கிடைக்கப்பெற்று திருப்தியடைவார்கள். பல சமயங்களில் அப்படி நடந்துகொள்வதால் அது ஒரு 'பாணி' ஆகவே ஆகிவிடும். அதுதான் விளையாட்டு. பெர்ன் சொல்லும் கேம்.

8.1 எஸ், பட் (Yes - But) என்று ஒரு கேம்.

ஒருவர் தனக்கு ஒரு பிரச்னை இருப்பதாகச் சொல்ல, உடன் இருப்பவர் அதற்கு ஓர் ஆலோசனை சொல்வார். பிரச்னையைச் சொன்னவர் அந்த ஆலோசனையை எப்படி அவரால் நடைமுறைப்படுத்த முடியாது என்று விளக்குவார். அவருக்கு மீண்டும் வேறு ஓர் ஆலோசனை சொல்லப்படும். அதையும் மறுப்பார். மூன்றாவது ஆலோசனையும் தனக்கு ஒத்து வராது என்பார். நான்காவது ஆலோசனை யதார்த்தமானது அல்ல என்பார்.

இப்படியாக தனக்கு ஒரு பிரச்னை இருப்பதாகச் சொல்லி, அதை தீர்க்க பிறர் தெரிவிக்கும் ஆலோசனைகள் அத்தனையையும் தவிர்த்துக்கொண்டே வருவது. இது சிலர் விளையாடும் ஒரு விதமான விளையாட்டு. 'நீங்கள் சொல்வது சரிதான் (எஸ்). ஆனால் (பட்) அது எனக்கு ஒத்துவராது' என்பது சிலர் ஆடும் கேம்.

இப்படிப்பட்ட விளையாட்டுக்களை ஆரம்பிக்கிறவர்களுக்கு அவர்களுக்கு தேவைப்படுவது கிடைத்துவிடுகிறது. காரணம், அவர்களது தேவை ஆலோசனை அல்ல. அவர்கள் எதிர்பார்ப்பது, பச்சாதாபம். அவர்கள் நிலையைப் பார்த்து மற்றவர்கள், அய்யோ பாவம். உனக்கு எவ்வளவு சிரமம் என்று சொல்லவேண்டும். அதை நேரடியாகக் கேட்காமல் அதற்காக அவர்களையறியாமல் அல்லது தெரிந்தே இப்படி 'கேம்' ஆடுவார்கள்.

இப்படியாக மக்கள் விளையாடும் பல விளையாட்டுகள் உள்ளன. 'எஸ்-பட்' போலவே எரிக் பெர்ன் தெரிவிக்கும் வேறு சில விளையாட்டுக்கள்:

நீ ஏன் இதைச் செய்யக்கூடாது? 'கரெக்ட்தான்.. ஆனால்'

'உனக்காகத்தான் இதைச் செய்தேன்'

'எனக்கு மட்டும் ஏன் எப்போதும் இப்படி நேர்கிறது'

'உன்னால நான் என்னவெல்லாம் செய்யவேண்டியிருக்கு பாரு'

'நீ என்னை இதில் இழுத்து விட்டுவிட்டாய்'

'பார். நான் எப்படி முயன்றேன்.'

'நான் உனக்கு உதவுவதற்காக முயற்சிக்கிறேன்.'

'உன்னை எப்படிப் புடிச்சேன் பாத்தியா. திருட்டுப்பயலே.'

தன்னிடம் யாரோ தவறாக நடந்துகொள்வதாக அடிக்கடி முறையிடுவது சிலர் ஆடும் மற்றொரு விளையாட்டு (தமிழ் பிக் பாஸ்-3 நிகழ்ச்சியில் ஒரு பங்கேற்பாளர் மற்றொரு பங்கேற்பாளர்மீது இப்படி புகார் கொடுத்தார்).

•

1990களில் நான் வேலை செய்த அலுவலகத்தில் நேரில் பார்த்த நிகழ்வு இது. கிட்டத்தட்ட ஒரு எஸ்-பட் கேம்தான்.

ஓர் அலுவலகம். அங்கே திரு வாசுதேவன் என்று ஒரு மேலாளர். சந்தானகிருஷ்ணன் என்று மற்றொரு மேலாளர். சந்தான கிருஷ்ணன் அறுபது வயதை நெருங்கிக்கொண்டிருந்தவர். வயதானவர். அவர் அந்த அலுவலக அறையில் இருந்து எழுந்து இயற்கை உபாதையைத் தீர்த்துக்கொள்ள அவசரமாக போகிறார். அவர் போகிற வழியில் வாசுதேவன் அவர்களின் மேஜை. அங்கே வாசுதேவன் உட்கார்ந்திருக்கிறார்.

அவசரமாக போய்க்கொண்டிருந்த சந்தானகோபாலனிடம் 'ஒரு நிமிடம்' என்பதுபோல சைகை காட்டி அவரை நிறுத்துகிறார் வாசுதேவன். மரியாதை காரணமாக நின்ற சந்தானகோபாலன், 'என்ன?' என்று கேட்கிறார்.

'உங்ககிட்ட ஒண்ணு கேட்கணும்' என்கிறார் மெதுவாக. வாசுதேவன் சொன்னது காதில் விழாததால், வாசுதேவன் முகத்தருகே குனிந்து 'என்ன?' என்று கேட்கிறார் சந்தான கோபாலன்.

ஒரு குறிப்பிட்ட நபரின் பெயரைச் சொல்லி அவர், 'சமூக சேவைக்காக பணம் சேகரிக்கிறார். கொடுக்கலாம் என்று நினைக்கிறேன். நீங்கள் என்ன நினைக்கிறீர்கள்?'

'நிச்சயமாக. அவசியம் கொடுங்கள். நல்ல காரியம்'

சொல்லிவிட்டுக் கிளம்ப எத்தனிக்கிறார் சந்தானகோபாலன். உடனே வாசுதேவன், சத்தமான குரலில்,

‘நோ. நோ. இப்படி யார் கேட்டாலும் விவரம் தெரிந்து கொள்ளாமல் கொடுக்கலாமா? கொடுக்கும் பணத்தை அவர்கள் சேவைக்குத்தான் பயன்படுத்துவார்கள் என்பது என்ன நிச்சயம்?’ என்று கேட்கிறார்.

சந்தானகோபாலன் முகத்தில் குழப்பம். சுதாரித்துக்கொண்டு, ‘அதுவும் சரிதான். நீங்கள் சொல்வதுபோல யோசித்துதான் கொடுக்கவேண்டும்’ என்று சொல்லிவிட்டு கிளம்ப முயற்சிக்கிறார். வாசுதேவவன் விடவில்லை.

‘என்ன நீங்க! ஒருத்தர் நல்ல காரியத்துக்காக பணம் சேகரித்தால் அவரைச் சந்தேகப்படுவது சரியா?’ என்கிறார்.

சந்தானகோபாலன் முகத்தில் அதிர்ச்சி. மேலும் அவசரமாகப் போக வேண்டும். அதுவேறு அவரைத் தொந்தரவு செய்துகொண்டிருந் திருக்கவேண்டும்.

‘இதுவும் கரெக்டுதான். நமக்கு என்ன கொடுத்துட்டுப் போறோம். அது அவன் பொறுப்பு. தப்பு செஞ்சா, அவனுக்கு தண்டனை கிடைக்கும்’ என்று சொல்லிவிட்டு வேகமாக இரண்டடி எடுத்து வைக்கிறார்.

அப்போது வாசுதேவன் தன் இருக்கையில் இருந்து எழுந்து எட்டி நகர்ந்த சந்தானகோபாலன் கையைப் பிடித்துக்கொண்டு,

‘நம்மள மாதிரி ஆளுங்க இப்படி விசாரிக்காம கொடுக்கப் போய்த்தான் சிலர் இப்படி தப்பா பணம் சம்பாதிக்கிறாங்க. நாம் என்கரேஜ் செய்யலாமோ!’ என்றார்.

பாவம் சந்தான கோபாலன். இனி அவரால் என்ன பதில் சொல்லமுடியும்!

இது வாசுதேவன் ஆடும் ஒரு விளையாட்டு. அதில் சந்தானகோபாலன் இழுக்கப்பட்டு அவரும் ஆமோதித்து விளையாடுகிறார். இல்லாவிட்டால், ‘என்ன இப்படி மாற்றி மாற்றிப் பேசுகிறீர்கள்?’ என்று கோபித்திருப்பார். அப்படிச் செய்யவில்லை. இணக்கமாகவே பதில் சொல்லியிருக்கிறார்.

வாசுதேவனுக்கு உண்மையில் சந்தானகோபாலனின் அபிப்பிராயமோ யோசனையோ தேவையில்லை. ஏதோ முக்கியமாக ஆலோசனை கேட்பதுபோல சும்மா கொஞ்ச நேரம் ‘விளையாடுகிறார்’.

'கேம்ஸ்' போலியானவை. இதில் உரையாடல்கள் இணக்க மாகவே (காம்பிளிமெண்டரி) நடக்கும். பெற்றோர் மனோ தளத்திலிருந்து குழந்தை மனோ தளத்திற்கு நடப்பதுபோல. வாலிப மனோதளத்தில் இருந்து பக்குவ மனோதளத்திற்கு நடப்பதுபோல.

மேலோட்டமாகப் பார்த்தால் பிரமாதமாக ஆர்வமாக கேட்பதுபோல இருக்கும். இன்னொருவர் அவர்களுக்கு பலனுள்ள பதில் சொல்வதுபோல இருக்கும். இது ஒரு கேம் என்று பார்ப்பவர்களுக்குத் தெரியாது.

இந்த விளையாட்டுக்கள் எல்லாம் 'ஸ்டிரோக்ஸ்' பெற பயன்படுத்தப்படும் குறுக்கு மற்றும் சுலப வழிகள். சிலர் ஆலோசனை கேட்டுக்கொண்டே இருப்பார்கள் ஆனால் எல்லாவற்றுக்கும் ஏதாவது காரணம் சொல்லி தனக்கு ஒத்துவராது என்று நிராகரிப்பார்கள். ஆலோசனை சொன்னவரை ஆயாசம் ஆக்குவார்கள். அவர்களுடைய தேவை அந்தப் பிரச்னைக்கான தீர்வல்ல. பச்சாதாபம் மற்றும் அவர்கள் நிலைக்கு அங்கீகாரம். அவ்வளவுத்தான்.

8.2 'கேம்'களின் விளைவுகள்

கேட்போருக்கு சொல்பவருக்கு ஸ்ட்ரோக் கிடைக்கிறது என்பதெல்லாம் சரி, அவர்கள் சும்மா இருக்கும் நேரத்தை எப்படி எல்லாம் செலவழிப்பார்கள். தொலைபேசியில் உணவகங்களில் பேருந்து நிறுத்தங்களில் மக்கள் கூடும் இடங்களில் பேசிக் கொண்டிருப்பது. இதுவே அவர்களுக்கு தேவை பூர்த்தியாகி விடுகிறது. இது மாதிரி கேம்களில் மூன்று கதாபாத்திரங்கள் உண்டு. அடிப்பவர்; காப்பாற்றுபவர்; காயப்படுபவர்.

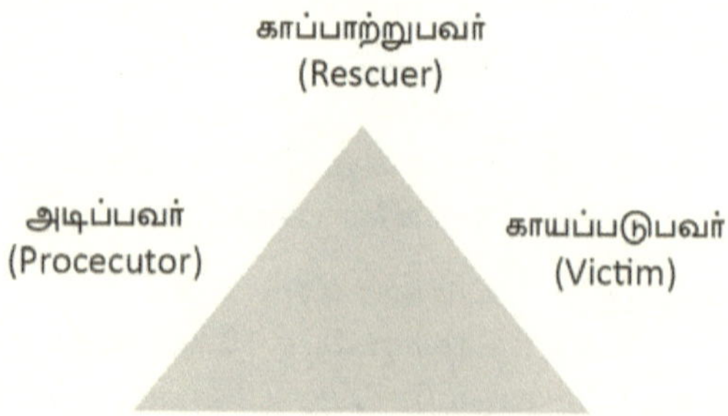

Drama triangle

பள்ளி, கல்லூரி, வழிபாட்டு இடங்கள், சமூக அமைப்புகள், குடும்பங்கள், அலுவலகம் என்று எல்லா இடங்களிலும் இந்த கேம்ஸ் நடப்பதைப் பார்க்கலாம்.

குடிகார சத்தியமூர்த்தி ஹிந்துஸ்தான் மோட்டார்ஸ் விக்டிம். பழக்கத்துக்கு அடிமை. அதனால் அசிங்கம், மற்றவர்களின் புறக்கணிப்பு, உடல்நலம் கெடுதல், போலீசாரிடம் மாட்டுதல் என்று பல விதங்களில் சிரமத்துக்குள்ளாவார். ஆனாலும் அதை தொடர்ந்து செய்வார். காரணம் அது அவருக்குத் தேவை.

சமூக சேவகர் காப்பாற்றுபவர். தன்னுடைய நேரத்தையும் பணத்தையும் 'விக்டிம் ' சத்யமூர்த்திக்காக தாராளமாக செலவு செய்வார். அது அவருடைய தேவை.

சமூக சேவகர் என்ன செய்தும், எடுத்துச் சொல்லியும் சத்திய மூர்த்தி தொடர்ந்து செய்வதையே செய்துகொண்டிருக்க, ஒரு கட்டத்தில் எரிச்சலுற்று சத்தியமூர்த்தியை வெளிப்படையாக திட்டி, கோபித்து, அதன் மூலம் தண்டிப்பார். அந்த நேரம் அவர் கண்டிப்பவர் (பிராசிக்கூட்டர்) ஆக மாறிவிடுவார்.

இதனால் காயப்பட்ட விக்டிம் சத்தியமூர்த்தி, இப்பொழுது சமூக சேவகரை 'அட்டாக்' செய்வார். எப்படித் தெரியுமா? தன்னைத்தானே காயப்படுத்திக்கொண்டு! பயங்கர கலாட்டா செய்வார். இதன் காரணமாக 'ரெஸ்கியூவர்' ஆன சமூக சேவகர் 'விக்டிம்' (பாதிக்கப்பட்டவர்) ஆகிவிடுவார்.

இப்படியாக இந்தப் பாத்திர மாற்றங்கள் முடிவில்லாமல் தொடர்ந்து நடக்கும். இதுவும் ஒருவகை 'கேம்' தான்.

•

அடுத்து நாம் பார்க்கப் போகும் எனியகிராம் (Enneagram) என்ற ஆளுமையைக் கண்டறியும்முறை மிகவும் பழைமையான முறை. அமெரிக்காவில் 'ஆளுமை'பற்றிப் பேசப்படுவதற்கு முன்பே யோசிக்கப்பட்ட முறை. நூறு, இருநூறு ஆண்டுகளுக்கு முன்பு அல்ல. ஆயிரம், இரண்டாயிரம் ஆண்டுகளுக்கு முன்பாகவே!

6. எனியகிராம் - ஓர் இனிய அறிமுகம்!

1. என்ன? எங்கிருந்து? எப்படி?

'எனியகிராம்' என்பது ஒருவருடைய ஆளுமையை நிர்ணயிக்கும்முறை. பழைமை யானது, துல்லியமானது என்பது இதன் சிறப்பு.

எனியகிராம் என்றால் என்ன?

எனிய (Ennea) என்கிற வார்த்தை, கிரேக்கத்தில் இருந்து வந்தது. எனியாஸ் (Enneas) என்றால், கிரேக்க மொழியில் ஒன்பது என்று பொருள். கிராம் என்கிற வார்த்தை கிராமா (Gramma) என்கிற சொல்லில் இருந்து வந்தது. கிராமா (Gramma) என்றால், 'எழுதி வைத்திருப்பது' என்று பொருள்.

எனியகிராம் என்பது, ஒன்பது முனைகளை உடைய ஒரு நட்சத்திரத்தின் படம்.

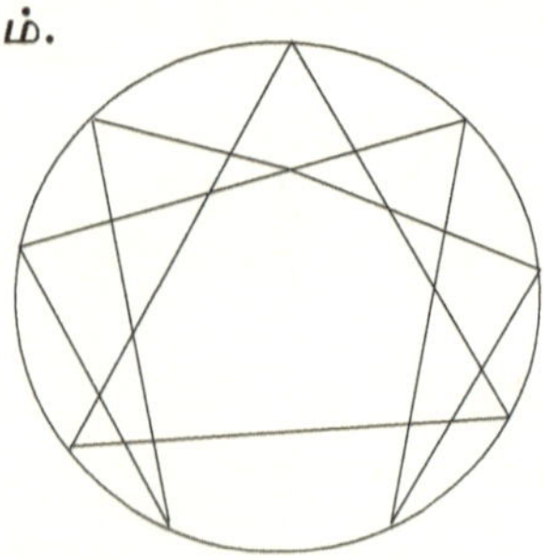

அது என்ன ஒன்பது முனைகள்?

எனியகிராம் மனிதர்களை அவர்களுடைய எண்ணங்கள், நடவடிக்கைகள், குணாதிசயங்களை வைத்து, ஒன்பது வகை களாகப் பிரிக்கிறது.

உலகில் உள்ள மக்கள் அனைவருமே, இந்த ஒன்பது வகைகளில், ஏதாவது ஒன்றில் (ஒன்றில் மட்டும்தான்) நிச்சயமாகப் பொருந்து வார்கள். அப்படிப் பார்த்தால், உலகில் உள்ள சுமார் 750 கோடி மனிதர்களில், ஒவ்வொரு வகையிலும் சராசரியாக சுமார் 83 கோடி பேர் இருப்பார்கள். அப்படியானால், உலகில் 83 கோடி பேர் ஒரே வகையைச் சேர்ந்தவர்கள்தான்.

வகை என்னவோ ஒன்றாக இருக்கலாம். ஆனால், அந்தவகை யில் ஒவ்வொருவரிடமும் சிறு சிறு வித்தியாசங்கள் இருக்கும். 'ஒரே ஆளுமை வகையில், பலகோடி மக்கள் இருக்கலாம். ஆனாலும் ஒவ்வொருவரும் தனித்தனிதான். அவர்களுடைய ஆசைகள், கனவுகள், அனுபவங்கள், முதலியவை மாறுவதால், அவர்களின் உலகை எதிர்கொள்ளும் வழிகளும் வித்தியாசப் படும்' - இதுதான் எனியகிராம் சொல்லும் விளக்கம்.

ஒருவர் தன் வாழ்க்கை முழுதும், ஒரே ஆளுமை வகையைச் சேர்ந்தவராகத்தான் இருப்பார்; அதிலிருந்து அவரால் மாறவே முடியாது என்பது எனியகிராமின் அடிப்படைக் கருத்து.

எனியகிராமில் உள்ள ஒன்பது ஆளுமைகளுக்கும் தனித்தனியே பெயர் எதுவும் கொடுக்கப்படவில்லை. அதற்குப் பதில், ஒவ் வொரு ஆளுமைக்கும் தனித்தனி எண்கள் கொடுத்திருக்கிறார் கள். ஒன்பது வகையினருக்கும், ஒன்பது எண்கள்.

ஒன்றில் இருந்து ஒன்பது வரை எண்கள்தான், வகைகளுக்குப் பெயர்.

இந்த ஒன்பது வகையினரும் எப்படியிருப்பார்கள், பழகுவார் கள், பேசுவார்கள், நடந்துகொள்வார்கள் என்று எனியகிராம் கொடுக்கும் அடையாளங்கள் நாம் ஏற்கெனவே சந்தித்திருக்கும், சந்தித்துக்கொண்டிருக்கும் சில நபர்களின் உருவங்களை அப்படியே நம் கண் முன்கொண்டு வந்து நிறுத்தும். பல்வேறு 'பர்சனாலிட்டி'கள்பற்றி அவ்வளவு அற்புதமாக, அளவெடுத் ததுபோல விளக்குகிறது எனியகிராம்.

2. எனியகிராம் எந்த அடிப்படைகளில் மனிதர்களைப் பிரிக்கிறது?

எனியகிராம், மனிதர்களை மொத்தம் ஒன்பது பிரிவுகளாகப் பிரிக்கிறது என்று பார்த்தோம். அந்த ஒன்பது பிரிவுகளும் மூன்று பெரும் பிரிவுகளின் கீழ் வருகின்றன.

அவை மூளை, இதயம், வயிறு என்ற மூன்று உறுப்புகளைச் சார்ந்தவை.

- எண்கள் 5, 6 மற்றும் 7 வகையினர், மூளை (Head) சார்ந்தவர்கள்.
- எண்கள் 2, 3, மற்றும் 4 வகையினர் இதயம் (Heart) சார்ந்தவர்கள்.
- எண்கள் 8, 9 மற்றும் 1 வகையினர், வயிறு (Belly) சார்ந்தவர்கள்.

ஒவ்வொரு எண்ணுக்கு உரியவர்களுக்கும் அவர்களுக்கென்று ஏகப்பட்ட அடையாளங்கள், அடைமொழிகள் உண்டு. அவற்றை விரிவாகப் பின்னால், ஒவ்வொரு எண்ணையும் தனித்தனியாகப் பார்க்கும்போது பார்க்கலாம். இப்போதைக்குச் சிறிது மாதிரிக்கு மட்டும். அதிலேயே நீங்கள் எந்தவகையில் வருவீர்கள் என்று கண்டுபிடித்துவிடுவீர்கள். பின்னால், கேள்விகளுக்குப் பதில் சொல்லி கண்டுபிடிக்கும்பொழுது சரிபார்த்துக்கொள்ள வசதியாக இருக்கும்.

எண் 1: சீர்திருத்தவாதி! (The Reformer)

எதையும் சரியாகச் செய்பவர்கள். இப்படித்தான் இருக்க வேண்டும் என்று நினைப்பவர்கள். நியாயமானவர்கள். எது சரி அல்லது தவறு என்பதில் இவர்களுக்குச் சந்தேகமே வராது. சரி, தவறுபற்றி மட்டுமே தீவிரமான எண்ணம்கொண்டவர்களாக இருப்பார்கள்.

இவர்களிடம் நல்ல பெயர் வாங்குவது கடினம். திருப்தி அடையவே மாட்டார்கள். எதையும், 'இன்னும், இன்னும்' என்று மேம்பாடு செய்ய விழைபவர்கள். தவறுகள் நிகழ்ந்துவிடக் கூடாது என்று எப்போதும் அஞ்சுபவர்கள். கண்டிப்பான ஆசிரியர் போன்றவர்கள்.

தாங்கள் செய்வதைச் சரியாகத்தான் செய்பவர்கள். முறையாகச் செய்பவர்கள். இவர்களுடைய செயல்பாடுகள் ஒவ்வொன் றிலும் ஒழுங்கு இருக்கும். இதனால் சமயத்தில் மற்றவர்களை அதிகம் குறை சொல்லுபவர்களாகவும் தேவைக்கும் அதிகமாகச் சரியாக இருக்கவேண்டும் என்று எதிர்பார்ப்பவர்களாகவும் ஆகிவிடுவார்கள்.

கோபத்தை அடக்கிக்கொண்டும், பொறுமையின்றியும் அவதிப் படுவார்கள். இவர்கள் 'நல்ல நிலை'யில் இருக்கும்போது ('நல்ல நிலை' என்றால் என்ன என்பதைப் பின்னால் பார்க்கப் போகிறோம்) மதிநுட்பமுடையவர்களாகவும் விவேகமுள்ளவர் களாகவும் எதையும் புரிந்துகொள்ளக் கூடியவர்களாகவும் இருப்பார்கள்.

***எண் 2: உதவுபவர்!* (The Helper)**

அக்கறை எடுத்துக் கொள்ளும் நல்லவர். அடுத்தவர்களின் சிரமங் களைப் புரிந்துக் கொள்பவர்கள். உண்மையானவர்கள். நல்ல மனம் படைத்தவர்கள். எல்லோருடனும் நட்புணர்வுடன் பழகுவதுடன், மற்றவர்களுக்காக எதையும் செய்யத் தயாராக இருப்பவர்கள். சமயத்தில் மற்றவர்களுக்கு 'ஐஸ்' வைப்பவர்கள்.

மற்றவர்கள் இவர்களைப் புகழவேண்டும், இவர்களைத் தேட வேண்டும், இவர்களின் உதவி பெறவேண்டும், இவர்களுடன் நெருக்கமாக இருக்கவேண்டும் என்று எண்ணுபவர்கள். தங்களின் தேவையை நிறைவேற்றிக்கொள்ளாமல் அடுத்தவர் களுக்கே வேலை செய்து இன்பம் காண்பவர்கள்.

'நல்ல நிலை'யில் இருக்கும்போது, தங்களைவிட மற்றவர் களைப் பெரிதும் நேசிக்கும், சுயநலமற்ற மனிதர்களாக வாழ் வார்கள்.

***எண் 3: சாதனையாளர்!* (The Achiever)**

தன்னம்பிக்கையுள்ள, கவர்ச்சிகரமான, விரும்பத்தக்க மனிதர் கள். வெற்றியே குறியாக இருப்பவர்கள். நிறையக் கனவுகள் உடையவர்கள். அதை நிறைவேற்றும் திறனுடையவர்கள். சுறுசுறுப்பானவர்கள். சுய முன்னேற்றத்திலும் பல உயர்வுகளை அடைவதிலும் விருப்பமுடையவர்கள். மற்றவர்கள் இவர்

களைப்பற்றி என்ன நினைக்கிறார்கள், எப்படி மதிக்கிறார்கள் என்பது இவர்களுக்கு முக்கியம்.

'நல்ல நிலை'யில், இவர்கள் மற்றவர்களுக்கு முன்மாதிரியாகத் திகழ்பவர்கள்.

எண் 4: *தனிமைவாதி*! (The Individualist)

மற்றவர்களுடன் அதிகம் பழகாதவர்கள். பேசாதவர்கள். அமைதியானவர்கள். தன்னைப்பற்றி நன்றாக உணர்ந்தவர்கள். கொஞ்சம் 'தொட்டால் சிணுங்கிகள்'கூட. என்ன செய்கிறோம், எப்படி யோசிக்கிறோம் என்பதுபற்றித் தெளிவான எண்ணம்கொண்டவர்கள். சமயத்தில் உம்மணா மூஞ்சிகளாகவும் இருப்பவர்கள்.

எவரும் குற்றம் கண்டுபிடித்து விடுவார்களோ, அல்லது எவரும் காயப்படுத்தி விடுவார்களோ என்ற பயம் காரணமாக, தங்களைப்பற்றி அதிகம் வெளியில் காட்டிக்கொள்ளாதவர்கள். சமயங்களில், வாழ்க்கையையே சாதாரணமாக நினைத்து, இகழ்வாக எண்ணி, பலவற்றிலும் இருந்து விலகி இருப்பவர்ச்கள். இவர்களுக்குச் சிரமம் தருவது, இவர்கள் தனிமையாக உணர்வதும், சுயபச்சாதாபத்துடன் இருப்பதும் தான்.

'நல்ல நிலை'யில் இருக்கும்போது, அதிக கற்பனா சக்தி உள்ளவர்களாகவும் தங்களைத் தாங்களே புதுப்பித்துக்கொள்ளக் கூடியவர்களாகவும் தங்கள் எண்ணங்களை மாற்றிக்கொள்ளக் கூடியவர்களாகவும் இருப்பார்கள்.

எண் 5: *ஆய்வாளர்*! (The Investigator)

அறிவு ஜீவிகள். அதிக உஷாராகவும் புத்திக்கூர்மை உள்ளவர்களாகவும் எதிலும் மூக்கை நுழைக்கும் ஆர்வம் உள்ளவர்களாகவும் இருப்பார்கள். அதிக சிக்கலான விஷயங்களிலும் முழுக் கவனம் செலுத்தி, அதைத் தீர்க்கக்கூடிய திறமை பெற்றவர்கள்.

தனியாக இருந்து புதுமையாகச் சிந்திக்க முடிவதால், சமயங்களில் ஏதோ யோசனைகளில் மூழ்கி, கற்பனை செய்துகொண்டிருப்பார்கள். ஒட்டுதல் இல்லாமல் இருப்பார்கள். அதேசமயம் ஊன்றி யோசிக்கவும் இவர்களால்முடியும்.

இவர்களுடைய பிரச்னை தனிமை, திடீர் திடீரென விசித்திரமாக நடந்துகொள்ளுதல் மற்றும் எதிலும் நம்பிக்கையில்லாத, எதிர்மறையாகப் பேசும் தன்மை (Nihilism).

எண் 6: விசுவாசிகள்! (The Loyalist)

ஆறு ரகத்தைச் சேர்ந்தவர்கள், நம்பத் தகுந்தவர்கள். இவர்களை நம்பி எதையும் செய்யமுடியும். கடுமையாக உழைக்கக் கூடிய வர்கள். பொறுப்பானவர்கள். எடுத்துக்கொண்டதை முடிப்ப வர்கள். கொடுத்த வாக்கினைக் காப்பாற்றுபவர்கள். அதே சமயம், தாங்கள்தான் சரி என்று வாதிடும் பழக்கமும் பிரச்னை களை, சண்டைகளைத் தவிர்க்கப் பார்க்கும் பழக்கமும்கொண்ட வர்கள். எதிலும் பாதுகாப்புத் தேடுவார்கள். சமயங்களில், 'என்ன ஆகுமோ!' என்ற பதற்றத்துடன் இருப்பவர்கள்.

பெரும்பாலான நேரங்களில், இவர்கள் முன்ஜாக்கிரதை முத்தண்ணா மாதிரி நடந்துகொள்வதால், பல விஷயங்களில் முடிவு எடுக்கமுடியாமல் தயங்கித் தவிப்பார்கள். இது மாதிரி யான சமயங்களில் மற்றவர்களின் கருத்தை 'ஒப்புக்கொள் ளாதவர்'களாகவும், 'எதிர்க்கிறவர்'களாகவும் மாறிவிடுவார்கள். இவர்களுடைய பிரச்னை, இவர்களின் திறன்பற்றிய இவர் களுக்கு இருக்கும் சந்தேகம்தான்.

'நல்ல நிலை'யில் இருக்கும்போது, தன்னம்பிக்கை உள்ளவர் களாக, சுயசார்பு உடையவர்களாக இருப்பார்கள். ஒதுக்கப்படு பவர்களுக்கு, சாதாரண நிலையில் இருப்பவர்களுக்கு ஆதரவு தரும் துணிச்சல் உள்ளவர்களாகவும் இருப்பார்கள்.

எண் 7: ஆர்வமிக்கவர்கள்! (The Enthusiast)

சுறுசுறுப்பாக இயங்கும் செயல் வீரர்கள். பல்வேறு திறமைகொண்டவர்கள். 'எல்லாம் நல்லதுதான்', 'எதையும் செய்யமுடியும்' என்கிற அணுகுமுறை உள்ளவர்கள். தன் மனதுக்குத் தோன்றியபடி நடந்துகொள்பவர்கள்.

வேடிக்கை செய்வது, விளையாட்டாக இருப்பது, யதார்த்தமாக இருப்பது போன்ற குணங்களை உடைய இவர்கள், சமயங்களில் கொஞ்சம் அதிகமாகப் போய்விடுவதும் உண்டு. எடுத்ததை முடிக்காமல் அடுத்தடுத்தவற்றுக்குத் தாவும் ஒழுங்கற்றத் தன்மை இவர்களிடம் இருக்கும். பல விஷயங்களைத் தெரிந்து வைத்திருப்

பார்கள். பல வேலைகளைச் செய்தும் இருப்பார்கள். ஆனால், எதுபற்றியும் இவர்களுக்கு முழுமையாகத் தெரிந்திருக்காது.

தொடர்ந்து புதிய புதிய கிளர்ச்சியூட்டும் அனுபவங்களையும் வாய்ப்புகளையும் தேடும் இவர்களால், எந்த விஷயத்தையும் தொடர்ந்து செய்ய முடியாது. போகப் போக, செய்துகொண் டிருக்கும் எந்த வேலையின் மீதும் இவர்களுக்கு இருக்கும் ஆர்வம் குறைந்துவிடும்.

இவர்களுடைய பிரச்னை, எதிலும் இவர்கள் காட்டும் மேலோட்ட மான அக்கறை (Superficiality), நினைத்ததை உடனே செய்யும் மனப்பாங்கு (Impulsiveness).

'நல்ல நிலை'யில் இருக்கும்போது, இவர்கள் தங்களின் திறன் களை, சக்தியை, தங்களுடைய லட்சியங்களுக்காகப் பயன் படுத்துவார்கள். அந்தச் சமயங்களில் மனமகிழ்ச்சி உள்ளவர் களாக, பெரும் சாதனையாளர்களாக, நன்றி பாராட்டுபவர்களாக இருப்பார்கள்.

எண் 8: சவால்காரர்கள்! (The Challenger)

சக்தி மிக்கவர்கள். அடுத்தவர்கள்மீது ஆதிக்கம் செலுத்து பவர்கள். மிகவும் பலம் வாய்ந்தவர்கள். தன்னம்பிக்கை மிகுந்த வர்கள். தங்களின் உரிமைகளைக் கொஞ்சமும் விட்டுக் கொடுக் காதவர்கள். தங்கள் நலன், பாதுகாப்பு மேல் அதிக அக்கறை உடையவர்கள். வளமானவர்கள். வேகமாக முடிவுகள் எடுப் பவர்கள். தற்பெருமை மட்டுமல்ல, ஆணவமும் இவர்களிடம் இருக்கும்.

தாங்கள் இருக்கும் இடங்களை, தாங்கள்தான் கட்டுப்படுத்த வேண்டும் என்று நினைப்பார்கள். இதற்காக மற்றவர்களுடன் சண்டையிடுவார்கள், அச்சுறுத்துவார்கள்.

இவர்களுடைய பிரச்னை, மற்றவர்களிடம் நெருக்கமாக இருக்க முடியாமல் இருப்பதுதான்.

'நல்ல நிலை'யில் இருக்கும்போது, தங்களின் பலத்தினைப் பயன்படுத்தி, தீரச் செயல்கள் புரிந்து, வெற்றியை அள்ளிக் குவித்து, மற்றவர்களின் வாழ்க்கையையும் மேம்படுத்துவார்கள். சரித்திரத்தில்கூட இடம் பிடிப்பார்கள்.

***எண் 9: அமைதி விரும்பிகள்!* (The Peace Maker)**

எதையும் சாதாரணமாக எடுத்துக்கொள்பவர்கள். தங்களையே அழித்துக்கொள்பவர்கள். எந்த விஷயத்திற்காகவும் மற்றவர்களை அனுமதிப்பவர்கள். நம்புபவர்கள். நிலையாக இருப்பவர்கள். நல்ல குணங்கள் உடையவர்கள். மற்றவர்களுக்கு அதிகம் உதவுபவர்கள். சண்டைகள், சச்சரவுகள், மனத்தாங்கல்களைத் தவிர்ப்பதற்காக, எதையும் விட்டுக் கொடுக்கத் தயாராக இருப்பவர்கள்.

எதிலும் பிரச்னைகளோ, மனவருத்தங்களோ எவரோடும் வந்துவிடக்கூடாது என்பதில் மிகுந்த கவனமாக இருப்பவர்கள். இதற்காக விட்டேத்தியாக இருப்பார்கள். பிரச்னை ஏற்படுத்தக் கூடிய செயல்களைக் குறைத்துக்கொள்வார்கள் அல்லது தவிர்ப்பார்கள்.

'நல்ல நிலை'யில் இருக்கும்போது இவர்கள், எவராலும் அடக்க முடியாதவர்களாகவும் (Indomitable), அனைவரையும் அரவணைத்துச் செல்பவர்களாகவும் இருப்பார்கள். தவிர, பிரச்னைகளில் இருப்பவர்களை ஒன்றுசேர்த்து, அவர்களின் பிணக்குகளைத் தீர்த்து வைக்கக் கூடியவர்களாகவும் இருப்பார்கள்.

நீங்கள் என்ன வகை? என்ன ஆளுமை?

இந்நேரம் நீங்கள் எந்த எண்ணுக்குச் சொந்தக்காரர் என்பது உங்களுக்கு ஓரளவாவது தெரிய வந்திருக்கும். உங்களுடையது மட்டுமல்ல, உங்கள் குடும்ப உறுப்பினர்கள், நண்பர்கள், பணி செய்யுமிடத்தில் இருப்பவர்கள், மனத்துக்குப் பிடித்தவர்கள், அரசியல் தலைவர்கள், திரைப்பட நட்சத்திரங்கள், மதத் தலைவர்கள் என்று பலருடைய ஆளுமை எண்களும் என்ன என்று ஓரளவேனும் ஐடியா கிடைத்திருக்கும்.

குறிப்பிட்ட 'எண்'ணில் கொடுக்கப்பட்டிருக்கும் எல்லாக் குணங்களும் மிகச் சிலருக்குத்தான் முற்றிலும் பொருந்தக்கூடியதாக இருக்கும். ஓர் எண்ணில் கொடுக்கப்பட்டிருக்கும் எல்லாக் குணங்களும் அந்த எண்ணைச் சேர்ந்தவருக்கு இருக்கவேண்டும் என்ற அவசியம் இல்லை. பெரும்பாலான குணங்கள் பொருந்தினால் சரிதான்.

இதுவரை பார்த்தது ஒன்பது வகை ஆளுமைகளின் அறிமுகம். அவ்வளவுதான்.

ஒருவர் எந்த எண்ணைச் சார்ந்தவர் என்பதைக் கண்டுபிடிக்க முறையான வழிகள் இருக்கின்றன. அதைப் பார்ப்பதற்கு முன் இன்னொரு தகவலையும் பார்த்துவிடுவோம். ஒரு குறிப்பிட்ட எண்ணைச் சார்ந்தவர், குறிப்பிட்ட குணாதிசயங்களைக்கொண் டிருப்பார் என்றாலும், அவரது வாழ்க்கை முழுக்க எல்லாக் காலகட்டங்களிலும், எல்லாச் சூழ்நிலைகளிலும் நூல் பிடித்ததுபோல, அவர் ஒரே மாதிரி நடந்துகொள்ள மாட்டார்.

ஒரே நபர்தான். அதே ஆளுமைதான். ஆனால் அவர் மகிழ்ச்சி யாக, நிம்மதியாக இருந்தால், அவருக்கு எல்லாம் சரியாக நடந்தால், அவர் செயல்பாடுகளும் பேச்சுக்களும் ஒரு குறிப் பிட்ட மாதிரியாக இருக்கும். அதே நபருக்கு, தொல்லைகளும் சிரமங்களும் அதிகமானால், நெருக்கடியான சூழ்நிலையில் சிக்கிக்கொண்டால், அவரது பேச்சுகளும் செயல்பாடுகளும் வித்தியாசமாக மாறிவிடும்.

இதை 'எனியகிராம்'மில் இப்படிச் சொல்லுகிறார்கள்.

நல்ல, சந்தோஷமான, எல்லாம் சரியாக இருக்கிற நிலை Wellness. அதாவது 'நல்ல நிலை'.

அதேபோல, சிரமங்களுக்கு உள்ளாகிற நிலை. ஒருவர் செய்வது எதுவும் சரியாக வராத நிலை. பிரச்னைகளைச் சந்தித்துக்கொண் டிருக்கிற நிலை. இதை 'Stress' என்கிறார்கள். தமிழில் 'சிரம நிலை' என்று குறிப்பிடலாம்.

இரண்டுக்கும் இடைப்பட்ட நிலை சராசரி (Average) நிலை.

இதையே இன்னொரு விதமாகவும் விளக்கலாம். ஒரு மாணவன் தேர்வுகளில் வாங்கும் மதிப்பெண்கள் இப்படியிருக்கின்றன.

100, 50, மற்றும் 0

நூறு என்பது என்ன? மிக நல்ல மதிப்பெண். அதுதான் நல்ல நிலை. 50 என்பது சராசரி நிலை. 0 பூஜ்யம் என்பது சிரம நிலை.

சில நேரங்களில் மதிப்பெண்கள் 80, 60, 40, 20 என்றும் கிடைக்க லாமே! அதாவது சராசரிக்கு மேல் மூன்று நிலைகளும் சாராசரிக்குக் கீழ் மூன்று நிலைகளும் உள்ளன. சந்தோஷமான மனநிலையில் ஆரம்ப நிலை, மிகுந்த நிலை, உச்சநிலை என்றும் சிரமமான மனநிலையில் ஆரம்ப நிலை, மிகுந்த நிலை, உச்சநிலை என்றும் மொத்தம் ஆறு நிலைகள் உள்ளன.

இவற்றை இப்படி அழைக்கிறார்கள்.

எல்லோர் வாழ்க்கையிலும் ஓர் உச்ச நிலை வருகிறது. அப்படி வரும் உச்ச நிலைதான், அவர்களுடைய மிகச் சிறந்த காலம். பொற்காலம் என்றுகூட சொல்லலாம். உச்ச நிலை என்றால், அவர்களுக்கு அந்தக் காலகட்டத்தில் பிரச்னைகள் இருப்பதில்லை. நினைத்ததெல்லாம் நடக்கும். எல்லாமே சௌகரியமாக அமையும். புகழ், பெருமை, பணம் எல்லாம் சேரும். இப்படிப் பட்ட உச்ச நிலை, வாழ்க்கையில் சிலருக்கு அதிக காலம் நீடிக்கிறது. சிலருக்கு மிகவும் குறைந்த காலமே கிடைக்கிறது.

இந்த உச்ச நிலையையே மேலும் சில அடுக்குகளாக (Levels) பிரிக்கலாம்.

மிகப் பிரமாதமான நிலை.

நல்ல நிலை.

ஓரளவு நல்ல நிலை.

அதாவது மிக உச்சம், அதைவிடச் சற்றுக் குறைவானது, கொஞ்சம் குறைவானது.

அடுத்தது சிரம நிலை.

வாழ்க்கையில் அனைவருக்குமே, ஏதாவது சில சமயங்களில் பிரச்னைகள் உருவாகும். சூழ்நிலைகள் சாதகமாக இருக்காது. எல்லாமே காலை வாரி விடும். அடிமேல் அடி விழும். அப்படிப் பட்ட சில காலகட்டங்களைத்தான் சிரமத்தில் உச்சம் என்கிறோம்.

சிரம நிலைகளிலும் மூன்று அடுக்குகள் உண்டு. குறைவான சிரமம் இருப்பது முதல் சிரம நிலை. கொஞ்சம் அதிகமான சிரமங்கள்கொண்டது இரண்டாவது சிரம நிலை. தாங்கவே முடியாத சிரமங்கள்கொண்டது மூன்றாவது சிரம நிலை. இந்த நிலையில் ஒருவரது ஆளுமையே முற்றிலும் சிதறிப் போகும் வாய்ப்பு அதிகம் உண்டு.

சிரம நிலைகளில் மாறுவதுபோல, நல்ல நிலைகளிலும் மனிதர்களின் நடவடிக்கைகள் மாறும்.

'பணம் காசு சேர்ந்ததும் அவன் பழசையெல்லாம் மறந்துட்டான்' என்று சொல்வோமே! மாறும் நிலை சாத்தியம்தான். அவர்கள் சூழ்நிலைகளின் தீவிரம் பொறுத்து, அவர்களது ஆளுமையில் இருந்து மாறுகின்ற அளவு வேறுபடும். அதுபோன்ற நிலையில் இருக்கும் ஒருவர், அவருடைய நடவடிக்கைகளால் வேறு ஓர் ஆள்போல, ஆளுமைபோலத் தெரிவார். (ஒருவர் பக்திப்பழமாக இருப்பார். ஆனால் தொடர்ந்து பல கஷ்டங்களை அனுபவித்த தால், கடவுளே இல்லை என்று பேசுவார்!) ஆனால் இந்த மாற்றம் நிரந்தரம் இல்லை.

அதாவது, ஒரு குறிப்பிட்ட மனிதர், நல்ல நிலையில் இருக்கும் போது ஓர் எண்ணின் குணத்தினைக்கொண்டிருப்பார். சிரம நிலையில் இருக்கும் போது வேறு ஓர் எண்ணின் குணத்தினைக் கொண்டிருப்பார். இரண்டையும் தனித்தனியாகப் பார்க்கலாம். முதலில் நல்ல நிலையில் இருக்கும்போது மாறுபடும் ஆளுமை எண்கள்.

நல்ல நிலையில் ஏற்படும் மாற்றம்

எந்த எண்ணுக்கு உரியவர்கள்	எந்த எண்ணுக்கு உரியவர்கள் போல நடந்துகொள்வார்கள்
ஒன்று	ஏழு
இரண்டு	நான்கு
மூன்று	ஆறு
நான்கு	ஒன்று
ஐந்து	எட்டு
ஆறு	ஒன்பது
ஏழு	ஐந்து
எட்டு	இரண்டு
ஒன்பது	மூன்று

அதாவது ஒன்றாம் எண்ணுடையவர்கள், நல்ல நிலையில் ஏழாம் எண்ணுடையவர்கள்போல நடந்து கொள்வார்கள்.

சிரம நிலையில் ஏற்படும் மாற்றங்கள்

எந்த எண்ணுக்கு உரியவர்கள்	எந்த எண்ணுக்கு உரியவர்கள் போல நடந்துகொள்வார்கள்
ஒன்று	நான்கு
இரண்டு	எட்டு
மூன்று	ஒன்பது
நான்கு	இரண்டு
ஐந்து	ஏழு
ஆறு	மூன்று
ஏழு	ஒன்று
எட்டு	ஐந்து
ஒன்பது	ஆறு

ஒன்றாம் எண்ணுக்குரியவர்கள் சிரம நிலையில் நான்காம் எண்ணுக்குரியவர்கள்போல நடந்து கொள்வார்கள்.

இப்போது எனியகிராமில், புதிதாக மூன்று விஷயங்களைப் பற்றித் தெரிந்துகொள்ளப் போகிறோம். அவை, இறக்கைகள் (Wings), நிழல் (Shadow), விருப்பம் (Ally Point).

இறக்கைகள் (Wings)

ஒவ்வொரு எண்ணும் ஒரு குறிப்பிட்ட வகை ஆளுமை. அந்த ஆளுமை நல்ல நிலையில் மற்றொரு எண்ணுக்குரிய ஆளுமை யின் குணங்களைக்கொண்டிருக்கும். சிரம நிலையில் வேறொரு எண்ணுக்குரிய ஆளுமையின் குணங்களைக்கொண்டிருக்கும். இது தாற்காலிகமானதுதான் என்று பார்த்தோம்.

இது தவிர, ஒவ்வொரு ஆளுமையும் பழகுவதற்கு இன்னொரு ஆளுமை மாதிரியும் தெரிவார்கள். ரசம் கொதிக்க வைத்த பாத்திரத்தில் அடுத்து வேறு ஏதேனும் பதார்த்தம் சமைத்தால் அந்தப் பதார்த்ததிலும் ரசத்தின் வாசனை கொஞ்சமேனும் வருமல்லவா? அப்படித்தான். ஒரு குறிப்பிட்ட ஆளுமை உடையவர்கள், அடுத்த ஆளுமையின் வாசனையைக் கொஞ்ச மாவதுகொண்டிருப்பார்கள்.

உதாரணத்துக்கு மூன்றாம் எண் ஆளுமையுடையவர், இரண்டு மற்றும் நான்காம் எண் ஆளுமையுடையவர்களின் குணங்களைக் கொஞ்சமேனும்கொண்டிருப்பார். அதாவது தனக்கு முன்னும் பின்னும் உள்ள எண்களின் குணங்கள்தான் அவை. ஒவ்வொரு எண்ணுக்கும் பக்கவாட்டில் உள்ள எண்கள் என்பதால் அவை இறக்கைகள் என்றழைக்கப்படுகின்றன. ஒன்பதாம் எண்ணின் இறக்கைகளாக எட்டு, ஒன்று ஆகியன இருக்கின்றன.

நிழல் (Shadow)

ஒரு குறிப்பிட்ட ஆளுமை எண்ணுக்கான முந்தைய எண் (Anticlock wise) அதன் நிழல் எனப்படும். உதாரணத்துக்கு, நீங்கள் ஒன்பதாம் எண்ணுக்குரியவர் என்றால் உங்கள் நிழல் எட்டு. இந்த நிழல், உங்களது ஆளுமையின் ஒரு பகுதிதான். அதுவும் நமது குணாதிசயம்தான். ஆனால் நாம் ஒப்புக்கொள்ள விரும்பாத, வெளிக்காட்டிக்கொள்ளாமல் மறைக்கும் குணாதிசயம்.

சில குணங்களைப் பார்த்தால், நமக்கு வேடிக்கையாகவும் விநோதமாகவும் இருக்கும். அந்தக் குணத்தினைப்பற்றி கேலி

யாகவும் குற்றமாகவும்கூட நினைப்போம். விமர்சிக்கவும் செய்வோம். ஆனால் சமயத்தில், நாமே அந்தக் குணத்தினைக்கொண்டவர்களாக இருப்போம். நம்மால் அந்தக் குணத்தினை உணர முடியாதிருக்கலாம். ஆனால், நம்மிடம் பழகுபவர்களுக்குத் தெரியும்.

நிழல் குணங்களில் நெகட்டிவ் குணங்கள் இருப்பதுபோல, பாசிட்டிவ் குணங்களும் உண்டு.

விருப்பம் (Ally Point)

விருப்பம் என்பது என்பது மற்றொரு இறக்கை.

ஒருவருடைய ஆளுமை எண்ணுக்கு அடுத்த எண் (Clock wise) விருப்பம் எனப்படும்.

உங்கள் ஆளுமை எண் இரண்டு என்று வைத்துக் கொள்வோம். ஆனால் உங்களுக்கு மூன்றாம் எண்ணுடைய நபர் செய்யும் செயல்கள் மீது ஈர்ப்பு இருக்கும். அவரைப்போல செய்ய வேண்டும் என்று மனம் ஆசைப்படும். ஆனால் செய்வது என்னவோ இவர்களுடைய ஆளுமை எண்ணுக்கு உரிய செயல் களைத்தான்.

சரி, எனியகிராமால் மனிதர்களை இப்படிப் பிரிப்பதால் என்ன பயன்?

இந்தக் கேள்விக்கு நிறையவே பதில்கள் இருக்கின்றன.

- நாம் எப்படிப்பட்டவர்?
- நாம் ஏன் குறிப்பிட்ட விதமாகச் சிந்திக்கிறோம்?
- நாம் ஏன் குறிப்பிட்ட விதமாக நடந்துகொள்கிறோம்?
- நமக்குத் தோன்றும் பெரும்பாலான உணர்வுகள் எதனால் தோன்றுகின்றன?
- நம்மைச் சுற்றியுள்ளவர்கள் எப்படி?
- அவர்களின் எண்ணங்கள், செயல்கள் எப்படிப்பட்டவை? அவை ஏன் அப்படி இருக்கின்றன?
- அவர்களுடன் வெற்றிகரமாக உறவாடுவது எப்படி?
- நம்மிடம் இருக்கும் வேண்டாத பழக்கங்கள் என்னென்ன?

அவற்றை உணர்வது எப்படி? அவற்றைக் குறைப்பது அல்லது அவற்றிலிருந்து மீள்வது எப்படி?

- நம் குழந்தைகளை எப்படி நல்ல விதமாக வளர்ப்பது?
- நமக்கு வாழ்க்கைத் துணை ஆகப் போகிறவர் எப்படிபட்ட ஆளுமைகள் உடையவர்? அவர்களுக்கும் நமக்கும் சரி வருமா?
- எப்படிப்பட்டவர்களை வேலைக்கு எடுப்பது?
- எப்படிப்பட்டவர்களை எப்படிப்பட்ட வேலைகளுக்கு எடுப்பது?
- ஏன் நம்மால் சில வேலைகளை, முழு மன ஈடுபாட்டுடன் செய்ய முடிவதில்லை?
- நமக்கு எந்த வேலையைச் செய்வதில் விருப்பம் அதிகம்?

இப்படிச் சொல்லிக்கொண்டே போகலாம். எனியகிராம் இப்படிப்பட்ட விஷயங்களை நமக்குத் தெள்ளத் தெளிவாகப் படம் பிடித்துக் காட்டிவிடும்.

இதை முழுமையாகப் புரிந்துகொண்டு விட்டால், பல வாழ்க்கை ரகசியங்கள் 'சடார்' என வெட்ட வெளிச்சமாகிவிடும். சிக்கல் பூட்டுகள் திறந்துகொண்டு விட்டது மாதிரியும் பல புதிர்கள் விடுபட்டதுபோலவும் இருக்கும்.

இனி, ஒன்பது வகை ஆளுமைகளையும் அவற்றின் குணங் களையும்பற்றி விரிவாகப் பார்ப்போம்.

வெகு சிலரிடம் மட்டும் எல்லா எண்களுக்குரிய குணங்களும் கலந்து பரவிக் கிடக்கலாம். எல்லாம் கலந்த கதம்ப ஆளுமையாக இருக்கலாம். அப்படிப்பட்ட வாய்ப்பு மிகச் சிலருக்கு மட்டுமே இருக்கிறது என்பதை ஞாபகம் வைத்துக் கொள்ளுங்கள்.

இனி வரும் அத்தியாயங்களில் ஒவ்வொரு பர்சனாலிட்டி பற்றியும் விரிவாகப் பார்க்கலாம்.

7. எனியகிராமின் ஒன்பது வகை ஆளுமைகள்

ஒன்பது வகை ஆளுமைகள் பற்றிச் சொல்லும்போது, உடன் அந்த ஆளுமைகளின் அடிப் படையான பல குணாதிசயங் களைப்பற்றியும் ஓரிரு வரிகளில் குறிப்பிடப்பட்டு இருக்கும். அந்தப் பொதுத் தலைப்பு கள்பற்றிய குறிப்புகள் கீழே கொடுக்கப்பட்டுள்ளன. இந்த ஆளுமைகளில் ஆண் - பெண் வித்தியாசங்கள் கிடையாது. இருபாலருக்கும் பொதுவான குணாதிசயங்கள்தான் இவை.

அ. சிறுவயதில் மனம் பெற்ற தகவல்கள்

பெற்றவர்களிடமிருந்தோ அல்லது மற்ற உறவினர்கள் உடன் இருந்தவர்களிடமிருந்தோ ஒரு குழந்தைக்குக் கிடைக்கும் செய்தித் தகவல்கள், அதன் ஆளுமையில் நிலையான தாக்கத் தினை உண்டாக்கும்.

ஆ. சிறுவயதில் கிடைக்கப் பெறாத தகவல்கள்

பெற விரும்பி பெற முடியாமல், கேட்க முடியாமல் போன செய்திகளும் தகவல்களும் கூட குணங்களில் தாக்கங்களை ஏற்படுத்தும்.

இ. அடிப்படை பயங்கள்

சூழ்நிலைக் காரணங்களால் சிறு வயதில் கிடைக்கப் பெறாத தகவல்கள்தான், அடிப்படை பயங்கள் ஏற்படக் காரணமாக அமைகின்றன.

ஒரு குழந்தை, தன் மகிழ்ச்சியை வெளிப்படுத்த விரும்பலாம். ஆனால் அந்தக் குழந்தையின் தாய் அதிகமான வருத்தத்திலோ, சோகத்திலோ இருக்கும்போது, அவளால் குழந்தையின் மகிழ்ச்சியை ரசிக்கவோ, அதில் கலந்துகொள்ளவோ முடியாமல் போகலாம். இதைத் தொடர்ந்து கவனிக்கும் குழந்தை, தன் மகிழ்ச்சியை வெளிப்படுத்துவது தவறு என்றும் தன்னைத் தானே கட்டுப்படுத்திக்கொள்ள வேண்டும் என்றும் எண்ண ஆரம்பிக்கும். அதன்பிறகு மகிழ்ச்சி என்ற உணர்வு வரும்போதெல்லாம், அந்தக் குழந்தைக்கு கூடவே பயமும் வரும். இப்படியே பலவித உணர்வுகளும், அவற்றை வெளிப்படுத்த, நிறைவு செய்துகொள்ளக் கிடைக்காத வாய்ப்புகளும், ஒரு குழந்தையின் அடிப்படை பயங்களைத் தீர்மானிக்கின்றன. தேவையான அளவு கேட்க விட்டுப் போன தகவல்களும் கூட பயங்களாக மாறுகின்றன.

ஈ. ஆசைகள்

அடிப்படை பயங்களிலிருந்து வெளியேற மனம் முயற்சி செய்யுமல்லவா? அதுதான் ஆழமான, அடிப்படையான ஆசைகள். இந்த ஆசைகள்தான் தன்னைச் சரி செய்யும் என்று மனம் எண்ண ஆரம்பிக்கும். மேலே பார்த்தவை தவிர, ஒவ்வொரு ஆளுமையைப்பற்றிப் பார்க்கும் போதும், அவர்களுக்குச் சொல்லப்படும் வேறு பெயர்கள், அவர்களுக்கு இருக்கும் பலங்கள், அவர்கள் மாற்றிக்கொள்ள வேண்டிய சில பழக்கங்கள், அவர்களுக்கு இயைந்து வரக்கூடிய வேலைகள், அவர்களுக்குச் சரிப்பட்டு வராத வேலைகள் முதலியனவற்றைப்பற்றியும் குறிப்பிடப்பட்டிருக்கும்.

இவையெல்லாம் பொதுவானவை. இவற்றிலும் விதிவிலக்குகள் இருக்கலாம். ஒவ்வொரு ஆளுமையையும் படிக்கப் படிக்க, 'இது அவர் போலிருக்கிறதே!' என்று யோசிப்பதைத் தவிர்க்க முடியாது.

•

1. எண் ஒன்று – சீர்திருத்தவாதி

வேறு பெயர்கள்: நேர்த்தி வேண்டுபவர் (Perfectionist), தவறு செய்வதையே விரும்பாதவர்.

சிறுவயதில் மனம் பெற்ற தகவல்: எந்தச் சமயத்திலும் தவறுகள் செய்யவே கூடாது. அது மிகவும் தவறு.

சிறுவயதில் மனம் பெறத் தவறிய தகவல்: நீ சிறப்பானவன்.

அடிப்படை பயம்: கெட்டவராக, ஊழல் செய்பவராக, எந்த விதத்திலாவது குறையுள்ளவராக, தீய சக்தியாக ஆகிவிடுவோமோ என்ற பயம்.

அடிப்படை ஆசை : நேர்மையானவராக இருக்க வேண்டும். இதுவே பின்னால் மிகத் தீவிரமாக, 'எதையும் சரியாகவே செய்ய வேண்டும்' என்று நினைப்பவராக ஆக்கிவிடுகிறது (Critical perfectionism).

ஒன்றாம் எண்ணுக்குரியவர்கள், சீர்திருத்தவாதிகள் என்று அழைக்கப்படுவதற்குக் காரணம் இருக்கிறது. இவர்கள் உலகில் எதையாவது சரி செய்ய வேண்டும் என்று நினைத்துச் செயல்படுகிறார்கள். உலகை அவர்களால் முடிந்த அளவு பல விதங்களிலும் மேம்படுத்த விரும்புகிறார்கள். சரியில்லை என்று நினைப்பதைச் சரி செய்ய வேண்டும் என்று நினைக்கிறார்கள்.

எல்லாவற்றையும் ஒன்றுவிடாமல் பார்த்து, கவனித்து, அவற்றைச் சுட்டிக் காட்டி திருத்தும் வல்லமையும், குணமும் இவர்களிடம் இருக்கும்.

சரித்திரத்தில் நிறைய 'ஒன்று' களைப் பார்க்கலாம். நமது மகாத்மா காந்தி ஒன்று தான். ஜோன் ஆஃப் ஆர்க் கூட ஒன்று தான். 'இதுதான் சரியான வழி' என்று அவர்கள் காட்டிய பாதை, பலரையும் ஈர்த்திருக்கிறது.

சிலரை Big Picture பார்க்கத் தெரிந்தவர்கள் என்று சொல்வார்கள். அதாவது, மொத்தமாகப் பார்க்கத் தெரிந்தவர்கள் என்று சொல்லலாம். ஆனால் இவர்கள் அப்படிப்பட்டவர்கள் இல்லை. அதற்கு நேர்மாறானவர்கள். சின்னச் சின்ன விஷயங்களையும் தவறாமல் பார்ப்பவர்கள்.

தோன்றியதைச் செய்கிறேன் என்று சும்மா செய்துவிட்டுப் போக மாட்டார்கள். மற்றவர்களை அப்படிச் செய்யவிடவும் மாட்டார் கள். இவர்கள் செய்வதை மற்றவர்களுக்கு நியாயமாகப்பட வேண்டும், அதற்கான காரணத்தினை விளக்க வேண்டும் என்று நினைப்பார்கள். மற்றவர்களுக்கு மட்டுமல்ல. செய்வது சரி தானா என்று தங்களுக்குத் தாங்களே நியாயப்படுத்திக்கொள்ள வேண்டிய தேவையும் உள்ளவர்கள். எப்படி நியாயப்படுத்திச் சொல்லலாம் என்று சிந்திப்பதிலும் அதிக நேரம் செலவழிப் பார்கள்.

மற்றவர்களைப்போல இவர்களுக்கும் கோபம், வெறுப்பு, ஆசை போன்ற உணர்வுகள் தோன்றும். ஆனால் மற்றவர்களைப்போல, எல்லா சமயங்களிலும் தாங்கள் நினைப்பதை உடனடியாக வெளியே சொல்லிவிட மாட்டார்கள். உள்ளுக்குள்ளேயே சிந்திப்பார்கள். இப்படி பல சமயங்களில், இவர்கள் தங்களை முழுமையாக இயல்பாக வெளிப்படுத்திக்கொள்ள முடியாததால், மன அழுத்தத்தைப் பெறுவார்கள்.

மற்றவர்கள் பார்வைக்கு, 'ஒன்றுகள்' சுயக்கட்டுப்பாடு உள்ள வர்கள். அதேசமயம், அழுத்தக்காரர்கள். இப்படியெல்லாம் இருப்பதால் இவர்களுக்கும் சௌகரியம் கிடையாது. சிரமம் தான். மிகவும் சரியாகவும் கட்டுப்பாடு உள்ளவர்களாகவும் நடந்துகொள்கிறேன் என்று தங்களைத் தாங்களே நரகத்தில் தள்ளிக் கொள்பவர்கள். இவர்களால் எதையுமே முழுமையாக 'சரி' என்று ஒப்புக்கொள்ள முடியாது. எதையும், 'இன்னும் கொஞ்சம் சரியாக இருந்திருக்கலாம்' என்றுதான் சொல்லத் தோன்றும். அது கடவுள் படைத்ததாகவே இருந்தாலும் சரி. எதிலும், ஓர் உன்னதம் தேடும் பிறவிகள், 'ஒன்றுகள்'.

இவர்களுக்கு எல்லாமே சரியாக இருக்க வேண்டும். அது வேலை செய்யும் அறை, பயண வாகனம், பயணத் திட்டம், உரையாடல், உடைகள் என்று எதை எடுத்துக்கொண்டாலும்.

சரியில்லாததைப் பார்த்தால் சும்மா போக மாட்டார்கள். திருத்து வார்கள். எழுதிய அல்லது தட்டச்சு செய்த தாளினைக் கொடுத் தால், வார்த்தை வார்த்தையாகப் படித்துப் பார்த்து, கண்ணில் படும் தவறுகளையெல்லாம் உடனுக்குடன் திருத்த ஆரம்பிப் பார்கள்.

இவர்களைத் திருப்திப் படுத்துவது கடினம். எதிலும் ஓர் உயர்ந்த எதிர்பார்ப்பு இருப்பதால், எவரையும் சுலபத்தில் பாராட்டி விடவே மாட்டார்கள்.

மற்றவர்கள் செய்த வேலைகளில்தான் என்று இல்லை. அது தானே செய்ததாக இருந்தாலும் இதே அணுகுமுறைதான். மறுபடி, மறுபடி செய்வார்கள். சின்னச் சின்ன மேம்பாடுகள் செய்துகொண்டே இருப்பார்கள். தாங்கள் செய்ததில் எதுவும் தவறாகிவிடக் கூடாதே என்ற அச்சம் காரணமாக, 'முடித்து விட்டேன்' என்று சொல்லி, தைரியமாகக் கொடுக்கத் தயங்கு வார்கள். தாமதப்படுத்துவார்கள். எந்த முடிவையும் வேகமாக எடுக்க மாட்டார்கள்.

மற்றவர்களைப் பார்ப்பதுபோலவே, தங்களைத் தாங்களே கடுமையாகச் சீர்தூக்கிப் பார்த்துக் கொள்வார்கள். பாராட்டுகளை ஏற்றுக்கொள்ள மாட்டார்கள். தங்கள் சாதனைகளை ஒப்புக்கொள்ள மாட்டார்கள். இவர்களிடம் இன்னொரு குணமும் உண்டு. எந்த ஒரு வழி முன்பு சரியாக வந்ததோ, அதேதான் எப்போதும் சரியாக வரும் என்று நினைப்பார்கள். வேறு புதிய வழிகளை இவர்களால் யோசிக்கவோ, ஏற்றுக்கொள்ளவோ மாட்டார்கள்.

அழுத்தமானவர்கள். எந்த இடத்திலும் பொது நன்மைதான் முக்கியம். பொது நலனிலேயே அதிக கவனம் செலுத்துவதால், இவர்களுடைய நேரமெல்லாம் அதிலேயே போய்விடும். தங்கள் சொந்த நலனைப் பார்த்துக்கொள்ள மாட்டார்கள். இவர்களின் சொந்த வேலைகள், குடும்பம் பலவும், கவனிக்கப்படாமல் சிரமத்துக்குள்ளாகும்.

தங்கள் கோபத்தினை வெளிக்காட்டாமல் மனத்துக்குள் புதைத்து வைப்பார்கள். ஆனால் அது பின்பு எதிர்பாராத சமயம் வெடிக் கும். பொதுவாக அதிகம் பேச மாட்டார்கள். ஆனால் நல்ல நிலையில் இருக்கும்போது, ஜாலியாகப் பேசுவார்கள். பேச்சில் கேலியும் கிண்டலும் சரளமாக வந்து விழும்.

எதிலும் எவரிடமும் பிரமாதமாகக் குற்றம் கண்டுபிடிக்கக் கூடியவர்கள். எதிலும் குற்றத்தையே பார்ப்பவர்கள். இவர் களுக்கு லஞ்சம் கொடுப்பதோ, முறை தவறி நடப்பதோ முடியாது.

நல்லதும் கெட்டதும் ஒருவரிடத்திலேயே இருக்கமுடியும் என்பதை இவர்களால் நம்பமுடியாது. இவர்களைப் பொறுத்தவரை எதுவுமே, ஒன்று வெள்ளை அல்லது கறுப்பு தான். அதாவது, நடுப்பட்ட 'கிரே' எல்லாம் கிடையாது.

சிரம நிலையில், 'ஒன்றுகள்', 'நாலாம்' எண்காரர்கள்போல நடந்துகொள்ள ஆரம்பித்துவிடுவார்கள். நல்ல நிலையில் 'ஏழாம்' எண்காரர்கள்போல நடக்க ஆரம்பித்துவிடுவார்கள்.

குழந்தைப் பிராயம்!

தங்களின் பெற்றோர்கள் தங்களிடம் அதிகம் எதிர்பார்க்கிறார்கள் என்பதைப் புரிந்துகொண்ட குழந்தைகள். அதனால் சின்ன வயதிலேயே பெரிய மனிதர்போல நடந்துகொண்ட குழந்தைகள். விளையாட்டுகளில்கூட இவர்கள் குடும்பத்தினைக் காப்பாற்றும் பாத்திரங்களையே ஏற்றிருப்பார்கள்.

பெரும்பாலும் சின்ன வயதில் அவர்கள், அவர்களின் தந்தையிடமிருந்து விலகியிருப்பதாகவே உணர்ந்திருப்பார்கள். தந்தை சரியாக நடந்துகொள்ளவில்லையோ என்று இவர்களுக்குத் தோன்றியிருக்கும். அதனால்தான், 'தந்தை'போல நடக்க வேண்டும் என்று நினைத்துக்கொண்டு, பெரிய மனிதன்போல நடந்துகொள்ள ஆரம்பித்தவர்கள்.

சிறுவயதில் இவர்களின் குடும்பத்தில் குழப்பங்கள் நிலவி இருக்கலாம். அதனால், தன்னைத்தானே கட்டுப்படுத்திக்கொள்ள முயன்று, 'நானே எனக்கு நீதிபதி' (வேறு எவரும் இல்லை), 'நானே எனக்குத் தண்டனைகள் கொடுத்துக் கொள்வேன்' (வேறு எவரும் கொடுக்க முடியாது) என்றெல்லாம் நினைக்க ஆரம்பிப்பார்கள். நான் என்னுடைய பெற்றோர் போலில்லாமல், சரியாக இருப்பேன் என்கிற எண்ணம் இவர்களிடம் வலுவடைந்திருக்கும். 'நானே எனக்கு, சரியான வழிமுறைகளை உண்டாக்கிக் கொள்வேன்' என்கிற தீர்மானம் வந்திருக்கும். அதே சமயத்தில், 'என்னுடைய பெற்றோரையே தவறு என்று நினைக்கிறேனே' என்கிற குற்ற உணர்வும் இவர்களுக்கு இருக்கும்.

இந்தக் குற்ற உணர்வில் இருந்து மீள்வதற்கு, தாங்கள் நல்லவர்கள், பொறுப்பானவர்கள்; மற்றவர்கள் சோம்பேறிகள், சரியில்லாதவர்கள், முதிர்ச்சியடையாதவர்கள் என்றெல்லாம் தங்களைத் தாங்களே சமாதானப்படுத்திக்கொண்டிருப்பார்கள்.

சிறுவயதில் ஏற்படும் இந்த எண்ணங்கள்தான் பின்னாளில் அவர்களின் ஆளுமையாக உறைந்து விடுகிறது.

இவர்களின் பிரச்னைகள்!

மற்றவர்களைப்பற்றி 'அவர்கள் அப்படித்தான்' என்று முடிவுக்கு வருவது (Very Judgmental). இப்படித்தான் என்று மாற்ற முடியாத நிலைபாடுகள் (Firm Stand) எடுத்துக் கொள்வது. தங்களின் நிலைப்பாடுகளையும் செயல்பாடுகளையும்பற்றி சரி என்று விடாமல் வாதிடுவது. மனச்சோர்வு, வெடிக்கும் கோபம், பொறுமையின்மை, அடுத்தவர்களைக் கண்டித்தல். தன்னைத் தானே தண்டித்துக் கொள்ளுதல், மற்றவர்கள் தன்னைப்பற்றி என்ன நினைக்கிறார்களோ என்கிற பயம், சரியாகவே நினைக்க வேண்டும் என்கிற கவலை.

'ஒன்று'களின் பலங்கள்!

ஒன்றுகள், சொல்வதைத்தான் செய்வார்கள். செய்யக் கூடியதைத் தான் சொல்வார்கள். இவர்கள் சொல்வதை நம்பலாம். தங்கள் நலன்களைவிடப் பொது நலன்களையே பெரிதும் விரும்பு வார்கள். எடுத்ததை முடிக்க வல்லவர்கள். காரணம், இவர் களிடம் ஒழுங்கும் கட்டுப்பாடும் இருக்கும். பிரச்னைகள், குறைகளைக் கண்டு ஒதுங்க மாட்டார்கள். அவற்றை சரி செய்ய முயற்சி எடுப்பார்கள்.

ஒன்றுகளுடன் பழகுவது!

நேர்த்தி இவர்களுக்கு முக்கியம். எழுத்தோ, பேச்சோ, செயலோ எதுவானாலும் அதில் நேர்த்தி வேண்டும். சமூக நன்னடத்தை முக்கியம். 'தயவு செய்து', 'நன்றி', 'மன்னிக்கவும்' போன்ற மரியாதை, இங்கித வார்த்தைகள் முக்கியம். மெல்லிய நகைச் சுவையும் கேலிப் பேச்சும் இவர்களிடம் எடுபடும்.

எவரானாலும், வரையறுக்கப்பட்டவர்களின் மூலமே, அதிகார மட்டத்தின் அடுக்குகள் வழியாகவே இவர்களை அணுகுவதை விரும்புவார்கள். வரிசை தப்பி வந்தால் ஒப்புக்கொள்ள மாட்டார் கள். தவறு செய்துவிட்டால் இவர்களிடம் ஒப்புக்கொண்டு விடுவது நல்லது. ஒப்புக் கொள்ளும் தவறுகளை மன்னித்து விடுவார்கள். ஆயினும், ஒழுங்கீனம் சோம்பல், கெட்ட பழக்கங் கள் மூலம் நிகழும் தவறுகளை, இவர்கள் மன்னிப்பது சிரமம்.

ஒன்றுகளுக்கு சில ஆலோசனைகள்:

- நீங்கள் செய்யும், எடுத்துக்கொண்டிருக்கும் வேலைகள், முக்கியமானதாகவே இருக்கலாம். ஆனால் நீங்கள் ஓய்வின்றி உழைப்பதால் மட்டுமே, அது சிறப்பாக அமைந்துவிடாது. மேலும் ஓய்வின்றி உழைப்பதாலேயேகூட, தடங்கல்கள் வரலாம். இடையில் நீங்கள் சற்று ஓய்வெடுப்பதால், மலர்ச்சி யாகி, வேலையைச் சிறப்பாகவே முடிக்கமுடியும். அவ்வப் போது பொழுதுபோக்கும் வேண்டும். அது உங்களுக்குப் புதிய உற்சாகத்தைக் கொடுக்கும்.
- எல்லாவற்றையும் நீங்கள்தான் செய்ய வேண்டுமென்ப தில்லை. நீங்கள் செய்தால் மட்டுமே சரியாக வரும் என்று நினைப்பதும் கூடாது. அது உங்களுக்குச் சுமையாக அமைந்து விடும். மற்றவர்களையும் உங்களுக்கு உதவ விடுங்கள்.
- சரியில்லாதவற்றைச் சுட்டிக் காட்டுவதுபோல, சரியாக இருந்தால் பாராட்டவும் செய்யுங்கள். அதனால் உங்களை ஒன்றும் குறைத்து மதிப்பிட்டுவிட மாட்டார்கள். சொல்லப் போனால், நீங்கள் உண்மையையே பேசுபவர் என்பதால், மற்றவர்களின் பாராட்டுக்களைவிட, உங்களுடைய பாராட்டுக்கு நிறைய மதிப்புக் கொடுப்பார்கள்.
- மற்றவர்களைப்போல உங்களுக்கும் உணர்வுபூர்வமான ஆதரவும் அரவணைப்பும் தேவை என்பதை நீங்கள் மிகவும் தாமதமாகத்தான் உணருவீர்கள். அப்படி உணரும்போது, அதைத் தயங்காமல் வாய்விட்டுக் கேளுங்கள்.
- நீங்கள் ஏமாற்றத்தில் அல்லது சிரமத்தில் இருப்பதை மற்றவர்கள் பார்த்து விட்டாலோ, உங்களின் நேர்மைக்கு ஒன்றும் பாதிப்பு வந்துவிடாது. மாறாக அவற்றையும் வெளிப் படையாக மறைக்காமல் சொல்லுவதுதான் நேர்மை.
- எல்லோரிடமும் நெகட்டிவ் விஷயங்கள் உண்டு. அதை ஏற்றுக்கொள்ளப் பழகுங்கள்.
- மற்றவர்களின் வேலைகளில், செயல்பாடுகளில், நடவடிக் கைகளில், நல்லனவற்றைப் பார்ப்பது என்று முடிவு செய்து கொண்டு பாருங்கள். உங்களுக்கு இனிமையான அதிர்ச்சி காத்திருக்கிறது. தவறு செய்துவிட்டால், உங்களை மன்னியுங்கள்.

மற்றவர்களின் திறமைகளை மனத்தில்கொண்டு, அடையக் கூடிய இலக்குகளையே நிர்ணயுங்கள். வேலைகளை பல் வேறு விதங்களாகவும் செய்யலாம் என்பதற்குத் தயாராக இருங்கள்.

- உங்களுக்குக் கோபம் வராது என்பதுபோலக் காட்டிக் கொண்டாலும், உங்களுக்குள் கோபம் இருக்கிறது. அதை உள்ளுக்குள் வைக்கிறீர்கள். அதைச் சரியாக வெளியேற்றுங் கள். யோகா, உடற்பயிற்சிகள், கள விளையாட்டுக்கள், நடனம் போன்றவை உதவும்.

மகிழ்ச்சி தரக்கூடிய வேலைகள் : முறைப்படுத்தப்பட்ட வேலைகள், அர்ப்பணிப்புத் தன்மை உள்ள வேலைகள்.

சிரமம் தரக்கூடிய வேலைகள் : ஒழுங்கும் கட்டுப்பாடும் இல்லாத வேலையிடங்கள். வேலை வரைமுறைகளும் விதிகளும் அடிக்கடி மாறும் வேலையிடங்கள். உணர்வு சம்பந்தபட்ட வேலைகள். புதிது புதிதாக யோசித்துச் செய்ய வேண்டிய வேலைகள்.

•

எண் இரண்டு – உதவுபவர்!

வேறு பெயர்கள்: கொடுப்பவர், இனிமையானவர்.

சிறுவயதில் மனம் பெற்ற தகவல்: நமக்கு என்று எதையும் செய்து கொள்வது தவறு. சரியில்லை.

சிறுவயதில் மனம்பெறத் தவறிய தகவல்: நீ விருப்பப்படுகிறாய்!

அடிப்படை பயம்: எவராலும் விரும்பத் தகாதவராக ஆகிவிடு வோமோ என்கிற பயம்.

அடிப்படை ஆசை: மற்றவர்களால் தன்னை விரும்ப வேண்டும். இதுவே பின்னால் மற்றவர்கள் நம்மைத் தேடி வரவேண்டும் என்பதாக மாறிவிடுகிறது.

மற்றவர்களின் நன்மைக்காகத் தங்கள் நலன்களை விட்டுக் கொடுத்து வேலை செய்வதுதான் இரண்டாம் எண் ஆளுமை களின் அடிப்படைக் குணம். கனிவோடு புரிந்து கொள்ளும் தன்மை, பொறுமை, மற்றவர்களை ஊக்கப்படுத்தும் குணம், மற்றவர்களுக்கு உதவத் தயாராக இருக்கும் மனம் போன்றவை

இவர்களுடைய சிறப்பியல்புகள். அன்னை தெரசா, ஃப்ளாரன்ஸ் நைட்டிங்கேல் போன்றவர்கள் இரண்டாம் எண்காரர்கள்.

பொதுவாக தங்கள் குழந்தைகளுக்காக, குடும்பத்துக்காக மட்டுமே வாழும் வீட்டுப் பெண்மணிகள் எல்லாம் இந்த இரண்டாம் எண்ணின் கீழ்தான் வருகிறார்கள்.

இவர்கள் சாதாரண நிலையில், நல்ல நிலையில் இருக்கும் போது, மற்றவர்களுக்கு உண்மையாக உதவி செய்வார்கள். ஆனால், மற்றவர்களுக்கு உதவுவதால் தங்களுக்கே பிரச்னைகள் ஏற்படும் சமயத்தில் 'ஏன் செய்தோம்' என நொந்து கொள்வார் கள். உதவி பெறுபவர்கள், தங்களுக்கு நன்றி சொல்ல வேண்டும், பாராட்ட வேண்டும் என்ற எண்ணம் 'இரண்டு'களிடம் உண்டு.

இவர்களுடைய எண்ணப்படி, வாழ்க்கையை வளமாகவும் அர்த்த முள்ளதாகவும் வாழ்வதற்கான வழி என்பது மற்றவர்களுக்குத் தாராளமாகக் கொடுப்பதும், கூடுதலாகவே செய்வதும்தான். இதை Umbrella effect என்கிறார்கள். அதாவது மற்றவர்களை நனையவிடாமல், தங்களை நனைத்துக் கொள்ளும் குடைகள் இவர்கள்.

மற்றவர்களின் அன்பைப் பெறுவது, 'இரண்டு'களுக்கு மிகவும் முக்கியம். பிறரின் வாழ்க்கையில் தவிர்க்க முடியாதவர்களாக இருப்பதில், 'இரண்டு'களுக்கு ஆனந்தம். மற்றவர்களின் தேவை களை, மனஉணர்வுகளைச் சரியாகப் புரிந்துகொண்டு உதவி செய்வதில் (Empathy) இவர்களுக்கு இணை, வேறு எந்த ஆளுமைகளுக்கும் இல்லை.

அளவற்ற அன்பாலும் தாராள குணத்தனத்தாலும், மற்றவர் களைத் தங்கள் வசப்படுத்துவார்கள். இவர்கள் எப்போதும் கனிவோடு, பொறுமையோடு நடப்பதன் மூலம், தம்மைச் சுற்றியிருப்பவர்களையும் அதேபோல நடக்க வைப்பார்கள்.

பிறர் தன்னைச் சார்ந்து இருக்க வேண்டுமென்ற எண்ணம் இவர் களுக்கு உண்டு. எல்லோருக்கும் நல்ல நண்பராக இருப்பதில் அலாதிப் பிரியம்.

யாராவது தங்களைப்பற்றிய பரம ரகசியங்களை இவர்களிடம் சொல்லி விட்டால் போதும். இவர்களின் திருப்திக்கு அளவே இருக்காது. பிறரின் மனத்தில் ஒரு தனிப்பட்ட இடத்தினைப்

பெறுவதற்காக, தங்கள் நலனைக்கூட புறக்கணிப்பார்கள். மற்றவர்களின் குடும்ப நிகழ்ச்சிகளில், பிற நிகழ்ச்சிகளில் இவர் களுக்கு முக்கிய இடம் கொடுக்கப்பட வேண்டும் என்றும் எதிர்பார்ப்பார்கள். அந்த மாதிரி நிகழ்ச்சிகளில் எல்லா வேலை களையும் இழுத்துப் போட்டுக்கொண்டு செய்வார்கள்.

இவையெல்லாம் உண்மையிலேயே நல்ல குணங்கள்தான். ஆனால் இதுவே அதிகமாகும் போது வேறு மாதிரியும் ஆகி விடும். மற்றவர்கள் இடம் கொடுக்கக் கொடுக்க, தங்களை அறியாமலேயே, நண்பர்களின் தனிப்பட்ட வாழ்க்கையில், விவகாரங்களில் அதிகமாகவே தலையிடுவார்கள். பண விவ காரங்கள், உடல் பிரச்னைகள், கணவன் - மனைவி உறவுகள் போன்ற அந்தரங்க விவகாரங்களில்கூட உதவி செய்கிறேன் என்ற பெயரில் மூக்கை நுழைப்பார்கள். அது அநாகரிகமாகி விடும். கேட்காமலேயே உதவிகள் செய்ய முன்வருவார்கள். எல்லாவற்றையும் தெரிந்துகொள்ள விரும்புவார்கள். ஓர் அளவுக்கு மேல் மற்றவர்களால் அதிகப்பிரசங்கிகளாக, தொந்தர வாக உணரப்படுவார்கள்.

விஷேச தினங்களுக்கு மறக்காமல் வாழ்த்துகள் அனுப்புவார்கள். அதேபோல தனக்கும் மற்றவர்களிடம் இருந்து வர வேண்டும் என்று எதிர்பார்ப்பார்கள். தங்களின் எதிர்பார்ப்பை வெளிக் காட்ட மாட்டார்கள். ஆனால், யாராவது இவர்களின் எதிர் பார்ப்புக்கேற்ப நடந்துகொண்டால், பலரிடமும் சொல்லிச் சொல்லி ஏகத்துக்கும் பெருமைப்படுவார்கள். தங்களின் அன்புத் தேவைகளை நேரடியாகத் தெரிவிக்காததும், அடுத்தவர்களாக பார்த்துச் செய்ய வேண்டும் என்று எதிர்பார்ப்பதும் இவர்களது தனிக் குணம்.

தட்டிக் கொடுப்பது, கட்டி அணைப்பது என்று உடல் ரீதியாகவும் நெருக்கமாக இருப்பது இவர்களின் பழக்கம். தான் உதவுபவன், நிறையச் செய்பவன், விட்டுக் கொடுப்பவன், அதனால் மற்றவர்கள் மனத்தில் தனக்குத் தனியிடம் தரப்பட வேண்டும். தன் நண்பர்கள் தன்னை மட்டும் அழைக்க வேண்டும், தன்னை விரும்ப வேண்டும், தன்னிடம் எல்லாவற்றையும் தெரிவிக்க வேண்டும் என்ற Possessiveness அளவுக்கு அதிகமாகவே உண்டு. மற்றவர்களைத் திருப்திப்படுத்தும் நோக்கில் உதவிகள் செய்துகொண்டே இருப்பார்கள். செய்வதில் அளவு இருக்காது. திருப்தியும் அடைய மாட்டார்கள்.

சமயங்களில் இது எல்லை மீறிப் போவதும் உண்டு. கட்டயமாக நட்பு பாராட்டுவது, மற்றவர்களின் நலனை அதிகம் போற்று வது, மிகவும் தாராளமாக நடந்து கொள்வது, வெட்கப்படாமல் முகஸ்துதி செய்வது என்று எந்த அளவுக்கும் போவார்கள். காரணம், இரண்டாம் எண் ஆளுமைகளின் ஆழ்மனத்தில் எப்போதும் ஒரு பயம் இருக்கும். நாம் செய்வதை நிறுத்தி விட்டால் மற்றவர்கள் நம்மை விரும்புவதை நிறுத்திவிடுவார் களோ என்ற பயம். அதனால் மற்றவர்கள் இவர்கள் செய்ததை எவ்வளவு பாராட்டினாலும் ஏற்றுக்கொண்டாலும் 'இரண்டு' களின் மனத்துக்கு அது போதவே போதாது.

இவர்கள் இப்படிச் செய்வதால் சிலர், வேறு ஏதும் உள்நோக்கத் துடன்தான் இப்படியெல்லாம் உதவுகிறார்களோ என்று நினைத்து, 'இரண்டு'களிடமிருந்து விலகிவிடுவதும் உண்டு.

மற்றவர்களுக்கு நிறையச் செய்வார்கள்தான். அதேசமயம் வெளிப்படையாகத் தெரிவிக்காவிட்டாலும், அவரிடமிருந்து திரும்பப் பிரதி உபகாரமாக ஏதாவது கிடைக்க வேண்டும் என்ற எதிர்பார்ப்பு இவர்களுக்குள் இருக்கிறது.

இவர்களுடைய 'ப்ளஸ் பாயிண்ட்' - பயம் இல்லாதவர்கள், தயக்கம் அற்றவர்கள். பொது இடங்களில், விசேஷங்களில் வேலைகளை இழுத்துப் போட்டுக்கொண்டு செய்வார்கள். பலருக்கும் உதவிகரமாக இருப்பார்கள்.

வேலையிடங்களில், தங்களைச் சுற்றியுள்ள மேலதிகாரி, உடன் பணியாற்றுபவர்கள், வாடிக்கையாளர்களின் உணர்வுத் தேவை களைப் புரிந்துகொண்டு, அதற்கு ஏற்ப அற்புதமாகச் செயல்படு வார்கள். இவர்கள் மிகச் சிறந்த தனிபட்ட செயலாளர்களாகவும் (Personal Secretaries), உதவியாளர்களாகவும் (Assistants) நர்ஸ்களாகவும் பணியாற்றத் தகுதியானவர்கள்.

இவர்கள் சக்திமிக்கவர்கள். இவர்களுக்கே நேரடி சக்தி இல்லா விட்டாலும் சக்திமிக்கவர்களுக்கு உதவிகள் செய்து, அவர்களின் சக்தியினைப் பயன்படுத்திக் கொள்வார்கள். மெல்ல மெல்ல, இவர்களே சக்திமிக்கவர்கள் ஆகிவிடுவார்கள். காரணம், காலப்போக்கில் சக்தியுள்ளவர்கள் இவர்களைச் சார்ந்து இருக்க ஆரம்பித்துவிடுவார்கள். இவர்களில் சிலர் 'கிங் மேக்கர்ஸ்' (காமராஜ், மூப்பனார்).

தங்களுக்கு முக்கியம் என்று தோன்றுபவர்களின் வாழ்க்கையை ஒட்டி, தங்களின் வாழ்க்கையை அமைத்துக் கொள்வார்கள். கருத்து வேறுபாடு உள்ளவர்களிடையே பேசி, சமாதானம் உண்டாக்குவார்கள்.

சிரம நிலையில்

அடுத்தவர்களுக்கு நிறைய உதவிகள் செய்வதால், சுயநலம் இல்லாதவர்களாத் தெரியும் 'இரண்டு'கள், மனத்துக்குள் நிறைய எதிர்பார்ப்புகளுடனும் எவராலும் அங்கீகரிக்கப்படாத உணர்வுடனும் அங்கீகாரத்தைத் தேடுபவர்களாகவும் இருக்கிறார்கள். இது தவறில்லைதான். ஆனால், அந்த உணர்வுகளை வெளிக்காட்டவும் தயங்குவார்கள். மற்றவர்கள் அவர்களாகவே இவர்களின் தேவைகளைப் புரிந்துகொண்டு ஏதும் செய்யாத போது கத்துவார்கள்; கோபப்படுவார்கள். சிரம நிலையில் இரண்டாம் எண்காரர்கள், எட்டாம் எண்காரர்கள்போல நடக்க ஆரம்பித்துவிடுவார்கள்.

நல்ல நிலையில்

இவர்களுடைய பொருள்களையெல்லாம் மற்றவர்கள் பயன்படுத்திக்கொள்ள அனுமதிப்பார்கள். சொல்லப் போனால், இவர்களே விரும்பி அழைத்து, கட்டயாப்படுத்துவார்கள். நல்ல நிலையில் 'இரண்டு'கள், நாலாம் எண்காரர்கள்போல செயல்படுவார்கள்.

குழந்தைப் பருவத்திலே

சிறிய வயதில் இவர்களுடைய நம்பிக்கைகள் மொத்தம் மூன்று. முதலாவது, 'அடுத்தவர்களின் தேவைக்குப் பிறகுதான் தனது தேவையைப் பார்க்க வேண்டும்.' இரண்டாவது, 'எதையும் கொடுத்துத்தான் பெறமுடியும்'. மூன்றாவது நம்பிக்கை, 'மற்றவர்களின் அன்பு சாதாரணமாகக் கிடைத்துவிடாது. அதை முயன்றுதான் சம்பாதிக்கமுடியும்.'

சிறிய வயதிலேயே பெற்றோர்களுக்கு நிறைய உதவுவார்கள்.

தங்களுடைய தம்பி தங்கைகளைப் பார்த்துக் கொள்வது, வீட்டு வேலைகள் செய்வதில் அதிக ஆர்வம் காட்டுவார்கள். தங்கள் தேவைகளை விட்டுக் கொடுப்பதன் மூலமே தாங்கள்

விரும்பப்படுவோம் என்பது இவர்களின் மனத்தில் ஆழமாகப் பதிந்து விடுகிறது.

இவர்களுடைய பிரச்னைகள்

மற்றவர்களுக்காவே எதையும் செய்துகொண்டிருப்பதால் சுய அடையாளம் இல்லாமல் இருப்பார்கள்.. தன்னையே ஏமாற்றிக் கொள்வார்கள். எவை தனக்கு உரியவை என்பதைப்பற்றிய தவறான அபிப்பிராயங்கள் உண்டு. அடக்கி வைத்த கோபத்தை முறையற்ற விதத்தில், மற்றவர்கள் வெறுத்து ஒதுக்குமாறு வெளிப்படுத்துவார்கள். ஒருவரின் கவனத்தைக் கவர சூழ்ச்சிகள் கூட செய்வார்கள், கட்டயாப்படுத்துவார்கள். யாரையும் ஆக்கிர மித்துக் கொள்ளும் அதீத அன்பு எல்லாம் இவர்களுடைய பிரச்னைகள்தான்.

பலங்கள்

மற்றவர்களுக்கு மனரீதியாகவும் உழைப்பு ரீதியாகவும் ஆதர வாக இருப்பார்கள். நல்ல நிலைகளில் கலகலப்பாக இருப் பார்கள். குழந்தைகளைப் போன்ற, ஆர்வமும் உற்சாகமும் மகிழ்ச்சியும் உடையவர்கள். தங்களின் எல்லைகளை உணர்ந்த 'இரண்டு'கள் தொந்தரவாக இல்லாமல் உதவியாக இருப் பார்கள்.

இவர்களுடன் பழகுவது

'நீங்கள் இல்லாமல் முடியாது' என்ற அணுகுமுறை இவர் களுக்குப் பிடிக்கும். 'வேண்டாம், நானே செய்துகொள்கிறேன்' என்கிற அணுகுமுறை இவர்களுக்குப் பிடிக்காது. ஏதாவது ஒருவகையில் புறக்கணிக்கப்பட்டால், இவர்களால் தாங்கிக் கொள்ள முடியாது. அங்கீகரிப்பு, அன்பு பாராட்டுதல்கள் முதலியவற்றில் தாராளமாக இருக்க வேண்டும். உள்ளார்ந்த பாராட்டுதல்கள் கிடைக்காமல் ஏமாற்றம் ஏற்படும் சமயத்தில் 'இரண்டு'கள் பழிவாங்கவும் தயங்க மாட்டார்கள்.

'இரண்டு'களுக்கு சில ஆலோசனைகள்:

- மற்றவர்கள் உங்களைப்பற்றி என்ன நினைக்கிறார்கள் என்பது ஒன்றும் அவ்வளவு முக்கியமில்லை. என்னதான் செய்தாலும் எல்லோரையும் எல்லா நேரத்திலும் மகிழ்ச்சியாக வைத்திருக்க முடியாது. எவராவது அதிருப்தி அடையத்தான்

செய்வார்கள். அதனால் எல்லோருமே, எல்லா நேரங்களிலுமே உங்களுடன் சிநேகிதமாக இருக்க முடியாது. நீங்கள் நினைக்கிற மாதிரி இல்லாவிட்டாலும், வேறு விதங்களிலும் மற்றவர்கள் உங்களிடம் அன்பையும் பிரியத்தினையும் காட்டுகிறார்கள். அதை உணர முயலுங்கள்.

- உங்களைப்போல எல்லோராலும் மற்றவர்கள் மீது கவனம் செலுத்த முடியாது. ஆனாலும் அவர்கள் தங்களால் முடிந்த அளவு செய்துகொண்டுதான் இருக்கிறார்கள். நீங்களே உங்களுக்கு ஓர் எல்லை வகுத்துக் கொள்ளுங்கள். எவ்வளவு தூரம் அடுத்தவர்களின் பிரச்னைகளில் எந்த அளவுக்குத் தலையிடலாம் என்பதில் ஓர் அளவு வேண்டும். அதேபோல உங்கள் பிரச்னைகளில், வேலைகளில் அக்கறையின்றி இருப்பதிலும் ஓர் அளவு வேண்டும்.

- ஒருவரைப்பற்றி அளவுக்கதிகமாகப் புகழ்வதனால், அவர்களே உங்களைப்பற்றி நெகட்டிவாகவும் எண்ணலாம்.

- நாம் இவ்வளவு அன்பு செய்திருக்கிறோம். அதற்குப் பதில் வட்டியுடன் சேர்த்து இவ்வளவு அன்பு திரும்பக் கிடைக்க வேண்டும் என்றெல்லாம் எதிர்பார்க்கக் கூடாது. அதேபோல கட்டாயப்படுத்துவதன் மூலம் அன்பைப் பெற முடியாது.

- உங்கள் வளர்ச்சிக்கென உதவும் தனிப்பட்ட செயல்கள் எதையாவது செய்யப் பழகிக் கொள்ளுங்கள். தனியாக இருக்கப் பழகிக் கொள்ளுங்கள். கவனத்தினை உள்புறமாகத் திருப்புங்கள். தியானம் செய்து, மனத்தை வெளியில் அலைய விடாமல் இருக்க முயற்சி செய்யுங்கள்.

- உங்கள் சாதனைகளையும் அவற்றின் மதிப்பையும் கவனியுங்கள். உங்களுக்கு என்ன தேவை என்பதைத் தெரியப் படுத்தி அதைப் பெறுங்கள். உணர்வுபூர்வமாக மட்டுமன்றி, அறிவுபூர்வமாகவும் யோசித்துச் செயல்படுங்கள்.

மகிழ்ச்சி தரக்கூடிய வேலைகள்: மனிதர்களுடன் சேர்ந்து பழகிச் செய்யும் வேலைகள். விற்பனை, மருத்துவம், உடல் நலம் பேணும் துறைகள், சேவைப் பிரிவுகள், மற்றவர்களுக்குப் பணி விடைகள் செய்யும் வேலைகள் எதுவும்.

சிரமம் அளிக்கும் வேலைகள்: இயந்திரங்களுடன் மட்டும் வேலை செய்வது, மனிதத் தொடர்பு இல்லாத வேலைகள் செய்வது, கம்ப்யூட்டர், கணக்குப் பிரிவுகள், காட்டிலாகா போன்ற ஆள் இல்லாத இடங்களில் பாதுகாப்புப் பணி, ஆராய்ச்சிக் கூடங்கள் போன்றவை இவர்களுக்குச் சரி வராது.

•

3. மூன்றாம் எண் – சாதனையாளர்

வேறு பெயர்கள்: ஊக்குவிப்பவர், முன்மாதிரியாக இருப்பவர், நல்ல தகவல் தொடர்பாளர், மதிப்புத் தேடுபவர்.

சிறுவயதில் மனம் பெற்ற தகவல்: சொந்த உணர்வுகளுக்கும், அடையாளங்களுக்கும் முக்கியத்துவம் கொடுப்பது சரியில்லை.

சிறுவயதில் மனம் பெறத் தவறிய தகவல்: நீ உன் சிறப்பியல்பு களுக்காக விரும்பப்படுகிறாய்.

அடிப்படை பயம்: 'யாருக்கும் பயனில்லாதவராக ஆகிவிடு வோமோ!'

அடிப்படை ஆசை: மதிப்புள்ளவராக ஆகிவிட வேண்டும். இதுவே பின்னால், வெற்றிகளைத் துரத்துபவராக ஆக்கி விடுகிறது.

'நல்ல நிலை'யில் இருக்கும் 'மூன்று'கள், சாதனையாளர்கள். வாழ்க்கையின் பெரும்பாலான பகுதிகளில் வெற்றி அடை கிறார்கள். பலர் இவர்களை, தனிப்பட்ட சாதனைகளுக்காக, அண்ணாந்து பார்க்கிறார்கள்.

'தான் ஒன்றும் சாதாரண ஆள் இல்லை' என்று வெளிக்காட்டப் பாடுபடுவார்கள்.

உயர்ந்த அலுவக வேலையைப் பெறுவதோ, அரசியலில் பிரமுக ராக வருவதோ, மின்னும் திரைப்பட நட்சத்திரம் ஆவதோ, பிரபலமான விளையாட்டு வீரர் ஆவதோ, கலையோ, இலக் கியமோ அல்லது வேறு எந்தத் துறையோ, எது பிரமிப்புடன் பார்க்கப்படுகிறதோ, மதிப்பு மிக்கதாக இருக்கிறதோ, அதில் சொல்லிக்கொள்கிற மாதிரி வெற்றி பெற்றே ஆகவேண்டும் என்று துடிப்பார்கள்.

தங்களையும் மேம்படுத்திக்கொண்டு, உலகினையும் மேம் படுத்துவது குறித்து பெருமிதமும் மகிழ்ச்சியும் கொள்பவர்கள் 'மூன்று'கள். வெற்றி பெறுபவர்கள் என்பது தவிர, மற்ற எல்லா எண்காரர்களையும்விட, அதிகம் விரும்பப்படுபவர்களாகவும் இருப்பார்கள். காரணம், அவர்களுடைய தன்னம்பிக்கையும் திறமையை மேலும் மேம்படுத்திக் கொள்ளும் குணமும்தான். சமுதாயத்தில் சிறப்பானவை என்று சொல்லப்படும் குணங்கள் கொண்டவர்கள். நல்ல நிலையில் இருக்கும்போது, 'இன்னும் கூடுதல் முயற்சி தேவை. அவை நிச்சயம் வெற்றியளிக்கும்' என்று எண்ணுபவர்கள்.

தாங்கள் முன்னேறுவது, வெற்றி பெறுவது மட்டுமல்ல, மற்றவர் களையும் ஊக்கப்படுத்தி, அவர்களின் சக்திக்கு மீறிய செயல் களைச் செய்ய வைக்கக் கூடியவர்கள். அதன் மூலம், சந்தோஷம் காண்பவர்கள். இவர்கள் காணும் கனவுகளும்,கொண்டிருக்கும் நம்பிக்கைகளும் உடனிருக்கும் மற்றவர்களிடமும் இயற்கை யாகவே எதிரொலிக்கும்.

எல்லா இடங்களிலும் எவரோடும் உடனே சரிசெய்துகொண்டு, தாங்கள் மிகச் சிறந்தவர்கள் என்று காட்ட இவர்களால்முடியும். தங்களுக்கு எல்லாமே தெரியும். தங்களுக்கு எல்லாவற்றிலும் திறன் உண்டு என்பதைக் காட்டிக்கொண்டு, அதற்காகத் தேவைப் பட்டால், நடிக்கவும் செய்வார்கள். இப்படியே மற்றவர்களைக் கவரும் நோக்கில் எப்போதும் ஏதாவது செய்துகொண்டே இருப்பதால், ஒரு கட்டத்தில், தங்களின் உள்ள உணர்வுடன் கொண்ட தொடர்பை இழந்துவிடுவார்கள். உண்மையில், தங்களுக்கு என்ன வேண்டும் என்பதே இவர்களுக்குத் தெரியாது. எதை உலகம் மிகவும் ரசித்துப் பாராட்டியதோ, எதற்கு வெகு மதிகள், பரிசுகள் கிடைத்ததோ அதையே, அந்த உருவத் தினையே தங்களின் உருவமாகக் காட்டிக் கொள்வார்கள்.

பிரபலமான உதாரணங்கள் சொல்வதென்றால், பில் கிளிண்டன், கூடைப்பந்து வீரர் மைக்கல் ஜோர்டான் மற்றும் மடோனா. இவர்களுக்குத் தங்களின் வெற்றிதான் முக்கியம். தனிப்பட்ட வாழ்க்கை உள்பட மற்றவை எல்லாம் இரண்டாம் பட்சம்தான். உறவுகள், நட்பு, ஆரோக்கியம் முதலியனவற்றைக்கூட சமயத்தில் கவனிக்க மாட்டார்கள். வெற்றி இல்லாவிட்டால் இவர்களால் நிம்மதியாக இருக்க முடியாது. சிறியதோ, பெரியதோ வெற்றிகள் வந்துகொண்டே இருக்க வேண்டும்.

'மூன்று'கள் தங்களுடைய உண்மையான குணம் எதுவோ, திறமை, ஆர்வம் எதுவோ, அதைத்தான் வெளியில் சொல்லு வார்கள் என்பது கிடையாது. இருக்கும் இடங்களைப் பொறுத்து, சூழ்நிலைகளைப் பொறுத்து, அங்கே எதற்குச் சிறப்பு, பெருமை, அல்லது வரவேற்பு உள்ளதோ, அது தங்களிடம் இருப்பதாகச் சொல்லி, மரியாதை பெற்றுவிடக் கூடியவர்கள்.

அதற்காக 'மூன்று'கள் சொல்வது பொய் என்று சொல்ல முடியாது. அவர்கள் இயல்பே, அதுதான். தாங்கள் எதிலும் சிறந்தவர் என்றுதான், அவர்கள் மனதார நம்புகிறார்கள். தங்களையே ஏமாற்றிக்கொள்ளவும் செய்கிறார்கள். இமேஜ் என்பது இவர்களுக்கு முக்கியம். உலகம் தன்னை அதனால்தான் மதிக்கிறது. ஆகவே என்ன ஆனாலும் சரி, இமேஜை மட்டும் இழக்கவே கூடாது என்று நினைப்பார்கள்.

இதனால், 'உன்னால் கண்டிப்பாகச் செய்யமுடியும்' என்று தனக்குத் தானே ஊக்கம் கொடுக்கும்படி மனத்துக்குள்ளேயே பேசிக் கொள்வார்கள். (Pep talk). எப்போதும் எதைச் செய்யலாம், எதில் சாதிக்கலாம், எதில் வெற்றி பெறலாம் என்பனவற்றைத் தான் சிந்திப்பார்கள். எந்தக் கூட்டத்திலும் தான் தனித்துத் தெரிய வேண்டும் என விரும்புவார்கள்.

தங்களின் உணர்ச்சிகளை கவனிக்கவோ அதற்கு முக்கியத்துவம் கொடுக்கவோ இவர்களால் முடியாது. மனத்தின் மேல் தளத்தில் மிதக்கும் சாதனை தாகத்துடனே எப்போதும் இருப்பதால், மனத்தின் அடியில் கிடக்கும் உணர்வுகளைக் கண்டுகொள்ள மாட்டார்கள்.

தங்களை மட்டுமல்ல, தங்களுக்கு மிக நெருக்கமானவர்களை யும்கூட (மனைவி, குழந்தைகள், பெற்றோர்) மற்றவர்கள் கவனிக்க வேண்டும் என்று விரும்புவார்கள். இவர்களின் செல்லப் பிராணிகளை, உடையை, காரை, உபயோகப்படுத்தும் பிற பொருள்களை மற்றவர்கள் வியந்து பாராட்ட வேண்டும் என விரும்புவார்கள். ஆனால் தன்னைப் பாராட்டும் மற்றவர்களை, இவர்கள் ஒருபோதும் கவனித்துப் பாராட்ட மாட்டார்கள்.

போகப் போக, 'மூன்று'கள் சாதனை இயந்திரங்களாக மாறிவிடு கிறார்கள். அவர்கள் வேலையினால் அவர்களுக்கே பெரிய மனத்திருப்தி எல்லாம் இருக்காது. ஆனாலும் போட்டிகள் என்று ஆரம்பித்தாகிவிட்டதே. இனிவிடமுடியாது. எந்தப்

போட்டியோ ஜெயித்துத்தான் ஆகவேண்டும் என்பதுதான் இவர்களின் நிலைமையாக இருக்கும்.

எதிலும் ஒரு போட்டி மனப்பான்மையோடுதான் இருப்பார்கள். செயல்படுவார்கள். இவர்களுக்கு உலகம் மொத்தமுமே ஒரு போட்டி மைதானம்தான். தன்னைத் தவிர வேறு யாரும் வெற்றி பெற்றுவிடக் கூடாது என்ற நினைப்பில்,விடாது போட்டியில் கலந்து கொள்வார்கள்.

இதன் உச்சம் என்ன என்றால், எவரோடு போட்டி போடலாம், எவரோடு போட்டி போடக் கூடாது என்றெல்லாம் பார்ப்ப தில்லை. அவர்களுக்கு எல்லா இடங்களுமே போட்டிக்கான மைதானங்கள்தான். எல்லாருமே எதிரணியினர்தான். இதனால் மேலதிகாரிகள், பெற்ற பிள்ளைகள், மனைவி/கணவன், ஆசிரியர்கள் என்று எவரையுமே விட்டு வைப்பதில்லை. அடுத்த மனிதர் எவராயினும், அவர்களைவிட, தான் உயர்வாக இருக்க வேண்டும் என்ற எண்ணம் உறவுகளைப் பாதிக்கும்.

தங்களுடைய திறன் மீது கவனம் செலுத்தி, அதை மேம் படுத்துவதைவிட, எது தங்களிடம் மற்றவர்களால் அங்கீ கரிக்கப்படுகிறதோ, அதன் மீது கவனம் செலுத்துவார்கள். எப்போதும் கவனிக்கப்பட வேண்டும் என்று நினைப்பதால், ஒருவித பரபரப்பும், படபடப்பும் இவர்களிடம் இருக்கும். எதையும் கவனமாகத் தவறின்றி செய்ய வேண்டும் என்றும் கவலைப்படுவார்கள்.

இவர்களுக்கு, எவரையும் தங்களிடம் நெருங்கிப் பழக அனு மதிக்க மாட்டார்கள். காரணம் அடுத்தவர்கள், 'நினைத்துக் கொண்டிருப்பது'போல, தான் இல்லை என்பதைக் கண்டுபிடித்து விடுவார்களோ என்கிற பயம்தான். எவரையும் கொஞ்சம் தள்ளியே வைப்பது இவர்கள் வழக்கம். உண்மையான நெருக்கம் கொடுக்க முடியாவிட்டாலும் மற்றவர்களுடன், ஒரு தொழில் முறை நட்பு பாராட்டி அதைச் சமாளித்துவிடுவார்கள்.

இவர்கள் உழைப்பாளிகள். வேலையினை உடனே முடித்துவிடக் கூடியவர்கள். அதிகம் யோசித்துக்கொண்டிருப்பது எல்லாம் கிடையாது. ஒன்றை முடிக்க வேண்டும் என்றால், நாள் முழுக்க வேலை செய்வார்கள். ஓய்வே பிடிக்காது. விடுப்பில்கூட வேலைக்கு வந்துவிடுவார்கள். உடம்பு சரியில்லை என்றாலும்கூட இவர்களின் வேலை நிற்காது.

சிரம நிலையில்

அதிக போட்டி மனப்பான்மையுடனே பழகுவதால், இவர்களுக்குப் பலருடனும் சச்சரவுகள் ஏற்படும். சிரமமான காலங்களில் 'மூன்று'கள் ஒன்பதாம் எண்காரர்கள்போல நடந்து கொள்வார்கள். நீண்ட காலத்துக்கு மற்றவர்களின் பாராட்டுதல்களைப் பெற்றுத் தரும் வேலைகளை மட்டுமே செய்து வருவதால், மனச்சோர்வு அடைந்து விடுவார்கள். எதிலும் சுவாரசியமின்றி இருப்பார்கள். தோல்விகளைத் தாங்கிக்கொள்ள மாட்டார்கள். வாழ்க்கை மீதே அவர்களுக்கு வெறுப்பு வந்துவிடும். இருந்தாலும், அடுத்த வெற்றிபற்றிய பகல் கனவு காண ஆரம்பித்துவிடுவார்கள்

நல்ல நிலையில்

நல்ல நிலைகளில் 'மூன்று'கள், அற்புதமான திட்டங்களை வகுக்கக் கூடியவர்கள். இவர்கள் உருவாக்கும் குழுக்கள், நிறுவனங்கள், அமைப்புகள் சிறந்ததாக இருக்கும். நல்ல நிலையில் 'மூன்றுகள்' ஆறாம் எண்காரர்கள்போல செயல்பட ஆரம்பித்து விடுவார்கள்.

குழந்தைப் பருவத்தில்

குழந்தையாக இருக்கும்போது பெற்றோர்கள் சாதிப்பதைப் பார்த்தவர்கள், பின்பு தானும் அப்படிச் சாதிக்க வேண்டும் என்று முனைந்து இலக்கு உண்டாக்கிக்கொண்டு, அதற்காக உழைப்பார்கள். சமயத்தில் பெற்றோர்களே, இவர்களை எதிலாவது (நாட்டியம், பாட்டு, மேடைப் பேச்சு, விளையாட்டுக்கள்) ஈடுபட வைத்திருப்பார்கள்.

சின்ன வயதில் தந்தையோ, தாயோ 'நீ இப்படி ஆக வேண்டும் என்பது என் ஆசை' எனப் பலமுறை கூறியிருப்பார்கள். பின்னால் அவர்களைத் திருப்தி செய்ய வேண்டி, இவர்கள் பல சாதனைகள் செய்வார்கள்.

சின்ன வயதில் இருந்தே, இவர்களது எண்ணம், வெற்றியாளர்கள்தான் எப்போதும் எவராலும் விரும்பப்படுகிறார்கள், நேசிக்கப்படுகிறார்கள் என்பதுதான்.

தங்களுடைய மதிப்பினைக் கூட்டுவது எதுவானாலும், அதைச் செய்வார்கள். சின்ன வயதில் இருந்தே, மற்றவர்களால் எது மதிப்பானது என்று கருதப்படுகிறதோ அதைச் செய்து தாங்கள்

மதிப்பு பெற விரும்பும் இவர்களுக்கு, போகப் போகத் தங்களுக்கு என்று என்ன தேவை, தங்கள் உள்ளக் கிடக்கை என்ன என்பதே தெரியாமல் போய்விடும். தங்களின் உணர்வுகளை ஓர் ஓரமாகத் தூக்கி வைத்துவிட்டு, வேலை செய்யக்கூடிய 'செயல் வீரர்கள்'.

இவர்களுடைய பிரச்னைகள்

தொடர்ந்து கடுமையாக உழைப்பதால் மனச்சோர்வு, அயற்சி அடைவார்கள். தனக்குத் தானே போலியாக நடந்து கொள் வார்கள். மனத்தின் உள்ளே வெறுமை இருக்கும். மனவருத் தங்களை மறைத்துக் கொள்வார்கள். பொறாமை உண்டு. தங்களின் வெற்றிபற்றிய சாத்தியமில்லாத எதிர்பார்ப்புகள் அதிகம் இருக்கும். சந்தர்ப்பவாதமாக நடந்து கொள்வார்கள். தங்களின் வெற்றிக்காக மற்றவர்களைத் தவறாகப் பயன்படுத்திக் கொள்வார்கள். பிறருடன் பிணக்குகளும் சண்டைகளும் நிறையவே ஏற்படும்.

பலங்கள்

தங்களைப்பற்றிய நல்ல மதிப்பீடுகொண்டிருப்பதால், தன்னம்பிக்கை இவர்களுக்கு அதிகம். தங்களுடைய, தங்களைச் சார்ந்தவர்களின் மேம்பாட்டுக்காகத் தொடர்ந்து உழைப்பார்கள். அதில் நேரம், பணம், உழைப்பு முதலியவற்றை முதலீடு செய்வார்கள். செய்யும் வேலைகளைச் சிறப்பாகச் செய்து, மற்றவர்களுக்கு முன்மாதிரிகளாக இருப்பார்கள்.

இவர்களுடன் பழகுவது

நேரத்தினை வீணடிப்பது 'மூன்று'களுக்குப் பிடிக்காது. எனவே, பேசும் போது சுற்றி வளைக்காமல், நேரடியாக விஷயத்துக்குப் போய்விட வேண்டும். எது சொன்னாலும் அதன் பலன் என்ன? என்பதைத்தான் முதலில் பார்ப்பார்கள். கேட்பார்கள். சொன்னதைச் செய்துவிடுவார்கள். அதை மற்றவர்களிடமும் அப்படியே எதிர்பார்ப்பார்கள்.

இவர்களிடம், எதைச் செய்ய வேண்டும் என்பதைத் தெளிவாகச் சொல்லிவிட வேண்டும். எதை அடைந்தால் வெற்றி என்று சொல்ல வேண்டும். முன்கூறிய திட்டத்தை மாற்றினால் இவர்களுக்குப் பிடிக்காது. தாங்கள் எப்படிச் செயல்படுகிறோம் என்பதுபற்றிய Feedback-ஐ எதிர்பார்ப்பார்கள்.

எது, எப்போது, எவ்வளவு இலக்கு என்றெல்லாம் சொல்லா விட்டால், இவர்களுக்குத் தலைவெடித்துவிடும். தெளிவில்லாத திட்டங்கள் இவர்களை எரிச்சல்படுத்தும். அப்படிப்பட்ட செயல்களைச் செய்ய அவர்களுக்குப் பெரிய ஆர்வம் வராது. குறுகிய கால இலக்குகள் இவர்களுக்கு மிகவும் பிடிக்கும்.

இவர்களுடன் உங்களுடைய உறவு சீர்கெட்டுவிட்டால், நீங்கள் பொறுமையாக எடுத்துச் சொல்ல வேண்டும். 'எப்படி உங்களுட னான நல்லுறவு, அவர்களுடைய வெற்றிக்கு உதவும்' என்று தெளிவாகச் சொன்னால் புரிந்து கொள்வார்கள். 'மூன்று'களுடன் போட்டி போடுவதைவிட, இணைந்து பணியாற்றுவதே பலனளிக்கும்.

சில ஆலோசனைகள்:

- நீங்கள் நீங்களாக இல்லாமல், ஏன் போலியான யாரோ ஒருவராக இருக்கிறீர்கள் என்பதை யோசித்துப் பாருங்கள். எல்லா நேரமும் அப்படியிருக்க வேண்டாம். நீங்கள் செய்து கொண்டிருப்பதைத் திடீரென்று நிறுத்திவிட்டு, கொஞ்சம் ஓய்வெடுத்துப் பாருங்கள். புத்துணர்வு பெறுவீர்கள்.

- யாராவது ஒருவருடன் மனம் திறந்து பேசுங்கள். எல்லா வற்றையும் மொத்தமாகச் சொல்ல வேண்டுமென்பதில்லை. நீங்கள் எப்போது பொய் சொல்லுவதாக மற்றவர்கள் உணருகி றார்கள்? எப்போது நீங்கள் உண்மையாக இல்லாமல் இருக் கிறீர்கள்? போன்றவற்றை அடுத்தவரிடம் கேட்டுத் தெரிந்து கொள்ளுங்கள். அவர்கள் சொல்லுவது தவறாக இருந்தாலும் பரவாயில்லை. ஒருமுறை காது கொடுத்துக் கேளுங்கள்.

- மனச்சோர்வைத் தவிர்க்க வேலைக்குச் சம்பந்தமில்லாத எதா வது ஒரு பொழுதுபோக்கினை ஏற்படுத்திக் கொள்ளுங்கள். தியானம் செய்யுங்கள். நடைப்பயிற்சி செய்யுங்கள். தனியாக இல்லாமல் குழுவோடு இணைந்து செயல்பட வேண்டிய வேலைகளையும் கொஞ்சம் செய்து பாருங்கள். அங்கே நீங்கள் குழுத் தலைவராக இருக்க வேண்டாம். மற்றவர்கள் பாராட்டில்தான், அங்கீகரிப்பில்தான் எல்லாம் இருக்கிறது என்று நினைக்க வேண்டாம். மற்றவர்களுக்கான 'முகமூடி களை' நீங்கள் எப்போதும் அணிந்திருக்க வேண்டாம்.

- அடுத்தவர்கள் எதை வியப்பார்கள், அடுத்தவர்களுக்கு எது பிடிக்கும் எதைப் பாராட்டுவார்கள் என்று யோசிப்பதை

விடுத்து, நீங்கள் என்ன நினைக்கிறீர்கள் என்பதைச் சொல்லுங்கள், செய்யுங்கள்.

- மக்களுடன் மனதாரப் பேசுங்கள், உதட்டளவில் அல்ல.

மகிழ்ச்சி தரக்கூடிய வேலைகள் : வேகமாக நடக்கக்கூடிய, உடனுக்குடன் முடிவுகள் தெரியக்கூடிய வேலைகள். லாபம் (நட்டம்) பார்க்கக்கூடிய வேலைகள். முடிவுகளில், அந்த முடிவை எடுத்தவரின் தனிப்பட்ட அடையாளம் பதிக்கக்கூடிய வேலைகள். கடின, சுறுசுறுப்பான வேலைகள். வெகுமதிகளும், பாராட்டுகளும் பெற்றுத் தரக்கூடிய வேலைகள். விற்பனை வேலைகள். உற்பத்தி வேலைகள். குழுத் தலைவராக இருப்பது. நிறுவனத் தலைவர் களாக இருப்பது.

சிரமம் தரும் வேலைகள் : அதிக மதிப்பில்லாத வேலைகள். மற்றவர்களைச் சார்ந்திருக்க வேண்டிய வேலைகள். அடுத்த வரின் கீழ் கட்டுப்பட்டு செய்யும் வேலைகள். வேலைகளுக் காகக் காத்திருக்க வேண்டிய வேலைகள். கூட்டத்துடன் கூட்டமாகச் செய்ய வேண்டிய வேலைகள்.

•

4. எண் நான்கு – தனிமைவாதி

வேறு பெயர்கள்: சுவையானவர், கலைஞர், வலி மூலம் சுகம் தேடுபவர், காதல் மிகுந்தவர், விசேஷமானவர்.

சிறுவயதில் மனம் பெற்ற தகவல்: எப்போதும் எதாவது வேலை செய்துகொண்டிருப்பது தவறு. எப்போதும் மகிழ்வாக இருப் பதும் சரியில்லை.

சிறுவயதில் மனம் பெறத் தவறிய தகவல்: நீ உன் சிறப்பியல்பு களுக்காக, அடையாளம் காணப்படுகிறாய்.

அடிப்படை பயம்: தனக்கென்று தனி அடையாளமோ, தனித் தன்மையோ இல்லாமல் போய்விடுமோ என்கிற பயம்.

அடிப்படை ஆசை: தான், 'தான்' ஆகவே இருக்க வேண்டும். இதுவே பின்னால், சொந்த சௌகரியத்தைத் தேடுபவராக ஆக்கிவிடுகிறது.

இவர்களைச் சுலபமாக அடையாளம் காணமுடியும். வித்தியாச மானவர்கள். அவர்கள் செய்வது எதையும் வித்தியாசமாக

தனித்தன்மையுடன் செய்வார்கள். நல்ல கலைஞர்கள். நல்ல ரசனை உள்ளவர்கள்.

இவர்களுக்கு 'மூட்' மிகவும் முக்கியம். இவர்களில் சிலர் 'மூட்' வருவதற்காக, சில 'லாகிரி வஸ்துக்கள்' கூட பயன்படுத்துவ துண்டு. செய்வதைச் சிறப்பாகவும் அதேசமயம் ஒரு மேன்மை யுடனும் நளினத்துடனும் செய்வார்கள். இவர்களைவிட மற்ற வர்கள் சிறப்பாகச் செய்துவிட்டால் பிடிக்காது. பொறாமைப்படு வார்கள். மிகப் பெரிய அதிகாரம் உடையவர்களைத்தான் இவர்கள் மதிப்பார்கள். இடையில் உள்ளவர்களை மதிக்க மாட்டார்கள்.

சிறுவயதில் தனித்துவிடப்பட்டதை, கைவிடப் பட்டதை இவர் களால் மறக்க முடியாது. இவர்களுக்குச் சாதாரணமாக இருப்பது பிடிக்காது. தாங்கள் மற்றவர்களிடமிருந்து வித்தியாசமானவர் கள் என்று நினைத்துக் கொள்வார்கள். இப்படி நினைத்துக் கொள்வதற்குக் காரணம், அவர்களுடைய சோகம்தான். பெற்ற வர்களில் தாயோ, தந்தையோ யாரோ ஒருவர், இவர்களை சின்ன வயதில் கவனிக்காமல் விட்டதுதான். மற்றவர்களுக்குத் தாங்கள் அனுபவித்த தனிமையும் சிரமங்களும் புரியாது என்றே நினைப் பவர்கள். சொந்த சோகத்தின் காரணமாக அவர்கள் தனித்தன்மை உள்ளவர்கள் என்று நினைப்பவர்கள்.

'Depression' என்று சொல்லப்படும் மனஅழுத்தம்தான் இவர்களை அடிக்கடி ஆட்டிப் படைக்கும். ஏதாவது நடந்து முடிந்துவிட்ட ஒன்றைப்பற்றியே நினைத்து வருத்தப்பட்டுக்கொண்டிருப் பார்கள். 'நான் மட்டும் வேறு விதமாகச் செய்திருந்தால்', 'அந்தச் சம்பவம் மட்டும் நிகழாமல் இருந்திருந்தால்' என்பதுபோலவே யோசித்துக்கொண்டிருப்பார்கள்.

சிலர், நீண்ட நேரம் இப்படி இருந்துவிட்டு, 'சரி இது விதி. வேறு ஒன்றும் செய்ய முடியாது' என்பதுபோல சமாதானம் செய்து கொண்டு, யதார்த்தத்தினை மனத்தளவில் ஒப்புக்கொண்டு விடுவார்கள். அந்தச் சிலர் அதன்பின், 'மடமட'வென்று, அதிகமான வேலைகளில் (Hyper activity) இறங்கிவிடுவார்கள். சிலர் ஓவியம், பாடல் ,நடனம், சிற்பம், நடிப்பு, இசை என்று ஏதாவதொரு கலைத் துறையில் இறங்கிவிடுவார்கள். அதில் அவர்களுடைய சோகங்களை வெளிப்படுத்துவார்கள்.

தன்னைப்பற்றிய மதிப்பு குறைகிறதோ என்கிற பயம் இவர் களுக்கு அடிக்கடி வரும். எவரையும் சந்திக்கப் போவதற்கு முன்,

நாடக நடிகர்களைப்போல, ஒத்திகைகூட செய்து பார்ப்பார்கள். மிகவும் எளிமையாக இருப்பதற்கு முயற்சிப்பார்கள். ஆனால் முடியாது. இவர்களுக்கு மேடைகள் பிடிக்கும்.

பெரும்பாலும், வாழ்க்கையில் முக்கியமான எதையோ பறி கொடுத்தவர்கள் மாதிரியேதான் இருப்பர்கள். 'சின்ன வயதில் தனக்குக் கிடைக்க வேண்டிய அன்பு கிடைக்காமல் போய் விட்டது. அதை எப்படியும் வேறு ஒருவரிடமிருந்து பெற்று விடுவோம். சிறப்பாக இருந்தால்தான், அன்பு செலுத்தும் ஒருவரைப் பெறமுடியும்' - இப்படிப்பட்ட நினைப்பு இருப்ப தால், உண்மையான வாழ்க்கைத் துணையை, நட்பைத் தேடிக் கொண்டே இருப்பார்கள். தம் மனத்துக்குப் பிடித்த நபர்களைக் கண்டதும், அவர்களுடன் விசுவாசமாக, தாராளமாக, அன்பாக நடந்துகொள்வார்கள்.

இவர்களால் அதிகமானவர்களுடன் ஆழமான நட்புகொள்ள முடியாது. இவர்களுக்கு அழகுணர்ச்சியினை வெளிப்படுத்தும் வேலைகள் பிடிக்கும். தங்களின் வீடுகளை, அலுவலகங்களை அலங்காரப்படுத்துவார்கள். தங்களிடம் இல்லாத ஒன்றை அழகுப் பொருள்கள்தான் நிறைவு செய்வதாக உணர்வார்கள்.

அடிக்கடி உணர்வுகளின் பிடியில் சிக்குபவர்களாக இருப்பதால், இவர்களால் மற்றவர்களின் உணர்வுப் பிரச்னைகளை நன்றாகப் புரிந்துகொண்டு ஆதரவு கொடுக்கமுடியும். மற்றவர்களைவிட தாங்கள் வித்தியாசமானவர்கள் என்பது இவர்களது எண்ணம். மற்றவர்களிடம் இல்லாத சிறப்புத் திறன்கள் தங்களிடம் இருக்கிறது என்று நினைக்கும் இவர்கள், அதே சமயம் மற்றவர் களிடம் இருக்கும் சில விசேஷங்கள் தங்களிடம் இல்லை என்றும் எண்ணுகிறார்கள்.

நல்ல நிலையில் இருக்கும்போது இவர்களால், தங்களையே நேர்மையாக எடை போட்டுக்கொள்ளமுடியும். தங்களின் நோக்கங்கள், முரண்பாடுகள், உணர்ச்சிப் போராட்டங்கள் முதலியவற்றை மறுக்காமல், மறைக்காமல் நேர்மையாகப் பார்ப்பார்கள்.

தங்களுக்கு ஏற்பட்ட மிகவும் அந்தரங்கமான, வெட்கப்படக் கூடிய விஷயங்களைக்கூட, தங்களின் நம்பிக்கைக்கு உரிய சிலரிடம் பகிர்ந்து கொள்வார்கள். மிகவும் சிரமமான அனுபவங் களைக்கூட இவர்களால் நிதானமாக மனத்துக்குள் அலசிப் பார்ப்பார்கள். அதில் சுகம் காண்பார்கள்.

சமுதாயத்தில் இருக்க வேண்டிய அடையாளம் தங்களுக்கு இல்லை என்று நினைப்பார்கள். தங்களைச் சரியாகப் புரிந்து கொள்பவர்களுடன் இருக்க விரும்புவார்கள். தங்களைக் காயப்படுத்தியவர்களை மறக்க மாட்டார்கள்.

சிரம நிலையில்

சிரமமான நிலைகளில் தங்களை மாற்றிக்கொள்ள வேண்டு மென்று நினைப்பார்கள். இரண்டாம் எண்காரர்கள்போல நடந்துகொள்வார்கள். 'இரண்டு'கள், உதவியாளர்கள். மற்றவர் களுக்கு நன்மை செய்பவர்கள். 'நான்கு'கள், இப்படி நடந்து கொள்ளக் காரணம், தாங்கள் மற்றவர்களைக் கவர்ந்தாக வேண்டும் என்கிற நினைப்பு வந்துவிடுவதுதான்.

நல்ல நிலையில்

இவர்கள் நினைப்பது நடக்கும்போது, நிலைமைச் சரியாக இருக்கும்போது, மற்றவர்களுடனான உறவுகள் நன்றாக இருக்கும்போது, மிகவும் பாதுகாப்பாக உணர்வார்கள். அதனால் இன்னும் கூடுதலான ஒழுங்கைக் (Perfectionism) கடைப்பிடிக்க ஆரம்பிப்பார்கள். இந்நேரத்தில் ஒன்றாம் எண்காரர்கள்போல நடந்து கொள்வார்கள். தங்களிடமும் மற்றவர்களிடமும் குறைகள் கண்டுபிடித்துத் திருத்த ஆரம்பிப்பார்கள்.

குழந்தைப் பருவத்திலே

தாங்கள் தங்களின் பெற்றோர் போலில்லை என்பது சில 'நான்கு'களின் நினைப்பு. தாங்கள் மருத்துவமனைகளில் மாறிப் போய்விட்ட குழந்தைகளோ அல்லது அநாதைகளோ என்றுகூட இவர்களுக்குச் சில சமயங்களில் சந்தேகம் வரும். தொலைந்து போன குழந்தைகளின் மனநிலையிலேயே இருப்பார்கள்.

'நான் ஏன், என் பெற்றோர்களைப் போலில்லை? அப்படி என்றால் நான் யார்?' என்று பதில் தேடிக்கொண்டே இருப்பார்கள். இதனால், இவர்களைப் புரிந்துகொண்டு பார்ப்ப வர்களை மிகவும் பிடிக்கும். திருடன் போலீஸ் விளையாட்டு போல, இல்லாமல் மறைந்துகொண்டு தன்னைப் பெற்றவர்கள் தேடுகிறார்களா என்று பார்ப்பார்கள்.

இவர்களுடைய பிரச்னைகள்

சாத்தியமில்லாத கனவுகளுடன் இருப்பார்கள். 'தான்' என்ற நினைப்பினை வெளியில் இருந்து கிடைக்கும் ஆடம்பரம், நல்ல

ரசனை மூலமாகத் தீர்த்துக் கொள்வார்கள். சாதாரண நிகழ்வு களால் கிடைக்கும் அனுபவங்கள் இவர்களுக்குப் பிடிக்காது. ஏதாவது நாடகத்தனமான, அதீதமான கற்பனைகள், பெரிய நஷ்டங்கள் போன்றவை இவர்களுக்குத் தேவை. இப்போது இருப்பது உண்மையல்ல என்கிற எண்ணம் இவர்களுக்கு உண்டு.

வருங்காலத்தில் தன் மீது ஆழமான அன்பு செலுத்துபவர் யாராவது கிடைத்தால், தனக்கு எல்லாம் சரியாகிவிடும் என்ற நினைப்பு இவர்களுக்கு உண்டு. அந்த வருங்காலத்தைப்பற்றிய பகல் கனவுகள் உண்டு.

ஒரு சிலருடன் மட்டுமே நட்புகொண்டு அவர்களைச் சார்ந்து இருப்பார்கள். தங்களின் 'கிரியேடிவ்' யோசனைகள் ஏற்றுக் கொள்ளப்பட வேண்டும் என்று எதிர்பார்ப்பார்கள். உறவுகளை அடிக்கடி அளப்பதும், அதில் நெருக்கமான உறவுகள் போதுமான அளவு இல்லை என்பதுபோலவும் உணருவதும் இவர்களின் வழக்கம்.

பலங்கள்

மனித மனத்தின் ஆழங்களுக்குப் போய் சுலபமாக மேலெழும்பி வரக்கூடியவர்கள். அதனால் உள்மனத்தின் குரலை சரியாகச் சொல்லத் தெரிந்தவர்கள் (Intuitive). அதிக கற்பனா சக்தி படைத்தவர்கள். நல்ல நிலையில் இருக்கும்போது, சரியான சுயமதிப்பீடு செய்துகொள்ள முடிந்தவர்கள். மற்றவர்களின் உணர்வுகளைச் சரியாகப் புரிந்துகொள்ளக் கூடியவர்கள்.

இவர்களுடன் பழகுவது

நளினமாக இருக்கக்கூடிய புதியனவற்றை உருவாக்குவதில், இவர்களுக்கு ஆர்வம் அதிகம். கட்டாயப்படுத்தப்படும், திணிக்கப்படும் இலக்குகளை விரும்ப மாட்டார்கள். வெறும் தகவல்களை விரும்ப மாட்டார்கள். எதைச் சொன்னாலும் கதை போல சொல்ல வேண்டும் அல்லது படமாக வரைந்து காட்ட வேண்டும். இவர்களால் எந்தச் சாதாரண வேலைகளிலும் ஈடு பாடு காட்ட முடியாது. பணம் அல்லது வேறு ஏதாவது சலுகைகளுக்காக இவர்கள் சாதாரண வேலைகளைச் செய்வதில்லை.

தனித்தன்மையான உள்ளுணர்வினையும் ஆழத்தினையும் மதிக்க வேண்டும். இவர்களை ஒரு வேலையில் ஈடுபட வைக்க

வேண்டுமென்றால், இவர்களின் சேவை, தேவைபற்றி எடுத்துக் கூற வேண்டும். இவர்களுக்கு எது பிடிக்கும் என்று மற்றவர்களால் கண்டே பிடிக்க முடியாது. இவர்களுக்குப் பிடித்ததை அவர்கள்தான் முடிவு செய்வார்கள். இவர்கள் ஒரு புதிர்தான்.

அதிகம் ஈடுபாடு காட்ட வேண்டாம் என்று இவர்களிடம் சொல்லுவது, நேர்மையாக இருக்க வேண்டாம் என்று சொல்லுவதற்குச் சமம். அதற்குப் பதிலாக, 'இன்னும் கொஞ்சம் மேம்படுத்துங்கள்' என்று சொல்லுவது எடுபடும்.

சில ஆலோசனைகள்:

- மற்றவர்களிடம் நீங்கள் பொறாமைப்படும் நலன்கள், உங்களிடமே இருப்பதைக் கண்டுபிடியுங்கள். உங்களைப்பற்றிச் சொல்லப்படும் குறைகளைக் காது கொடுத்துக் கேளுங்கள். அவற்றில் சில உண்மையானதாக இருக்கும். உதவிகரமாக இருக்கும். உங்களுக்குள்ளேயே பேசிக் கொள்ளும் எதிர்மறை பேச்சுக்களைக் (Negative Talks) குறைத்துத் கொள்ளுங்கள்.
- உணர்வுகள், சம்பவங்களின் ஒரு பகுதி மட்டும்தான் என்பதைப் புரிந்து கொள்ளுங்கள். எல்லா சமயமும் உணர்வுபூர்வமாக இருப்பது சரியில்லை. தகவல்களை, தகவல்களாகவும் பார்க்கப் பழகிக் கொள்ளுஙகள். உங்களுடைய 'உணர்வுகள்' அல்ல நீங்கள். உணர்வுகள் வேறு. நீங்கள் வேறு. விட்டுக் கொடுப்பது என்பது சமரசம் என்று அர்த்தமில்லை. விட்டுக் கொடுப்பதால் உங்கள் தேவைகளும் நிறைவேறலாம். உடல் உழைப்பு சம்பந்தப்பட்ட வேலைகளையும் செய்யுங்கள்.
- அதிக வருத்தமாக இருக்கும் போது, அந்த வருத்தம் எப்படி வந்தது என்று ஆராயுங்கள். தொடர்புச் சங்கிலியைத் தேடினால் ஆரம்ப உணர்வுக்கும் தற்போதைய வருத்தத்துக்கும் சம்பந்தம் இல்லாததைக் கண்டுபிடிக்கமுடியும். நீங்கள் கைவிடப்பட்டது கடந்த காலம் என்றும் அது தவிர்க்க முடியாதது இல்லை என்றும் நினைவுப்படுத்திக் கொள்ளுங்கள். நிகழ்காலத்தில் வாழுங்கள்.
- உணர்வுகள் எப்போதும் உண்மையானவை அல்ல. நண்பர்களின் இதயங்கள் என்பது, உங்களுடைய உணர்வு மூட்டைகளை கொட்டுமிடமல்ல என்பதையும் புரிந்து கொள்ளுங்கள்.

மகிழ்ச்சி தரும் வேலைகள்: நிலையான வேலைகள். கொள்கைப் பிடிப்புள்ள வேலைகள். (Principled acation)

சிரமமான வேலைகள்: ஒரே மாதிரி செய்யும் வேலைகள், கட்டுப்பட்டு செய்யும் வேலைகள்.

•

5. ஐந்தாம் எண் – ஆய்வாளர்!

வேறு பெயர்கள்: பார்வையாளர் (Observer), சிந்தனையாளர், சாது, ரகசியமானவர், தனிமையாளர்.

சிறுவயதில் மனம் பெற்ற தகவல்: உலகத்தில் சௌகரியமாக இருப்பது சரியில்லை.

சிறுவயதில் மனம் பெறத் தவறிய தகவல்: உனது தேவைகள் ஒரு பிரச்னையே இல்லை

அடிப்படை பயம்: உபயோகமற்றவராக, எந்தச் செயலையும் செய்யும் திறனற்றவராக ஆகிவிடுவோமோ என்ற பயம்.

அடிப்படை ஆசை: திறமைசாலியாக ஆகிவிடவேண்டும். இதுவே பின்னால், தேவையற்ற அதீதமான சிறப்பு அறிவாளி ஆக ஆக்கிவிடுகிறது. (Useless Specialisation)

எப்போதுமே ரிஸ்க் எடுக்க விரும்பாதவர்கள். 'என்னால் முடியும்' 'நான் செய்கிறேன்' என்பது போன்ற எந்த வாக்கும் கொடுக்க விரும்பாதவர்கள். அரிய தகவல்கள் சேகரித்து வைத்திருப்பவர்கள்.

ஐந்தாம் எண்கொண்ட சில பிரபலங்கள் டார்வின், ஐன்ஸ்டீன், பில்கேட்ஸ்.

தனிமை விரும்பிகள். எதையும் கவனிக்கக் கூடியவர்கள். கற்பனை வளம் மிக்கவர்கள். இவர்களுடைய துறையில் அபாரமான, மிரட்டக்கூடிய அளவு அறிவும் விஷய ஞானமும் உள்ளவர்கள். ஆனால் சில சமயங்களில் தங்களிடம் அற்புதமான தகவல்கள், விவரங்கள் இருந்தும் மற்றவர்களால் அணுக முடியாதவர்களாக இருப்பார்கள்.

இவர்கள் எங்கே இருந்தாலும் அங்குள்ள தகவல்கள், வழிமுறைகள், கொள்கைகள், சூத்திரங்கள், வரைபடங்கள், போட்டி

யாளர்களின் பலவீனங்கள் போன்ற பல முக்கிய விவரங்களையும் தேடிப் பிடித்து, ரகசியமாகச் சேகரித்து, பொக்கிஷமாகப் பாதுகாப் பார்கள். சிறந்த சேகரிப்பாளர்கள். அது தகவல்களாகவும் இருக்கலாம். அல்லது புத்தகங்கள், தபால் தலைகள், நாணயங்கள், பேனாக்கள் எனப் பொருள்களாகவும் இருக்கலாம்.

எதையும் முழுமையாகச் சேகரிப்பதற்குப் பாடுபடுவார்கள். சிலர் தான் படிக்கும் பள்ளி நூலகத்தில் உள்ள அத்தனை புத்தகங் களையும் படிக்க ஆசைப்படுவார்கள். எதிலும் ஒரு முழுமை இருந்தால்தான் திருப்தி அடைவார்கள்.

தங்களின் உலகத்தின் மீது இவர்களுக்கு முழுக்கட்டுப்பாடு வேண் டும். ஆனால், 'ரிமோட் கண்ட்ரோல்' போன்று தள்ளி இருந்தே கட்டுப்படுத்துவதைத்தான் விரும்புவார்கள். எதிலும் நேரடியாக இறங்கப் போனால், தாங்கள் எதிலும் சிக்கிக்கொண்டு விடு வோமோ என்ற பயம். வாழ்க்கையின் மேடுபள்ளங்கள், சிக்கல்கள் முதலிய எவற்றிலும் மாட்டிக்கொள்ள இவர்கள் தயாரில்லை. தேவைகள், சந்தோஷங்கள் முதலியவற்றை அனுபவிக்கப் போய், அதனால் வேறு எவருக்கும் தாங்கள் கடமைப்பட்டவர்களாக ஆகிவிடுவோமோ என்கிற பயம் இவர்களுக்கு உண்டு.

எதையும் பின்னால் இருந்து செய்வதன் மூலம் தங்களுடைய நேரம் பணம், அறிவு முதலிய எல்லாவற்றையும் பாதுகாத்துக் கொள்வார்கள். இதற்காக முன்னதாவே திட்டமிடுவார்கள். தங்களிடம் இருக்கும் எதையும் பகிர்ந்து கொள்வதென்பது இவர்களால் முடியாது.

இவர்களுக்கு உணர்வுபூர்வமாகக் கலந்துகொள்வதைத் தவிர்க்க வேண்டும். தனிமை இவர்களுக்கு முக்கியம். எந்த நிகழ் வானாலும் அதில் கலந்து கொள்வதைவிட, பின்நாள்களில் அவற்றைப்பற்றி யோசிப்பதுதான் இவர்களுக்குப் பிடிக்கும்.

சிந்திப்பது இவர்களுக்கு அவசியம். அறிவும் தகவல்களும் அதி லும் நுண்ணிய சிறப்புத் தகவல்களும் என்றால் இரட்டிப்பு சந்தோ ஷம். இவர்களுக்கு வேலையோ, பொழுதுபோக்கோ, எதிலும் அடுத்தது என்ன என்பது முன்கூட்டியே தெரிந்துவிட வேண்டும்.

இவர்களால் மிகச் சிறந்த முடிவுகள் எடுப்பவர்களாகவும், அறிவாளிகளாகவும் இருக்கமுடியும். தன்னை மறைத்துக் கொண்டு வீட்டு ஜன்னல் வழியாக, தெருவில் நடப்பதை

கவனிப்பதுபோலத்தான் இவர்களது செயல்கள் இருக்கும். கடலில் இறங்கிக் குளிக்க மாட்டார்கள். கரையில் நின்று கொண்டு லேசாகக் கால் நனைப்பதைத்தான் விரும்புவார்கள். ஆனால், மற்றவர்கள் எப்படி நீந்துகிறார்கள், 'டைவ்' அடிக் கிறார்கள், விளையாடுகிறார்கள் போன்றவற்றைக் கவனிப்பதில் அதிக ஆர்வம் காட்டுவார்கள்.

பணவிஷயங்கள் இவர்களைப் பெரிதும் பயமுறுத்தும். யாருக் கும் எதுவும் உதவி செய்ய வேண்டுமென்றால் மிரளுவார்கள்.

மற்றவர்கள் எதிரில் தங்கள் உணர்ச்சிகளைக் கட்டுப்படுத்திக் கொள்வார்கள். அவர்கள் சென்ற பிறகு, தனியாக அதை மனத்தில் ஓடவிட்டுப் பார்ப்பார்கள். செய்து முடிக்க வேண்டிய ஒவ்வொரு வேலைக்கும், மனத்தில் தனித்தனி இடம் வைத்திருப் பார்கள். நேரத்தையும் தனித்தனியாக ஒதுக்கி வைத்திருப் பார்கள். ஒரு வேலையோடு இன்னொன்றைக் கலப்பது இவர் களுக்குப் பிடிக்காது.

கவனிப்பது, தகவல் சேகரிப்பது முதலியவற்றின் மூலம் ஒரு பாதுகாப்பான உணர்வினைப் பெறுவார்கள். எவருக்கும் தெரி யாத தகவல்களைத் தெரிந்து வைத்திருப்பதன் மூலமும், தெரி விப்பதன் மூலமும் அடையாளம் பெறுவார்கள்.

எல்லோருக்கும் தெரிந்த பொதுவான விஷயங்கள்பற்றி அலட்டிக்கொள்ள மாட்டார்கள்.

எல்லா ஐந்தாம் எண்காரர்களும் பெரிய அறிவாளிகளோ, படிப்பாளிகளோ இல்லைதான். ஆனால், தங்களுக்கு ஆர்வமான துறையில் கிடைக்கும் வாய்ப்புகளை வைத்து சிறப்பானவர் களாக மாறிவிடுவார்கள்.

உடல் வலு இல்லாதது, சரியான வேலை கிடைக்காதது, மற்றவர்களுடன் நல்ல உறவுநிலை இல்லாதது போன்ற சில பிரச்னைகள் இவர்களுக்கு இருந்தாலும் அதைப்பற்றி கவலைப்பட்டுக்கொண்டிருக்காமல், அதை ஈடுகட்டும் விதத்தில் ஏதாவது ஒரு குறிப்பிட்ட துறையில் சிறந்து விளங்க முயற்சி செய்வார்கள். சரித்திரத்தைப் புரட்டினால் பெரிய கண்டுபிடிப்பாளர்கள் பலர், ஐந்தின் குணங்களைக்கொண்டிருந் ததைப் பார்க்கமுடியும்.

சிரம நிலையில்

உணர்வுகள் சம்பந்தப்பட்ட விஷயங்களோ, உடனடியாகச் செய்ய வேண்டிய விஷயங்களோ இவர்களுக்குச் சிரமத்தினைக் கொடுக்கும். யாரும் தங்களைக் கட்டாயப்படுத்துவார்களோ என்கிற பயம் வருகிற போது, ஏழாம் எண்காரர்கள்போல நடக்க ஆரம்பித்துவிடுவார்கள். அதாவது, தப்பித்துக் கொள்ளும் மனப்பான்மையுடன் செயல்படுவார்கள். அடுத்தவர்களுடன் ஒத்துழைக்க மாட்டார்கள்.

நல்ல நிலையில்

இவர்கள் பாதுகாப்பாக உணரும் போது, எட்டாம் எண்காரர்கள் போல நடந்து கொள்வார்கள். 'நான் செய்கிறேன்' என்று பொறுப்புகளை ஏற்றுக்கொள்வதுபோல நடந்து கொள்வார்கள். இவர்களுடைய உணர்வுகளை வெளிப்படுத்துவது தொடுதல்கள் மூலமாகத்தான். உடல் சம்பந்தப்பட்ட சந்தோஷங்களில் இவர் களுக்கு விருப்பம் அதிகம்.

குழந்தைப் பருவத்திலே!

'பிரச்னைகள் செய்பவர்கள் நிறைந்த உலகில், அடுத்தவர்களின் விஷயங்களில் தேவையின்றி மூக்கை நுழைத்து அவதிப்படு வதைவிட, தனியாக இருப்பதே மேல்' என்று நினைக்கத் தொடங்கியவர்கள். மற்றவர்களிடமும் இருந்தும், சொந்த வாழ்க்கை நிகழ்வுகளில் இருந்தும், வெளியே தள்ளி நின்று வெறும் பார்வையாளராக இருப்பதன் மூலம், தங்களுக்கு ஏற்படக்கூடிய மனவருத்தங்களைத் தவிர்க்கலாம் என்ற முடிவுக்கு வந்துவிட்டவர்கள்.

அவர்களுடைய பெற்றோர், இவர்களை எல்லா விதத்திலும் அடக்கி வைத்திருக்கலாம் அல்லது வன்முறையுடன் நடந்துகொண்டு இருக்கலாம்.

அதனால் தங்களுடைய தனிப்பட்ட இடத்தினைப் பாதுகாத்துக் கொள்ள, மற்றவர்களிடம் இருந்து விலக ஆரம்பித்திருப்பார்கள். தங்களுடைய தேவைகளையே குறைத்துக்கொண்டிருப்பார்கள்.

சிறு வயதிலேயே ஏதாவது ஒன்றில் மிகச் சிறந்தவர்களாக இருப்பார்கள். ஆனால் கூட்டாகச் சேர்ந்து விளையாடும்

விளையாட்டுக்களில் கலந்துகொள்ள மாட்டார்கள். பெற்றோர்கள், 'வா, எல்லோருடனும் சேர்ந்து பழகு' என்று கட்டாயப்படுத்தினால், இன்னும் கூடுதலாக ஒதுங்குவார்கள்.

இவர்களுடைய பிரச்னைகள்

மற்றவர்களிடம் இருந்து ஒதுங்கியே இருத்தல். மற்றவர்களுடன் கலந்து பழகுவதில் ஆர்வமின்மை. உடல்நலம்பற்றி அக்கறை எடுக்காமல் இருப்பது. உதவி செய்ய மறுப்பது. உதவி கேட்பவர்களிடம் விரோதமாக நடந்துகொள்வது. தற்கொலைபற்றி பேசுவது. பல நேரங்களில் பிரமையில் இருப்பது.

பலங்கள்

பார்ப்பது எதையும் சாதாரணமாகப் பார்க்க மாட்டார்கள். நடப்பது எதையும் அப்படியே ஏற்றுக்கொள்ள மாட்டார்கள். வேடிக்கை, பயம், ஆச்சரியம் என்று உலகைப் பார்க்கப் பார்க்க, இவர்களுக்குப் பலவித உணர்வுகள் வரும். அவற்றைக் கண்டு பிடிப்பார்கள். நல்ல நிலையில் இருக்கும் 'ஐந்து'கள், தாங்கள் ஆராய்ந்து தெரிந்துகொண்டவைப்பற்றி, மற்றவர்களுடன் பகிர்ந்து கொள்வார்கள். உலகில் இருக்கும் விநோதங்கள்பற்றி கேலியாகப் பேசுவார்கள்.

இவர்களுடன் பழகுவது

எவரும் அதிகம் உதவி செய்வது இவர்களுக்குப் பிடிக்காது. இவர்களின் சொந்த விஷயங்களில் தலையிடுவதாக நினைப்பார்கள். கூட்டங்கள், பொதுநிகழ்ச்சிகள் இவர்களுக்குச் சிரமத்தினைக் கொடுக்கும். கூட்டம் நடப்பதற்கு முன்பாகவே, யார் யார் இருப்பார்கள், அங்கே என்னென்ன பேசப்படும், என்ன முடிவுகள் எடுக்க வேண்டியது வரும் போன்றவற்றை இவர்களுக்கு, முன் கூட்டிச் சொல்லிவிடுவது நல்லது. பெரும்பாலும் கூட்டம் முடிந்த பிறகு முடிவுகள் எடுப்பது இவர்களுக்குச் சௌகரியம். மற்றவர்களைக் காட்டிலும், கூடுதல் தகவல்கள் கிடைத்தால், அதுபற்றி மகிழ்ச்சியடைவார்கள்.

இவர்களிடம் கேட்பதை நேரடியாகக் குறிப்பாகக் கேட்க வேண்டும். கேட்க வேண்டியதைக் காட்டிலும் கொஞ்சம் அதிகமாக விவரங்கள் கேட்டால், அதை குறுக்கு விசாரணை செய்வதுபோலத்தான் கருதுவார்கள்.

அதேபோல இவர்களுடன் பேசும் போது, யோசிக்கவிடாமல் தொடர்ந்து பேசிக்கொண்டேயிருக்கக் கூடாது. கோபப்பட்டு விடுவார்கள். சின்னச் சின்ன இடைவெளிகள் கொடுப்பார்கள். அதையே நம்மிடமும் எதிர்பார்ப்பார்கள்.

பொதுவில், நாலு பேர் இருக்குமிடத்தில் போனில்கூட பேச மாட்டார்கள். சொந்த விஷயங்களைப் பிறர் கூறும்போது தனியறையில் அல்லது யாரும் இல்லாத போது கூறுவதை விரும்புவார்கள்.

சில ஆலோசனைகள்:

- அறிவுடன், மனத்தாலும் வாழப் பழகிக்கொள்ள வேண்டும். கருத்துவேறுபாடுகள் எல்லாமே பிரச்னைகள் அல்ல. அவற்றைக் கண்டு ஒதுங்க வேண்டாம். அவற்றில் இருந்து வளர்ச்சியும் கிடைக்கும் என்பதைப் புரிந்து கொள்ளுங்கள். கருத்துவேறுபாடுகள் வரும் போது நண்பர்களிடமிருந்து ஒதுங்கிவிடாமல், விட்டுவிடாமல், அவற்றைச் சரிசெய்து உறவைப் பலப்படுத்த முயலுங்கள்.
- கவனிப்பதுடன் சேர்ந்து பணியாற்றவும், செயல்படவும் செய்ய வேண்டும். உங்கள் பாராட்டுதல்களையும் கருத்துக் களையும் தெரிவிப்பதன் மூலம்தான் அடுத்தவர்களை ஊக்கப் படுத்தமுடியும்.
- இணைந்து செயல்படுவதன் மூலமே பல வேலைகள் முடியும். உங்கள் யோசனைகளோடு, செய்து முடிக்கக் கூடிய வர்களின் ஒத்துழைப்பும் தேவை. நீங்கள் நல்ல எண்ணத் துடன் சொன்னாலும், உங்களுடைய யோசனைகள் எப்படி எடுத்துக்கொள்ளப்படுகின்றன அல்லது ஏன் ஏற்றுக் கொள்ளப்படவில்லை என்று யோசியுங்கள்.
- உங்கள் நிலைப்பாட்டினைத் தெளிவாக அடுத்தவர் முன் வையுங்கள். மற்றவர்கள் பேசும்போது, நீங்கள் என்ன சொல்லலாம் என்று யோசித்துக்கொண்டிருக்க வேண்டாம். கேளுங்கள். தனிப்பட்ட விவரம் என்பது வேறு, ரகசியம் என்பது வேறு. எல்லாற்றையும் ரகசியமாக வைத்திருக்க வேண்டாம். உங்கள் குழுவினருக்கு நீங்கள் உபயோகமாக இருக்க வேண்டியது அவசியம். யோசிப்பது தவிர, உடல் சம்பந்தமான வேலைகளையும் செய்யுங்கள்.

- உங்கள் தேவைகளைச் சொல்லி, மற்றவர்களிடம் உதவி கேட்கலாம். வருத்தங்களைப் போட்டு விழுங்காதீர்கள். அவற்றை வெளியேகொண்டுவந்து பேசப் பேச, மனபாரம் குறையும். உள்ளே போட்டு அழுத்தாதீர்கள்.
- நீங்கள் பார்வையாளர் அல்ல. நீங்கள் உங்கள் வாழ்க்கையில் மிக முக்கிய உறுப்பினர்.

மகிழ்ச்சி தரக்கூடிய வேலைகள்: எவராலும் அணுக முடியாத உச்ச பதவிகள், மனிதர்களுடன் தொடர்புகொள்ள வேண்டி யிராத வேலைகள். குறைவான சட்ட திட்டங்கள் இருக்கும் பணிகள்.

சிரமம் தரக்கூடிய வேலைகள்: வேகமாகச் செய்து முடிக்க வேண்டிய வேலைகள், அதிகப் பொறுப்புள்ள, மக்கள் தொடர் புள்ள வேலைகள்.

•

6. ஆறாம் எண் – விசுவாசமானவர்

வேறு பெயர்கள்: சந்தேகக்காரர்கள், கேள்வி கேட்பவர்கள்.

சிறுவயதில் மனம் பெற்ற தகவல்: நம்மை நாம் நம்புவது சரியில்லை.

சிறுவயதில் மனம் பெறத் தவறிய தகவல்: நீ பாதுகாப்பாக இருக்கிறாய்.

அடிப்படை பயம்: எவர் உதவியும் வழிகாட்டுதலும் கிடைக் காமல் போய்விடுமோ என்ற பயம்.

அடிப்படை ஆசை: எப்போதும் பாதுகாப்பாக இருக்க வேண்டும். இதுவே பின்னால், சில நம்பிக்கைகளுடன் ஒட்டிக்கொண்டு அதன்படியே நடப்பவராக ஆக்கிவிடுகிறது.

'நான்கு'களைப்போல, ஆறுகளும் கவலையான மனிதர்கள். நான்குகள் உணர்வுகளால் உந்தப்பட்டு, மன உளைச்சலில் இருப்பவர்கள். ஆறுகள், சிந்தனை வசப்பட்டு அதிலேயே ஆழ்ந்துவிடுவார்கள்.

ஆறுகளுக்குத் தங்களின் திறன் மீது சந்தேகம் உண்டு. அதே போன்று, மற்றவர்கள் என்ன செய்யப் போகிறார்கள் என்கிற

சந்தேகமும் எப்போதும் அவர்களிடம் இருக்கும். தங்களுடைய மேலதிகாரிகளோ, ஊழியர்களோ, போட்டியாளர்களோ தன்னை ஏமாற்றிவிடுவார்களோ என்கிற பயம், அந்த பயம் சார்ந்த கவலை எப்போதும் இவர்களிடம் இருக்கும்.

ராபர்ட் கென்னடி, ரிச்சர்ட் நிக்சன், இளவரசி டயானா முதலிய வர்கள் ஆறாம் எண்ணைச் சார்ந்தவர்கள்தான்.

மற்றவர்களால் மறைக்கப்படுகிற உண்மைகள், வெளிச் சொல்லக் கூடாது என்ற நிபந்தனையுடன் சொல்லப்பட்ட விஷயங்கள், இவர்களின் உணர்வுகளைப் பாதித்திருக்கும். சிறு வயதிலேயே இதுபோன்ற சிலவற்றால் பயந்துபோன இவர்கள், அதன்பின், எதையும் தெளிவாகச் சிந்திக்க முடியாமல் அவதிப் பட்டு, அதிலிருந்து வெளிவர முடியாமல் தவிக்கிறார்கள்.

அதன்பின் வளர வளர, எதைப்பற்றியும் தெளிவாகச் சிந்திக்க வேண்டும் என்கிற ஆவல் வந்துவிடுகிறது. தன்னைப்பற்றியும் மற்றவர்களைப்பற்றியும் நிறைய சந்தேகங்கள் வருகின்றன. குறிப்பாக, தங்களுக்கு மேல் அதிகாரம் உள்ளவர்கள்பற்றி நிறைய சந்தேகம் வரும். ஏன் இப்படிச் சொல்லுகிறார்கள்? ஏன் இப்படி நடந்து கொள்ளுகிறார்கள்? அவர்களுடைய உள்நோக்கம் என்னவாக இருக்கும்? என்பது போன்ற சந்தேகங்கள்.

தாங்கள் நம்பக்கூடிய சிலரை கண்டுபிடித்து, அவர்களைப்பற்றி ஒரு முடிவுக்கு வந்து, அதன்பின்விடாப்பிடியாக, அவர்களை மட்டுமே, அந்தக் கொள்கையை மட்டுமே, அந்த அமைப்பை மட்டுமே, அந்தக் குழுவை மட்டுமே நம்புவார்கள்.

வேலைக்குச் சேர்வது, நண்பர்களைத் தேர்வு செய்வது, பொருள் வாங்குவது, பணம் முதலீடு செய்வது என்று அது எதுவாக இருந்தாலும் சரி, எல்லாவற்றிலும் இதே பயம்தான். இதே அணுகுமுறைதான்.

இவர்களால் எதையும் அப்படியே சும்மா நம்பிவிட முடியாது. அப்படி நம்பிவிடக் கூடாது என்று அவர்களது உள்ளம் ஓயாமல் சொல்லிக்கொண்டேயிருக்கும். தகுந்த சூழ்நிலை வரும் வரை யாரையும் நம்ப மாட்டார்கள்.

தங்களுக்குத் தோன்றும் யோசனைகளையே செயல்படுத்தத் தயங்குவார்கள். சீக்கிரத்தில் முடிவெடுத்துவிட மாட்டார்கள்.

தொடக்கத்தில், இவர்கள் அடிக்கடி வேலை மாறுவார்கள். தங்களின் வேலைபற்றி இவர்களுக்குத் தெளிவான திட்டம் இருக்கும். ஆனால் இவர்களிடம் கொடுக்கப்பட்ட வேலைகள் பெரும்பாலும் முடிக்கப்படாதவைகளாக இருக்கும். காரணம், இலக்குகளை நெருங்க நெருங்க 'சரியாகச் செய்கிறோமா' என்கிற பயம் ஏற்பட்டு வேலையை முடிக்காமல் தள்ளிப் போடுவார்கள்.

வேலையை முடித்துவிட்டதாக அறிவிக்க மாட்டார்கள். மேலதிகாரிகளோ அல்லது மற்றவர்களோ, கேள்விகள் கேட்டு, தங்களின் அடுத்த முயற்சிகளை தடுத்து விடுவார்களோ என்கிற பயம்தான் இதற்குக் காரணம். இதனால் தங்களின் வெற்றிகளைத் தாங்களே தள்ளிப் போடுகிறவர்களாக இருக்கிறார்கள்.

அதிகாரங்களுக்கு எதிரான இவர்களின் மனநிலை, கொஞ்சம் கொஞ்சமாக உள்ளேயே வளர்ந்து, திடீரென ஏதாவது ஒரு சந்தர்ப்பத்தில் சடாரென வெடிக்கும். பிரச்னையில் தவிக்கும் மற்றவர்களுக்காகத் தைரியத்துடன் அதிகாரத்தினை எதிர்த்துப் போராடுவார்கள். தியாகங்கள்கூடச் செய்வார்கள்.

மற்றவர்களின் பேச்சுகளுக்கு, பாராட்டுகளுக்குப் பின்னால் இருக்கும் நோக்கங்களைச் சுலபமாகக் கண்டுபிடித்து விடுவார்கள். யாராவது அதிக அன்புடன் பேசினால் அவர்களைச் சந்தேகித்து, ஜாக்கிரதை உணர்வுடன் நடந்து கொள்வார்கள். காரணம், சிறுவயதில் கிடைத்த அனுபவங்கள்தான்.

எப்போதும் சுற்றுப்புறத்தில் என்ன நடக்கிறது, யார் மனத்தில் என்ன ஓடுகிறது என்பதைக் கவனிப்பது இவர்களுக்கு முக்கியம். 'உங்கள் உண்மையான நோக்கம் என்ன?' என்பதுதான் இவர்களின் ஒரே கேள்வி.

ஆனால் ஒருவரை நம்ப ஆரம்பித்துவிட்டால் அவரிடம் மிகுந்த அன்புடனும் நட்புடனும் நடந்து கொள்வார்கள்.

ஆறாம் எண்காரர்கள், தங்களைவிட, தங்களின் அமைப்புகளுக்கும் கொள்கைகளுக்கும் அதிக முக்கியத்துவம் கொடுப்பார்கள். அடிப்படையில், தன்னை விட்டு எல்லோரும் போய் விடுவார்களோ, தான் தனித்துவிடப் பட்டுவிடுவோமா என்கிற பயத்தால்தான் இப்படி நடந்துகொள்கிறார்கள். தங்களை

தங்களாலேயே பாதுகாத்துக்கொள்ளமுடியும் என்றும் இவர்களுக்கு நம்பிக்கை கிடையாது.

எதிர்காலம்பற்றி எப்போதுமே பயமும் சந்தேகமும் உண்டு. நிச்சயமற்றவைகளால் ஈர்க்கப்படவே மாட்டார்கள். ரிஸ்க் எடுக்கவே மாட்டார்கள். எதிலும் மிகவும் பாதுகாப்பானதுதான் வேண்டும் என நினைப்பார்கள்.

நிச்சயமாகத் தெரியாத காரணத்தினால், எவரோ சொல்லிய ஏற்படுத்திய கொள்கைகள் மீது, நம்பிக்கை ஏற்பட்டு, நாளடைவில் அது மாறாத பிடிப்பு ஆகிவிடும். அதனால் இவர்களால் புதிய உறவுகளையோ, கொள்கைகளையோ ஏற்றுக்கொள்ள முடியாது.

சிரம நிலையில்

சிரம நிலையில் இவர்கள் 'மூன்று'கள் மாதிரி நடக்க ஆரம்பித்து விடுவார்கள். வெற்றியுடன் அவர்கள் சகஜமாக இருப்பார்கள். தள்ளிப் போடும் மனநிலையை விட்டுவிடுவார்கள். தங்களின் 'இமேஜ்'பற்றிகூட கவனத்துடன் நடந்து கொள்வார்கள்.

நல்ல நிலையில்

நல்ல நிலையில் இவர்கள், ஒன்பதாம் எண்ணுக்கு உரியவர்கள் போல நடக்க ஆரம்பித்துவிடுவார்கள்.

குழந்தைப் பருவத்திலே

பெற்றோர்களில் எவரேனும் திடீர் திடீரென்று எங்காவது போய்விடுவது அல்லது அதுபோன்ற வேறு ஏதோ தனிமை இளமைக் காலத்தில் ஏற்பட்டிருக்கும். 'எவரிடமும் பேசக் கூடாது' போன்ற அச்சுறுத்தல்கள் சிறுவயதில் இவர்களுடைய வீடுகளில் நிலவியிருக்கலாம்.

நம்பிக்கைகளுக்கு எதிராக நடத்தல், கள்ளக்காதல், தவறான நோக்கங்களுடன் கூட்டு சேருதல் போன்ற குடும்ப ரகசியங்களை சின்ன வயதில் பார்க்கும் குழந்தைகளின் உணர்வுகள், பயத்தால் நிரப்பப்படுகின்றன. இதனால்தான், எதற்கும் தன்னைத்தான் சார்ந்திருக்க வேண்டும் என்கிற முடிவுக்கு வருகிறார்கள். இப்படிபட்டச் சூழ்நிலைகளில், அவர்களால் தெளிவாகச் சிந்திக்க முடிவதில்லை.

இவர்களுடைய பிரச்னைகள்

எதையும் தள்ளிப்போடும் மனப்பான்மை, எடுத்ததை முடிக்காமல் இருப்பது. அதிகாரங்களுக்கு அடிபணிந்து போவது அல்லது எதிர்ப்பது. அதிகாரிகளின் நோக்கங்களை எப்போதும் சந்தேகிப்பது. ஒடுக்கப்பட்டவர்களுடன் தங்களை இணைத்துப் பார்ப்பது. தான் சரியில்லை என்று நினைத்து வருத்தப்படுவது. மனச்சோர்வு அடைவது. மற்றவர்களுடைய ஆதரவு இல்லாமல் போய்விடுமோ என்று எண்ணி பயப்படுவது. எதிரி என்று மனம் சந்தேகப்படுவரிடம், மிகவும் கடுமையாக நடந்துகொள்வது.

பலங்கள்

விசுவாசமானவர்கள். கடமை உணர்வு மிக்கவர்கள். கூட்டணி வைத்துக்கொள்ளத் தகுந்தவர்கள். ஏமாற்றப்படுபவர்களுக்காக போராட வல்லவர்கள். இவர்களால் வரக்கூடிய பிரச்னகளை முன்கூட்டியே கண்டறியமுடியும். இதனால் தங்களைச் சார்ந் திருக்கும் குடும்பம், நிறுவனம், அமைப்புகளைப் பிரச்னைகளில் இருந்து காப்பாற்றிவிடுவார்கள்.

சரியான அலசல்கள் தேவைப்படும் விஷயங்களில், இவர்களின் பங்களிப்பு கணிசமாக இருக்கும். பொது வேலைகளை எடுத்துச் செய்வதில் இவர்களுக்கு நிகர் இவர்கள்தான்.

இவர்களுடன் பழகுவது

இவர்களிடம் சொல்வதைச் செய்ய வேண்டும் என எதிர்பார்ப் பார்கள். இல்லாவிட்டால் அடுத்தவர்கள் மீது நம்பிக்கையை இழந்துவிடுவார்கள். இவர்களுடைய நம்பிக்கையை எவராலும் உடனடியாகப் பெற்றுவிட முடியாது. காலப் போக்கில்தான் அது நடக்கும்.

தங்கள் மனத்தில் முடிவு செய்துவிட்ட ஒன்றின் மீது எவ்வளவு தூரம் எடுத்துச் சொன்னாலும் தங்கள் கருத்தை மாற்றிக் கொள்ளவே மாட்டார்கள். அதற்கு எதிரான வாதம் எடுபடாது. எதையும் அதிகப்படுத்திச் சொன்னாலோ, கட்டாயப்படுத்தி னாலோ இவர்களுக்குச் சந்தேகம் வந்துவிடும்.

ஒருவரை நம்பி, தன் பக்கம் சேர்த்துக்கொண்டுவிட்டால், அவருக்காக எதையும் செய்வார்கள். யாராவது பாராட்டிப்

பேசினால் சந்தேகப்படுவார்கள். தங்கள் குறைகளையும் சேர்த்துச் சொல்ல வேண்டும் என்று எதிர்பார்ப்பார்கள்.

இவர்களிடம் கட்டளைகள் எடுபடாது. 'நான் உன்னை நம்பு கிறேன். 'செய்' என்பது போன்ற வார்த்தைகள்தான் எடுபடும்.

இவர்களுக்கு எதிர்பாராதவை பிடிக்காது. எதற்கும் ஒரு திட்டம் இருக்க வேண்டும்.

இவர்கள் தங்களின் பிரச்னைகளை, சந்தேகங்களை வெளிப் படையாகச் சொல்லும்போது ஏற்றுக்கொள்ள வேண்டும். ஆமோதிக்க வேண்டும். அதன்பிறகுதான் உங்கள் மாற்று யோசனைகளைச் சொல்ல வேண்டும். உங்களுடைய சிரமங் களையும் வெளிப்படையாகச் சொல்லலாம். இவர்களால் புரிந்து கொள்ளமுடியும்.

சில ஆலோசனைகள்:

- சந்தேகங்களை விட்டுவிட்டு, 'பாசிட்டிவ்' ஆக சிந்திக்கப் பழகுங்கள். உங்களுடைய உண்மையான உணர்வுகளையும் எண்ணங்களையும் தெளிவான வார்த்தைகள் மூலமும் நேரடி யான நடவடிக்கைகள் மூலமும் தெரியப்படுத்துங்கள்.
- மற்றவர்கள் மீது பழி போடுவதைவிட, உங்கள் செயல் களுக்கு நீங்கள் பொறுப்பு ஏற்றுக் கொள்வது உதவும். மற்ற வர்கள் உங்களைக் குறை கூறினால் அதை எதிர்கொள்ளும் மனநிலையை வரவழைத்துக் கொள்ளுங்கள்.
- நல்லனவற்றைப் பாராட்டுங்கள். நீங்கள் செய்து முடிக்க வேண்டியவைபற்றி யோசியுங்கள். முடிவு செய்யுங்கள். எல்லாவற்றையும் எல்லோரையும் அதிகம் விசாரித்து, சோதிக்காதீர்கள்.
- சந்தேகங்கள் வருகிற போது, நீங்களே சுயபரிசோதனைகள் செய்துகொள்ளலாம். உங்கள் நெருங்கிய நண்பர்களிடம் கேட்டுத் தெளிவு பெறலாம்.
- உங்களின் கடந்த கால வெற்றிகளை அடிக்கடி நினைவுப் படுத்திக் கொள்ளுங்கள். செய்ததையே செய்துகொண்டு இருக்காமல், வித்தியாசமானவற்றையும் முயற்சி செய்து பாருங்கள்.

- உங்களின் சந்தேகங்கள் எப்படி உங்கள் உறவுகளைப் பாதிக்கின்றன என்பதை எண்ணிப் பாருங்கள். நேரடி நடவடிக்கை எடுக்கும் முன்பாக, ஆதாரங்கள் இருக்கிறதா என்று எண்ணிப் பாருங்கள். அதன் பின் பேசுங்கள், செயல்படுங்கள்.

மகிழ்ச்சி தரக்கூடிய வேலைகள்: தெளிவாக வரையறுக்கப்பட்ட வேலைகள், பொறுப்புகள். அவ்வப்போது எப்படிப் போகிறது என்று விசாரித்துக்கொள்ளக்கூடிய, எச்சரிக்கைகள் தரக்கூடிய வேலைகள். எவர் சரியானவர், எவர் சரியில்லாதவர் என்பன தெளிவாகத் தெரியும் வேலைகள். சட்டங்கள் நிறைவேற்றுவது, கணக்கு வழக்குகள், ஆடிட்டிங், படிப்பு சொல்லித் தருவது, லஞ்ச ஒழிப்பு, தண்டனைகள் நிறைவேற்றுவது, குற்றவாளிகளைக் கண்டுபிடிப்பது போன்ற வேலைகள்.

சிரமம் தரும் வேலைகள்: அடிப்படையான விதிகள் இல்லாத வேலைகள், திடீர் திடீர் என்று மாறக் கூடிய சூழ்நிலைகள் கொண்ட வேலைகள்.

•

7. ஏழாம் எண் – ஆர்வமிக்கவர்

வேறு பெயர்கள்: பல வேலைகளை ஒருங்கே செய்பவர், சக்தியூட்டுபவர், ஆர்வமானவர். சுறுசுறுப்பானவர்.

சிறுவயதில் மனம் பெற்ற தகவல்: எதற்கும் யாரையும் நம்புவது சரியில்லை.

சிறுவயதில் மனம் பெறத் தவறிய தகவல்: உன் தேவைகள் கவனிக்கப்படும். உனக்கு வேண்டியவை கிடைக்கும்.

அடிப்படை பயம்: ஏதும் கிடைக்காமல் போய்விடுமோ அல்லது சிரமத்தில் மாட்டிக்கொண்டு விடுவோமோ என்ற பயம்.

அடிப்படை ஆசை: சந்தோஷமாக மகிழ்ச்சியாக இருக்க வேண்டும். இதுவே பின்னால், வெறி எழுச்சிகொண்ட 'எஸ்கேபிசம்' (Escapisim) ஆக மாறிவிடுகிறது.

பெஞ்சமின் பிராங்கிளின், டாம் பீட்டர்ஸ் ஆகியோர் ஏழாம் எண் ஆளுமைகள்.

உற்சாகமானவர்கள். இவர்களின் மனம், அடுத்தடுத்த விஷயங்களுக்குத் தாவிக்கொண்டேயிருக்கும். தங்கள் கருத்துகளை மற்றவர்களையும் ஒப்புக்கொள்ளச் செய்யுமளவுக்குப் பேசுவார்கள். இவர்களுடன் பேசுபவர்கள் சில நிமிஷங்களில் உற்சாகமாகி விடுவார்கள். வாக்கு கொடுக்க மாட்டார்கள். முடிந்த வரை தவிர்க்கப் பார்ப்பார்கள். ஒரே நேரத்தில், பல வேலைகள் செய்வார்கள்.

எதிலும் மாட்டிக்கொள்ள விரும்பமாட்டார்கள். பொறுப்பு குறைவானவர்கள். மேலோட்டமாகப் பார்ப்பவர்கள். தங்களுக்கு மகிழ்ச்சி அளிக்கக்கூடிய, சாத்தியமுள்ள வாய்ப்புகள் பலவற்றையும் விட்டுவிடாமல் வைத்துக்கொண்டே இருப்பார்கள். ஏதாவது மனத்துக்கு சங்கடமான நிகழ்வுகளிலும்கூட, மனமகிழ்ச்சி தரும் வேறு ஏதாவது கற்பனைகளில் மூழ்கி இருப்பார்கள்.

எதிர்காலத் திட்டங்கள் வைத்திருப்பார்கள். அவற்றை முடிப்பதற்கான வழிமுறைகளும் வைத்திருப்பார்கள். புதிய வாய்ப்புகள் வர வர, தங்களின் திட்டங்களைத் தொடர்ந்து மாற்றுவார்கள். ஒரே சமயத்தில் பல தளங்களில் இயங்கக் கூடியவர்கள்.

இவர்களுக்குப் புதிய அனுபவங்கள் பிரயாணங்கள், புதிய வழிகள் எல்லாமே பிடிக்கும். ஒரே சமயத்தில் பலருடன் நட்பும் தொடர்பும் வைத்திருக்கமுடியும். வெவ்வேறானவற்றில் இருந்து தகவல்களை எடுத்து, அவற்றுக்குப் புதிய அர்த்தம் கொடுக்க வல்லவர்கள். எதையாவது ஆரம்பிப்பார்கள். அவற்றில் நல்லனவற்றைத் தேர்வு செய்து அதை முழுமையாக, கடைசி வரை அனுபவிப்பது இல்லை. சீக்கிரமே அதை விட்டு விட்டு அடுத்த விஷயத்துக்குத் தாவி விடுவார்கள்.

எல்லாவற்றையும் அனுபவிக்க வேண்டும் என்ற மனநிலை உடையவர்கள். அதனால் திட்டத்தை மாற்றிக்கொண்டே இருப்பார்கள்.

தங்களின் பதற்றத்தினை, பரபரப்பினைக் வெளியில் காட்ட மாட்டார்கள். எதையும் சாதாரணமாக எடுத்துக்கொள்ளக்கூடியவர்களாக இருப்பார்கள். கஷ்டமான சமயத்திலும் மகிழ்வுடன் இருப்பதுபோல நடந்து கொள்வார்கள்.

எதையும் அழகாக எடுத்துச் சொல்லத் தெரிந்தவர்களாகவும், நகைச்சுவையாகப் பேசக் கூடியவர்களாகவும், அனைவரையும்

சட்டெனக் கவரக் கூடியவர்களாகவும் இருப்பார்கள். பெரிய பெரிய திட்டங்களை அநாயசமாகத் தீட்டுவார்கள். சொல்லு வார்கள். எப்போதும் செய்யக் கூடியதைவிட, அதிகமாகவே திட்டமிடுவார்கள். ஆனால், இவர்களின் திட்டம் பிரும்மாண்ட மானதாக இருக்கும். வெற்றியும் பெறும்.

கனவு உற்பத்தியாளர்கள். மற்றவர்களின் கண்ணுக்குப் புலப் படாதக் காட்சிகளையும் மொத்தமாகப் (Big Picture) பார்க்கக் கூடிய வர்கள். எதையும் ஒரு புதிய கோணத்தில் பார்க்கக் கூடியவர்கள்.

அதிகாரங்களுக்குக் கீழ் இருப்பது இவர்களுக்குப் பிடிக்காது. ஆனால் அதிகாரம் செய்பவர்களுடன், மேலதிகாரிகளுடன் நல்ல உறவை வைத்திருப்பார்கள். எவருடனும் மிகவும் அன்னி யோன்யமாக இருப்பது இவர்களால் முடியாத செயல். மிகவும் தனிப்பட்ட அந்தரங்கமான விஷயங்களை மற்றவர்களுடன் பேசுவதும் இவர்களுக்குக் கடினமான செயல்.

கட்டாயப்படுத்தப் பட்டால் உயர்தரமான வேலைகள் இவர் களால் செய்யமுடியும். தங்களின் பலம் தெரிந்தவர்கள். தங்களை ஏற்றுக்கொள்கிற சூழ்நிலைகளையும் மனிதர்களையும் தேடுவார்கள்.

வாழ்க்கை முடிவில்லாதது போன்ற எண்ணம்கொண்டவர்கள். எப்போதும் ஏதாவது சுவாரசியமானதைச் செய்துகொண்டிருப் பார்கள். ஒன்று போனால் என்ன, மற்றொன்று கிடைக்கும் என போய்க்கொண்டே இருப்பார்கள்.

எந்தத் திட்டம் போட்டாலும் அது சுவாரசியமானதாகவும் தொந்தரவுகள் இல்லாததாகவும் பிரச்னைகள் இல்லாததாகவும் பார்த்துக் கொள்வார்கள்.

உலகில் எல்லாவற்றையும் ஆச்சரியத்துடனும் ஆர்வத்துடனும் பார்ப்பார்கள். எது வரக்கூடும் என்று யோசிப்பதில் வல்லவர்கள். பெரிய அறிவுஜீவிகள் என்று சொல்ல முடியாது. எதிலும் ஆரம்பகட்ட பேச்சுகளின்போது, யோசனைகளை அள்ளி விடுவார்கள். எதையும் வேகமாகப் பயிலும் சக்தி உண்டு. இவர் களின் மூளை சுறுசுறுப்பாகவே இருக்கும். புதிய விஷயங்களை சீக்கிரமே கற்றுக் கொள்வார்கள்.

பல விஷயங்களைத் தெரிந்து வைத்திருப்பதால், எதைச் செய்வது என்று தெரியாமல் திணறுவார்கள். அடுத்தடுத்த செயல்களில்

இறங்கிவிடுவதால் முழுவதும் யோசிக்க நேரம் ஒதுக்குவது இல்லை. எது தங்களுக்குச் சரி என்று முடிவுக்கு வரமுடியாத தால், எல்லாவற்றையும் முயற்சி செய்கிறார்கள்.

சிரம நிலையில்

கட்டுப்பாடுகள் உள்ள சூழ்நிலைகளில் இவர்களுக்கு மூச்சு முட்டும். தாங்கள் தவறு செய்துவிடுவோமோ, தங்களை யாரும் குறை சொல்லிவிடுவார்களோ என்று பயந்து எண் ஒன்று (சீர்திருத்தவாதி) நிலைக்குப் போய்விடுவார்கள். இதுபோன்ற நிலைகளில் மற்றவர்களுக்கு எரிச்சல் தருபவர்களாகவும் எல்லா வற்றிலும் குற்றம் கண்டுபிடிப்பவர்களாகவும் வீணாகக் கோபப் படுபவர்களாகவும் மாறிவிடுவார்கள். தங்களிடமே குறைகள் கண்டுபிடிப்பார்கள். அதிகம் எதிர்பார்ப்பார்கள். காரணம், தாங்கள் குற்றம் சொல்லப்பட்டு விடுவோமோ அல்லது தண்டிக்கப்பட்டு விடுவோமோ என்கிற பயம்தான்.

நல்ல நிலையில்

நல்ல நிலையில், இவர்கள், 'ஐந்து'கள் (ஆய்வாளர்)போல நடந்துகொள்ள ஆரம்பிப்பார்கள். தனியாக இருக்க விரும்பு வார்கள். ஏதாவது நல்ல புத்தகங்கள் படிப்பார்கள். வழக் கத்தைவிட அதிகம் வெளித் தெரியாத வேலைகளிலும் ஈடுபடுவார்கள்.

குழந்தைப் பருவத்திலே

சின்ன வயதில் ஏழுகள் அவர்களின் பெற்றோர்களிடமிருந்து பிரிந்து இருந்திருக்கலாம். அது மனத்தளவிலான பிரிவாகவும் இருந்திருக்கலாம். இவர்களுக்கு அடுத்து உடனே பிறந்த தம்பி, தங்கைகளால் பெற்றோர்களின் அனுசரணை கொஞ்சம் இழந் திருக்கலாம்.

இது போன்ற இழப்பு வரும்போது, 'நான் இதற்காக வருத்தப் பட்டுக்கொண்டு உட்கார்ந்துவிட மாட்டேன். எனக்கு வேண்டிய இன்பத்தினை நானே தேடிக் கொள்வேன்' என்பதுபோல மனத்துக்குள் முடிவு செய்துகொண்டிருப்பார்கள்.

சின்ன வயதிலேயே, பொம்மைகள், வேறு விளையாட்டுப் பொருள்கள், உடன் விளையாடும் நண்பர்கள் என்று பல விதங்களிலும் தங்களுடைய அன்பு இழப்பினை ஈடு செய்து

கொண்டு இருப்பார்கள். அந்த மன உணர்வு, பின்னாட்களிலும் தொடரும். தங்களின் சிரமத்தினைப்பற்றி யோசிக்கவிடாமல், தங்களின் கவனத்தினை முழுமையாக ஆட்கொள்ளும் செயல் களில் ஈடுபட்டுக்கொண்டேயிருப்பார்கள்.

தங்களுடைய கஷ்டங்களில் இருந்து தள்ளி இருப்பதற்காக, இவர்களாகவே கற்பனை செய்துகொண்ட சந்தோஷமான வாய்ப்புகளை உருவாக்கிக் கொள்வார்கள்.

இவர்களுடைய பிரச்னைகள்

பலவற்றையும் ஆரம்பிப்பார்கள். ஆனால் முடிக்க மாட்டார்கள். என்ன என்ன செய்யலாம் என்று பிறருக்கு அதிக யோசனைகள் சொல்வார்கள். ஆனால் இவர்கள் செய்ய மாட்டார்கள்.

பலங்கள்

ஒரு விஷயத்தின் முழுப் பரிமாணத்தினையும் பார்க்கக் கூடிய வர்கள். பலவிதமான யோசனைகளை, சாத்தியங்களை தெளி வாகச் சிந்திக்கக் கூடியவர்கள். எப்போதும் உற்சாகமாகவே இருப்பவர்கள். தங்கள் கருத்துக்களைத் தெளிவாக, கேட்பவர் ஒப்புக்கொள்ளும் வண்ணம் பேசும் திறமை படைத்தவர்கள்.

இவர்களுடன் பழகுவது

முதலில் அவர்களைப் பேசவிட வேண்டும். அப்புறம்தான் நாம் பேச வேண்டும். இவர்கள் பேசுவார்களே தவிர, உறுதி கொடுக்க மாட்டார்கள். உரையாடலின் தொடக்கத்திலேயே ஆழமாகப் பேசி இவர்கள் சொல்லுவது சாத்தியமா என்று தெரிந்துகொள்ள, அதிகப்படியான கேள்விகளைக் கேட்டு, உற்சாகத்தினைக் குறைத்துவிடக் கூடாது.

நம்மிடம் அதிகாரம் இருந்தால், இவர்களின் திட்டத்தினை நடைமுறைப்படுத்த வழிவகை செய்ய வேண்டும் என்று விரும்புவார்கள்..

'ஏழு'களிடம் அதிகாரத்தினை பயன்படுத்தக் கூடாது. பேசி நம் காரியங்களைச் சாதித்துக்கொள்ளலாம். பிரச்னைகள்பற்றி மனத்துக்குள் நினைத்துக்கொண்டிருக்காமல், வெளிப்படை யாகப் பேச வேண்டும். இவர்களால் எந்தப் பிரச்னையிலும் சில வாய்ப்புகளைக் கண்டுபிடிக்கமுடியும்.

சில ஆலோசனைகள்:

தியானம் செய்து பழகுங்கள். உங்களுக்கு வரும் வாய்ப்புகளில் சிலவற்றைத் தவறவிடலாம். எடுத்துக் கொள்ளும் ஒன்றிரண்டில் மட்டும் ஆழமான ஈடுபாடு காட்டுங்கள். குறை சொன்னால் ஏற்றுக்கொள்ள பழகுங்கள். கருத்துவேறுபாடுகளும் இயல்பானவையே. எவரும் குற்றங்களை எடுத்துக் காட்டினால் பொறுத்துக் கொள்ளுங்கள். மற்றவர்கள் சொல்வதில் எவ்வளவு உண்மை என்று யோசியுங்கள்.

பிரச்னைகளைத் தவிர்க்காதீர்கள். பேசுங்கள். நேரடியாக எதிர் கொள்ளுங்கள். எது உடனடி சந்தோஷத்தினைக் கொடுக்கும் என்று பார்க்காதீர்கள். நீண்ட கால சந்தோஷம் எது கொடுக்கும் என்று பாருங்கள். எடுத்துக்கொண்ட வேலைகளை தடைகளைத் தாண்டி, பொறுமையாகச் செய்து முடியுங்கள். புதியனவற்றைப்பற்றி யோசிக்கும்போது, அவற்றால் வரக்கூடிய நன்மைகளையும், அத்துடன் பிரச்னைகளையும் பார்க்கக் கற்றுக் கொள்ளுங்கள்.

உங்களுக்குத் தோன்றும் எல்லா யோசனைகளையும் வெளியில் தெரிவித்துக்கொண்டிருக்க வேண்டும் என்று அவசியமில்லை. மற்றவர்களைக் கேலி பேசுவதையும், அலட்சியமாக நடத்துவதையும், அடுத்தவர்களின் கருத்துகளை காதில் வாங்காமல் அலட்சியமாக நிராகரிப்பதையும் கட்டுப்படுத்துங்கள்.

எதையும் முன்கூட்டியே முடிப்பதற்கு முயற்சி செய்யுங்கள். முடிக்க ஒப்புக்கொண்டனவற்றை முடித்துக் கொடுங்கள். நீங்கள் செய்யும் செயல்களில் எது முதலில், எது அடுத்தது என்று வகைப் படுத்திக்கொண்டு, செய்து முடித்துவிடுங்கள்.

மகிழ்ச்சி தரக்கூடிய வேலைகள்: புதிதாகச் சிந்திக்க வாய்ப்புகள் உள்ள வேலைகள், கெடுபிடிகள் இல்லாத வேலைகள், பேச வாய்ப்பிருக்கும் வேலைகள், ஆலோசனைகள் சொல்லும் வேலைகள்.

சிரமம் தரும் வேலைகள்: ஒரே போன்ற, மாற்றங்கள் இல்லாத வேலைகள். கடுமையான வழிமுறைகளைப் பின்பற்ற வேண்டிய வேலைகள். கச்சிதமாகக் கண்காணிக்கப்படும் வேலைகள்.

•

8. எட்டாம் எண் – சவால் விடுபவர்!

வேறு பெயர்கள் : தலைவர், பாதுகாப்பவர், கொடுப்பவர், தன்னம்பிக்கை மிக்கவர், சண்டைக்கோழி, உறுதியான முடிவுகள் எடுப்பவர்.

பிராங்கிளின் ரூஸ்வெல்ட், மிக்கேல் கார்பசேவ் ஆகியோர் எட்டாம் எண்காரர்கள்தான்.

சிறுவயதில் மனம் பெற்ற தகவல்: யாரையும் நம்பாதே! யாரிடமும் பலவீனமாகி சரணடைந்துவிடாதே!

சிறுவயதில் மனம் பெறத் தவறிய தகவல்: உன்னை யாரும் கவிழ்த்துவிட மாட்டார்கள்.

அடிப்படை பயம்: மற்றவர்களால் காயப்படுத்தப்பட்டு விடுவோமோ அல்லது கட்டுப்படுத்தப்பட்டு விடுவோமோ என்ற பயம்.

அடிப்படை ஆசை: தன்னைப் பாதுகாத்துக்கொள்ள வேண்டும். இதுவே பின்னால், தொடர்ந்து சண்டை போடுபவராக ஆக்கி விடுகிறது.

இவர்களிடம் நண்பர் அல்லது எதிரி - இந்த இரண்டில் ஒன்றாக இருந்தாக வேண்டும். வேறு எதுவாகவும் இருக்க முடியாது.

இவர்களின் வாழ்க்கையில் விரும்பும் முக்கிய விஷயம், ‘கட்டுப்படுத்துவது’. ஆக்கிரமிப்பு நடவடிக்கைகளை அதிகம் விரும்புவார்கள். எவர் மீதும் வெளிப்படையாகக் கோபப்படத் தயங்க மாட்டார்கள்.

இவர்களுக்கு விதிகளை ஏற்படுத்திக்கொள்ளவும் தெரியும். மீறவும் தெரியும். தங்களுக்கு இழைக்கப்பட்ட அநீதியை மறக்க மாட்டார்கள்; மன்னிக்கவும் மாட்டார்கள். அதற்குப் பழி தீர்க்காமல்விடவும் மாட்டார்கள். குற்றத்துக்கு உண்டான தண்டனைகளை எப்படியும் கொடுத்தாக வேண்டும் என்று நினைப்பார்கள். அதற்காக எது வேண்டுமானாலும் செய்வார்கள்.

எதையும் சூழ்ச்சித் திறத்துடன் கையாளத் தெரிந்தவர்கள். உணர்ச்சிகளைக் கட்டுப்படுத்தத் தெரியாதவர்கள். எங்கும் மரியாதையை எதிர்பார்ப்பவர்கள்.

தங்களுக்கு வேண்டியவர்களைக் காப்பாற்றிவிடத் தெரிந்தவர்கள். எது சரி, எது நியாயம் போன்றவற்றைப்பற்றி அக்கறை உண்டு.

தங்கள் மீது எவரும் ஆதிக்கம் செலுத்த அனுமதிக்கவே மாட்டார் கள். யார் சொல்வதையும் கேட்க மாட்டார்கள். தன்னிச்சையாகத் தான் செயல்படுவார்கள். அதே சமயம் தங்களைத் தாங்களே மறந்துவிடுவார்கள். சமயத்தில், தாங்கள் அடைய வேண்டிய லட்சியங்களை இலக்குகளை மறந்து, நண்பர்களுக்கு உதவுவது, கேளிக்கைகள் முதலியவற்றில் மூழ்கி விடுவார்கள்.

'எட்டு'களுக்கு நிறைய நண்பர்கள் இருப்பார்கள். நண்பர்களை ஒருவருக்கு ஒருவர் அறிமுகம் செய்து வைப்பது, அவர்கள் அனைவரும் வாழ்க்கையை நன்றாக அனுபவிக்க வேண்டு மென்று நினைப்பது, அவர்களுக்குப் பாதுகாப்புக் கொடுப்பது முதலியன இவர்களின் வாடிக்கை.

இவர்களுக்கு சில முக்கியமான, தனிப்பட்ட நண்பர்கள் இருப் பார்கள். அவர்களுடன் வாழ்நாள் முழுக்க நட்பு இருக்கும். அப்படிப்பட்ட நண்பர்கள் தங்களுக்கு மட்டும் நண்பர்களாக இருக்க வேண்டும் என்று சொல்ல மாட்டார்கள். ஆனால் அப்படி எதிர்பார்ப்பார்கள்.

மற்றவர்களை எளிதாகக் கவரும்படி நடந்து கொள்வார்கள். அதிகாரம் செய்பவர்களாக, கட்டளைகள் இடுபவர்களாக, தாங்கள் இருக்கும் இடங்களில் பெரிய தாக்கத்தினை ஏற்படுத்து பவர்களாக இருக்கமுடியும். ஆரம்பத்தில் தங்களைத் தாங்களே கொஞ்சம் கட்டுப்படுத்திக் கொள்பவர்களாகவும் இறுதியில் அதற்காக வருந்துபவர்களாகவும் இருப்பார்கள்.

தங்களைக் கட்டுப்படுத்தும் அதிகாரம்கொண்டவர்களை நீக்கி விட்டு, தாங்கள் அந்த இடத்துக்கு வர வேண்டுமென்று முயற்சிப் பார்கள். அதிகாரம் இருந்தால், தங்களுடைய அதிகார வரம் பினைப் பாதுகாப்பதில் முனைப்பாக இருப்பார்கள்.

எங்கே தொட்டால் எதிரிக்கு வலிக்குமோ அங்கே அடிப்பார்கள். அடித்து விட்டு என்ன நடக்கிறது என்று கவனிப்பார்கள். திருப்பி அடிக்கிறாரா அல்லது நாம் அடித்த அடியில் சுருண்டு விழுகி றாரா என்று பார்ப்பார்கள். அடி வாங்கியவர் உண்மையைச் சொல்லுகிறாரா அல்லது எது நடந்தாலும் சரி என்று தங்கள்

கொள்கையில் கெட்டியாக இருக்கிறாரா அல்லது ஒன்றும் செய்ய முடியாமல் திகைத்துப் போய் நிற்கிறாரா என்று உன்னிப் பாகக் கவனிப்பார்கள். தங்கள் நண்பர்களிடம்கூட இதே அணுகு முறைதான்.

தெளிவாகத் தெரியாத எதைப்பற்றியும் சந்தேகப்படுவார்கள். அது தன்னை அழித்துவிடுமோ எனப் பயந்து, அதற்கு முன் அதை அடக்க நினைப்பார்கள். தாங்கள் ஏற்படுத்திய வரை யறைகளையே, சலிப்பு ஏற்பட்டால் மீறுவார்கள். வலிய பிரச்னைகளை உண்டாக்குவார்கள். சம்பந்தமில்லாமல் எல்ல விஷயங்களிலும் மூக்கை நுழைப்பார்கள்.

தொடர்ந்து வேலை செய்வார்கள். அதன்பின் அளவுக்கு அதிக மாக ஓய்வெடுப்பார்கள். சாப்பிடுவதும் அப்படித்தான். இன் னும் ஒன்று, இன்னும் ஒன்று என்பதுபோல,விடாமல், அதிகமாகச் சாப்பிடுவார்கள். உணவு, மது, கேளிக்கை என்று எதை எடுத்தாலும் அதிகம்தான்.

மிக அதிக மன உறுதியும் நெஞ்சுரமும்கொண்டவர்கள். தாங்கள் செய்வது எதிலும் தங்கள் முத்திரையைப் பதித்தாக வேண்டும் என்று நினைப்பவர்கள்.

மற்றவர்கள் இவர்களைப்பற்றி என்ன நினைப்பார்கள் என்பது இவர்களுக்குத் தெரியும். இருந்தாலும் அதை பொருட்படுத்து வதில்லை. தாங்கள் செய்யும் வேலைகள்பற்றி பயம், வெட்கம், கவனம் ஏதுமிருப்பதில்லை. நினைத்ததை முடிப்பார்கள். அதிகம் வருத்தப்பட மாட்டார்கள். முக்கியமான எந்த இழப்பு வந்தாலும் அழ மாட்டார்கள். குடும்பத்தினர்கள், இவர் உணர்வு ரீதியாகப் பழகுவதில்லையே என்று அதிருப்திகொண்டிருப்பார்கள். ஆனால், இவர்களால் அதைப் புரிந்துகொள்ள முடியாது. உறவுகள்பற்றி, மற்றவர்களின் உணர்வுகள் இவர்களுக்குப் பெரிய அக்கறை இல்லை.

யார் பெரியவர், எவர் முக்கியமானவர் என்கிற சர்ச்சைகள் வந்துவிட்டால்விட மாட்டார்கள். தன்னைத்தான் எல்லோரும் முன்னிலைப்படுத்த வேண்டும் என நினைப்பார்கள். தன் பக்கம் ஆதரவு சேர்ப்பதற்காக எந்த எல்லைக்கும் செல்வார்கள்.

எவரிடமும் கடன்படுவதை விரும்ப மாட்டார்கள். ஏனென்றால், பின்னால் அந்தக் கடனுக்குக் கட்டுப்பட வேண்டியது வருமோ

என்ற பயம்தான். எதையும் நேரடியாகப் பேசுவதைத்தான் விரும்புவார்கள். சொல்வதை மற்றவர்கள் எதிர்க் கேள்வி கேட்க வேண்டும், செய்ய வேண்டுமென்று விரும்புவார்கள்.

சொல்லிவிட்டால் சொன்னதுபோலவே செய்வார்கள். அதேபோல மற்றவர்களிடமும் எதிர்பார்ப்பார்கள்.

எதையும் செய்து முடிக்கமுடியும் என்று நினைப்பார்கள். தானே முனைந்து நல்லது செய்ய ஆரம்பிப்பார்கள். யதேச்சாதிகாரம் செய்யும் தலைமைப் பண்பு அபரிமிதமாக இருக்கும். மற்றவர் களுக்குப் பிடிக்கிறதோ இல்லையோ சரியான முடிவுகளை எடுப்பார்கள்.

சிரம நிலையில்

தங்களுடைய கட்டுப்பாட்டில் மற்றவை இல்லாதபோது, பலவீன மாக இருக்கும் போது, இவர்கள், ஐந்தாம் எண்காரர்கள்போல (சிந்தனையாளர், சாது) நடந்து கொள்வார்கள். அது மாதிரியான சூழ்நிலைகளிலிருந்து உடல் ரீதியாகவும் மனரீதியாகவும் விலகி, நடந்தனவற்றை எண்ணிப் பார்த்து, மீண்டும் வலிமை பெற்று வருவதற்காக மனத்தைத் தயார்படுத்தும் நேரம் அது.

சிலர், இது போன்ற சிரமமான நேரங்களில் படிக்க ஆரம்பித்து விடுவார்கள். சிலர், சிரமமான நிலையில் இருந்து மீண்டு, பழைய நிலைக்கு வருவதற்கு நீண்ட காலம் பிடிக்கும்.

நல்ல நிலையில்

எல்லாம் அவர்கள் நினைப்பது, விரும்புவதுபோல நடக்கும் நல்ல நிலையில், இரண்டாம் எண்காரர்கள் (உதவி செய்பவர்)போல நடப்பார்கள். முறையாக நடந்து கொள்பவராக, விதிகளைக் கடைப்பிடிப்பவராக, எல்லோருக்கும் கொடுப்பவராகச் செயல்படுவார்கள்.

நல்ல நிலையில் இருக்கும் போது, சிறியவர், பெரியவர் என்ற வித்தியாசமில்லாமல் எல்லோரையும் மதிப்பார்கள். தாராளமாக நடந்துகொள்வார்கள்.

குழந்தைப் பருவத்திலே

இள வயதிலேயே ‘எட்டு’கள் அநியாயத்தை, அடக்கு முறையைப் பார்த்தவர்கள், அனுபவித்தவர்கள். அதனால்தான்,

மற்றவர்களைக் காட்டிலும் தான் வலுவானவனாக இருக்க வேண்டியது அவசியம் என்ற முடிவுக்கு வந்தவர்கள்.

அவர்கள் பார்த்த வரையில், வலிமையானவன் வாழ்வான். பலவீனமானவன் அடிபடுவான். மற்றவர்களால் ஏமாற்றப் படுவான்.

இவர்களுக்கு யாரோ சின்ன வயதில், 'எதற்கும் அழக்கூடாது. அழுவது கோழைத்தனம்' என்பதுபோல சொல்லிக் கொடுத் திருக்கலாம். சின்ன வயதிலேயே பிஞ்சில் பழுத்த பழங்களாக நடந்துகொள்ள ஆரம்பிப்பார்கள்.

சிறுவயதில் தாங்கள் சம்பாதித்து மற்றவர்களைக் காப்பாற்ற வேண்டிய சூழ்நிலையில் இருந்திருப்பார்கள். பிழைக்கப் போன இடத்தில் தாங்க முடியாத அளவு துன்பங்களைச் சந்தித் திருக்கலாம். அதனால் மென்மையான அணுகுமுறை வேலைக்கு ஆகாது; வன்முறைதான் பாதுகாப்பானது என்ற மனநிலைக்குத் தள்ளப்பட்டிருப்பார்கள்.

பெற்றவர்களால் கவனிக்கப்படாமல், விடுதியிலோ அல்லது வேறு உறவினர் வீடுகளிலோவிடப்பட்ட குழந்தைகளும் 'எட்டு'களாக மாற வாய்ப்புண்டு. தாங்க முடியாத ஏமாற்றம்; அதை எதிர்த்து எதுவும் செய்யமுடியாத நிலை; இனி இப்படி நடக்கவிடவே கூடாது என்று மனம் செய்துகொண்ட சபதம்; இவை எல்லாம் சேர்ந்து 'எட்டு'களாக மாற்றி விடுகின்றன.

இவர்களுடைய பிரச்னைகள்

மற்றவர்கள் எல்லாம் தனக்குத் துரோகம் செய்வதாக நினைத்துக் கொள்வது. சமுதாயத்திலிருந்து தனித்து வாழ்வது. சங்கடப் படுவது. எதிரிகளைப் பழி தீர்க்க, திருப்பித் தாக்கி, அழிக்கத் திட்டமிட்டுக்கொண்டிருப்பது.

இவர்களுடன் பழகுவது

இவர்களின் திறமைபற்றி எதிர்மறையாக எதுவும் பேசக்கூடாது. தங்களால் ஒன்றைச் செய்ய முடியாது என்று அடுத்தவர்கள் கூறினால் சண்டைக் கோழிகளாக மாறி, அதைச் செய்யக் கிளம்பி விடுவார்கள். யாராவது கைவிட்டுவிட்டால் இவர்களால் தாங்கவே முடியாது.

எதையும் முன்னதாகவே, நேரிடையாகச் சொல்லிவிட வேண்டும் என எதிர்பார்ப்பார்கள். சாக்குபோக்குகளை விரும்ப மாட்டார்கள். மரியாதை மிகவும் முக்கியம். தங்களின் சக்தியை பிறர் மதிக்க வேண்டும் என எதிர்பார்ப்பார்கள். மதிக்காதவர் களிடம் எதிர்மறையாக நடந்து கொள்வார்கள்.

சில ஆலோசனைகள்:

தியானம் செய்யுங்கள். பதவி, பழிக்குப்பழி, ஆக்கிரமிப்பு என்று அலையும் உங்களுக்குத் தியானம் அமைதியைத் தரும். கோபம் வரும்போதெல்லாம், மனத்தைக் கட்டுப்படுத்த மூச்சினை நன்றாக இழுத்துவிட பழகுங்கள். பொதுவாக, மற்றவர்கள் மீது உங்களின் தாக்கம் எப்படியிருக்கிறது என்பதை நண்பர் களிடமிருந்து கேட்டுத் தெரிந்து கொள்ளுங்கள்.

தகராறு வருகிறபோது, அடுத்தவர் என்ன சொல்கிறார் என்பதை கவனிக்க முயலுங்கள். அவர்கள் சொல்வதில் ஏதும் நியாயம் இருக்கிறதா என்று பாருங்கள். உங்களின் சக்தியை, அதிகாரத் தினை பொறுப்பாகவும், தேவையான அளவும் பயன்படுத்துங்கள்.

தனியாகவே எல்லாவற்றையும் சாதிக்க நினைக்காமல், மற்றவர் களையும் இணைத்துக் கொள்ளுங்கள். மற்றவர்களுக்கும் அதிகாரத்தினை பகிர்ந்தளியுங்கள்.

நீங்கள் ஏமாற்றப்படுவதாக உணருகிறீர்களா அல்லது உண்மை யிலேயே ஏமாற்றப்படுகிறீர்களா என்று நிதானமாகக் கவனியுங் கள். பொறுமையாகக் கவனிப்பது கேட்பது மூலமாக இன்னும் கூட அதிக பலமுள்ளவராக ஆகிவிடுவீர்கள்.

மகிழ்ச்சி தரக்கூடிய வேலைகள்: அதிக ரிஸ்க் உள்ள வேலைகள், பலரைக் கட்டி மேய்க்கிற வேலைகள்.

சிரமமான வேலைகள்: அமைதியான, இப்படித்தான் செய்ய வேண்டும் என்று கட்டாயப்படுத்துகிற வேலைகள்.

•

9. ஒன்பதாம் எண் – சமரசம் செய்பவர்

வேறு பெயர்கள்: குணப்படுத்துபவர், நம்பிக்கையாளர், தீர்த்து வைப்பவர், சுகம் கொடுப்பவர், கற்பனை உலகில் வாழ்பவர், சாதாரணமானவர், மாற்றுவதற்குக் கடினமானவர்.

ரொனால்ட் ரீகன், சோபியா லாரன், ஆபிரகாம் லிங்கன், வால்ட் டிஸ்னி, தலாய் லாமா ஆகியோர் ஒன்பதாம் எண்காரர்கள்தான்.

சிறுவயதில் மனம் பெற்ற தகவல்: நம்மை நாமே உறுதியாக வெளிப்படுத்துவது சரியில்லை.

சிறுவயதில் மனம் பெறத் தவறிய தகவல்: உன் இருப்பு முக்கிய மானது.

அடிப்படை பயம்: மற்றவர்களுடன் தொடர்பு விட்டுப் போய் விடுமோ அல்லது பிரிந்து சிதறிவிடுவோமோ என்ற பயம்.

அடிப்படை ஆசை: அமைதியான சூழ்நிலைகளில் இருக்க விரும்புதல். இதுவே பின்னால், எல்லாவற்றையும் அழுத்தமாக, உதாசீனப்படுத்துபவராக ஆக்கிவிடுகிறது.

மற்றவர்களின் மனத்தில் இருக்கும் எண்ணங்களை அற்புதமாகப் புரிந்துகொள்ளக் கூடியவர்கள். ஆனால், தங்களுக்கு என்ன பிடிக்கும், என்னென்ன தேவை என்பதைப்பற்றி அதிகம் தெரியாது. வாழ்க்கை அமைதியாகவும், சௌகரியமானதாகவும் இருக்க வேண்டும் என்று நினைப்பவர்கள். ‘முரண்பாடுகள் வேண்டாமே, தவிர்த்துவிடலாமே’ என்று மற்றவர்களின் கருத்துக்களுடன், விருப்பங்களுடன் இணங்கிப் போய் விடுகிறவர்கள்.

பெரும்பாலும் இப்படி சாதுவாக, அனுசரித்துத்தான் போவார்கள். ஆனால், இவர்களை விருப்பத்துக்கு எதிராக அதிகம் கட்டாயப்படுத்தினால், தங்களின் எதிர்ப்பைக் காட்டு வார்கள். அவர்கள் காட்டும் எதிர்ப்பு, வெளிப்படையான கோபமாக இருக்காது.

எப்போதும் அமைதிதான். ஆனால், எப்போதாவது கோபம், பொறுமை எல்லை மீறும் போது, பயங்கரவாதிகளாக மாறிவிடு வார்கள். சாது மிரண்டால் கதைதான்.

எவரையும் புண்படுத்த விரும்பாதவர்கள். பேசும்போதோ, வேறு சமயங்களிலோ, எப்போதும், வேறு எவரும் நிராகரிக்காத தைத்தான் இவர்கள் தேர்ந்தெடுப்பார்கள். பிறரின் விருப்பங் களையே, தங்களின் விருப்பமாக ஆக்கிக் கொள்வார்கள்.

தங்களுக்கு என்று தனிப்பட்ட விருப்பம் வைத்துக்கொள்ளாத வர்கள். தடுமாறாத ஆதரவு தரவல்லவர்கள். தங்கள் சக்தியைத் தேக்கி, மனத்தில் சமநிலையைக் கடைப்பிடிப்பார்கள். அவர்களுக்குத் தெரிந்ததைத்தான் செய்ய விரும்புவார்கள். சுறுசுறுப்பானவர்கள். நிறைய விஷயங்களின் மீது ஆர்வம் உள்ளவர்கள். ஆனால் அவர்களின் மிக முக்கிய வேலைகளையே கடைசி நிமிடம் வரை தள்ளிப் போடுபவர்கள்.

தங்களுக்கு வேண்டியதைச் செய்ய, ஊக்கம் இல்லாத மனநிலை இவர்களிடம் காணப்படும். சௌகரியத்தினை விரும்பும் சோம்பல் நிலை உள்ளவர்கள் 'சீக்கிரமாக முடியுங்கள்' என்று சொல்லி, விரட்டி வேலை வாங்க முடியாது. சமயங்களில் குறிக்கோள் இல்லாமல் இருக்கிறார்களோ என்றுகூடத் தோன்றும்படி நடந்து கொள்வார்கள்.

சுலபமாக சமரசம் செய்து கொள்வார்கள். அடுத்தவர்களின் தேவைகளை, உணர்வுகளை நன்கு புரிந்துகொள்ளக் கூடிய வர்கள். மற்றவர்களின் வெற்றிக்குப் பின்புலமாக இருப்பார்கள். ஆனால், சுயமுன்னேற்றத்தில் பின்தங்கி விடுவார்கள். தன் மீது அக்கறை இல்லாததுபோலவே, தன் குடும்பம் உறவுகள் மீதும் அவ்வளவு அக்கறை காட்டத் தெரியாதவர்கள்.

மற்றவர்களின் பிரச்னைகளுக்குத் தீர்வுகள், ஆலோசனைகள், அறிவுரைகள் எல்லாம் எளிதாகச் சொல்வார்கள். ஆனால், தங்களுக்கு ஏற்படும் பிரச்னைகளுக்குத் தீர்வு காண முடியாமல் தவிப்பார்கள்.

மனத்துக்குள்ளும் வெளியிலும் அமைதியை விரும்புபவர்கள். ஆன்மிகவாதிகள். இந்த உலகத்தில் எதுவுமே குறையில்லாமல் இல்லை என்றும் எல்லாம் ஒன்றோடு ஒன்று தொடர்புடையது தான் என்றும் நம்புவதால், இவர்கள் மனத்தில் பதற்றம் இருக்காது.

எந்தக் கூட்டத்திலும் அதிகம் தெரியாத இடமாக, முக்கிய மில்லாத இடமாகப் பார்த்து அமர்ந்து கொள்வார்கள். மேடைக்கு வர மாட்டார்கள்.

அவர்களுக்குப் பிடித்தனவற்றைச் சேமிப்பார்கள், சேகரிப் பார்கள். ஆனால், உபயோகிக்க மாட்டார்கள்.

எல்லாவற்றையும் பொறுத்துப் போகும் இவர்களால், மன அமைதி கெடுவதை மட்டும் பொறுத்துக்கொள்ளவே முடியாது. தனக்கென்று தனி அடையாளம் இல்லாதவர்கள். எட்டு எண்களின் குணாதிசயங்களும் இவர்களிடம் இருக்கும்.

சிரம நிலையில்

ஏதாவது முடிவு எடுத்தாக வேண்டிய சூழ்நிலை வந்தால், இவர்கள் ஆறாம் எண்காரர்கள்போல கேள்வி மேல் கேள்வி கேட்பார்கள். சந்தேகப்படுவார்கள். பின்வாங்குவார்கள் அல்லது முறைப்படி நடக்க ஆரம்பிப்பார்கள் அல்லது முரட்டுத் தனமாக நடக்க ஆரம்பிப்பார்கள்.

நல்ல நிலையில்

இவர்களைப் பலரும் சேர்ந்து பாராட்டினால் மிகவும் மகிழ்வார்கள். மூன்றாம் எண்காரர்கள் (சாதிப்பவர்)போல நடந்து கொள்வார்கள். தங்களுடைய சக்தி முழுமையும் சரியான பாதையில் திருப்பிவிட்டு, நிறைய செயல்களை குறுகிய காலத்திலேயே செய்து முடிப்பார்கள்.

குழந்தைப் பருவத்திலே

உள்ளுணர்விற்கு முக்கியத்துவம் கொடுக்க விரும்புவார்கள். ஆனால், அதற்கு வாய்ப்புக் கிடைக்காததால் தங்களுடைய கவனத்தினை வெளி உலகத்தின் மீது செலுத்த ஆரம்பித்தவர்கள்.

குழந்தையாக இருந்த போது, அவர்கள் சொல்வதைக் காது கொடுத்துக் கேட்க ஆளில்லை. யாரும் பொருட்படுத்தவில்லை. அதைப்பற்றி பேசினால், இன்னும் அதிகமான பிரிவுதான் வருமோ என்று பயந்து தங்கள் கருத்துகளை தங்களுக்குள்ளேயே புதைக்க ஆரம்பித்தவர்கள். மற்றவர்களின் கருத்துக்களை ஏற்கப் பழகியவர்கள். கோபத்தையும்தான். அவ்வப்போது, இருக்கும் இடம்தெரியாமல் போய், குடும்பத்தில் எவருக்கும் எந்தத் தொந்தரவும் கொடுக்காமல் இருப்பார்கள். எது கிடைக்கிறதோ அதை வைத்துக்கொண்டு, அனுசரித்துப் போகும் பழக்கத்தினை ஏற்படுத்திக்கொண்டவர்கள்.

இவர்களுடைய பிரச்னைகள்

தங்களுக்கென செய்துகொள்ள வேண்டியதையே செய்யாமல் இருப்பது. தங்களுக்கு முக்கியமில்லாதனவற்றில் நேரத்தினை

போக்குவது. ஏற்கெனவே செய்த, நன்கு தெரிந்த வேலை களையே 'என்னால் முடியாது' என்று சொல்லி தட்டிக் கழிப்பது. தங்கள் சக்தியையும் கோபத்தினையும் வெளிக்காட்டாமல், உள்ளேயே அழுத்திக் கொள்வது. மற்றவர்களை அதிகம் சார்ந்திருப்பது. மற்றவர்கள், இவர்களைத் தவறாகப் பயன் படுத்திக்கொள்ள அனுமதிப்பது, அது அளவுக்கு மீறினாலும் எதிர்ப்புக் காட்டாமல் இருப்பது.

பலங்கள்

அசாத்தியமான பொறுமை. பிரச்னைகளைச் சமாளிக்கும் திறன். அனைவரையும் அரவணைத்துச் செல்லும் பாங்கு. மற்றவர் களை அவர்கள் போக்கில் விட்டு, வளர வைப்பது. எவரைப் பற்றியும் இப்படி, அப்படி என்று தீர்மானித்துக்கொள்ளாமல், அவர்கள் சொல்வதை காது கொடுத்துக் கேட்பது. இதனால் மற்றவர்கள் மத்தியில் இவர்களுக்கு எப்போதும் வரவேற்புதான்.

இவர்களுடன் பழகுவது

இவர்களை சும்மா இருக்க விடுவது உதவும். பொறுப்புகள் கொடுக்கக் கூடாது. அவர்களுடைய மௌனம் சம்மதம் அல்ல. ஆடம்பரம் அவர்களுக்குப் பிடிக்காது. அப்படி இருப்ப வர்களையும் இவர்களுக்குப் பிடிக்காது. அதிக சக்தி, பணம் முதலியன இருப்பதாக இவர்களிடம் காட்டிக்கொள்ள வேண்டாம். இவர்களுக்கு முக்கியத்துவம் கொடுத்து, என்ன நினைக்கிறார்கள் என்று கேட்டுச் செய்ய வேண்டும். செய்யச் சொல்ல வேண்டும். அப்போது இவர்களின் நடவடிக்கைகளில் பாசிட்டிவான மாறுதல்கள் இருக்கும்.

நடக்க வேண்டிய மொத்த வேலையும் ஒரே நேரத்தில் சொன்னால், இவர்கள் கொஞ்சம் திணறிப் போவார்கள். தாங்கள் என்ன செய்ய வேண்டும் என்பதை மட்டும் சொன்னால் சுலபமாகச் செய்வார்கள். எதையும் கட்டுப்படுத்தும் வித மாகவோ, ஆணவத்துடனோ சொன்னால் கட்டுப்பட மாட்டார் கள். இணைந்து பணியாற்றுதல் இவர்களுக்குப் பிடிக்கும்.

இவர்களுடன் பேசும் போது, கவனத்தினை வேறு எதிலும் செலுத்தக்கூடாது. அந்தச் சமயத்தில் வரும் இடையூறுகளை விரும்ப மாட்டார்கள்.

சில ஆலோசனைகள் :

உங்கள் நிலையையும் உறுதியாக வெளிப்படுத்துங்கள். உங்களுக்கு எது முக்கியம் என்பதையும் பாருங்கள். அதன் மீதும் சீக்கிரமே கவனம் செலுத்துங்கள்.

எடுத்தவைகளை சீக்கிரம் முடியுங்கள். நீங்கள் உங்களுக்காக முடிக்க வேண்டியவை எவை என்று எழுதிப் பாருங்கள். சொல்ல நினைப்பதை நேரடியாகச் சொல்லுங்கள்.

'முடியாது' என்கிற வார்த்தைக்கு ஒரு பலம் இருக்கிறது. அதையும் சமயங்களில் பயன்படுத்த வேண்டும் என்று தெரிந்து கொள்ளுங்கள்.

மகிழ்ச்சி தரக்கூடிய வேலைகள் : நிரந்தரமான, அடிக்கடி மாறாத, யூகிக்கக்கூடிய வேலைகள். மற்றவர்களுக்கு அதிகம் பிரச்னைகள் தராத வேலைகள்.

சிரமம் தரும் வேலைகள்: அமைதியில்லாத, பரபரப்பான வேலை கள். முடிக்க வேண்டிய கெடு (Dead lines) உள்ள வேலைகள்.

எனியகிராம் தெரிவிப்பது என்ன?

ஒன்பது விதமான ஆளுமைகளையும் பார்த்தாகிவிட்டது. இப்போது இதைச் சரியான முறையில் எடுத்துக் கொள்வதற்காக இன்னும் சில விஷயங்கள்.

- எல்லோரிடமும் எல்லா விதமான குணாதிசயங்களும் இருக் கின்றன. நேர்த்தி மனப்பான்மை மிகுந்து இருக்கும் ஒன்று களிடம், ஏழாம் எண்ணுக்கே உரித்தான 'ஆர்வம்' இல்லாமலா இருக்கிறது? 'ஏழு'களிடம் இருப்பதைவிடக் குறைவாக இருக்கிறது. அவ்வளவுதான். இப்படித்தான் எல்லாக் குணங்களுமே எல்லா மனிதர்களிடமும் கொஞ்சமேனும் இருக்கிறது.
- எல்லாம் இருந்தாலும், ஒவ்வொரு ஆளுமையிடமும் ஏதோ ஒரு குணம் மட்டும் அதிகமாக இருக்கிறது. அதனால், அந்தக் குணம் அவர்களின் ஆளுமையாக ஆகிறது. சூழ்நிலைகள், வெற்றி தோல்விகள், மனநிலைகளைப் பொறுத்து ஒருவர் மாறி மாறி நடந்துகொண்டாலும், அவர் திரும்பத் திரும்ப வருவது, அவரது அடிப்படை ஆளுமைக்குத்தான்.

- எல்லா ஆளுமைகளிடமும் சிறப்பான போற்றத்தக்க குணங்கள் இருக்கின்றன. அதேபோல மாற்றிக்கொள்ள வேண்டியவையும் இருக்கின்றன. எந்த ஆளுமையும் மோச மானதில்லை.

- நல்ல நிலை, சிரம நிலை என்பதும் எல்லா ஆளுமைக்காரர் களுக்கும் இருப்பதால், எல்லோருக்குமே மூன்று விதமாக நடந்துகொள்ளக்கூடிய வாய்ப்புகள் இருக்கின்றன. நாம் மனது வைத்தால், நம் ஆளுமை தவிர, இன்னும் இரண்டு விதங் களாகவும் நம்மால் சிறப்பாக நடந்துகொள்ளமுடியும்.

- நம் ஆளுமை, சிரமநிலை, நல்ல நிலையைப் பொறுத்து வேறு விதமாக மாறுவதைப்போல, மற்றவர்களின் ஆளுமைகளும், நம் நடவடிக்கையைப் பொருத்து மாறும். காரணம், அவர் களுடைய சிரம நிலையையோ, நல்ல நிலையையோ நாம் தீர்மானிக்கிறோம். அவர்களின் பெற்றோராகவோ, பிள்ளை களாகவோ, மேலதிகாரியாகவோ அல்லது வேறு நெருங்கிய தொடர்புடையவராகவோ இருப்பதன் மூலம், அவர்களின் நிலைகள் நம்மாலும் தீர்மானிக்கப்படுகின்றன.

- எல்லோரிடமும் எடுபடக்கூடிய வழிகள் இருக்கின்றன. எட்டாம் எண்காரர்களிடமும் காரியம் சாதிக்கமுடியும். அவர்களைச் சரியாகப் புரிந்துகொண்டு அதற்கேற்ப பேசினால், நடந்துகொண்டால், நாம் கேட்பதைக் கொடுப்பார்கள். அதே போலத்தான், ஆறாம் எண்காரர்களிடம், எதையும் கட்டாயப் படுத்தக் கூடாது என்பதையும் நல்ல, கெட்ட விஷயங்களை கலந்தே சொல்ல வேண்டும். அப்போதுதான் நம் வேலை நடக்கும். எவரிடமும் செல்லுபடியாகும் குறிப்பிட்ட வழிகள் இருக்கின்றன. மாற்றிச் செய்தால் சிரமம்தான்.

- நம் குடும்பத்தில், நட்பு வட்டத்தில், பணிபுரியும் இடங்களில், இன்னும் பல்வேறு இடங்களில் இருப்பவர்கள் எல்லாம் வேறு வேறுவிதமான ஆளுமைகள். அவர்கள் எல்லாம், அப்படி வேறு விதமாக இருப்பதற்கு, அழுத்தமான காரணங் கள் இருக்கின்றன. அவர்களைச் சரியாகப் புரிந்துகொள்ள வேண்டும். எவர் மீதும் ஆத்திரப்படுவதால், மாற்றங்கள் கொண்டுவர முடியாது. எவரையும் விரோதத்தோடு அல்லது ஏளனமாகப் பார்க்காமல், புரிதலோடு பார்க்க வேண்டும்.

நம் பார்வையில் வளரும் சிறுபிள்ளைகளுக்கு, நல்ல ஊக்கம் தரும், நம்பிக்கை தரும் சூழ்நிலைகளை ஏற்படுத்திக் கொடுக்க வேண்டி

யது நமது பொறுப்பு. வீட்டில் நிலவும் சூழ்நிலைகள், பெரியவர்கள் நடந்து கொள்ளும் முறைகள் எல்லாம்தான், பிள்ளைகளின் ஆளுமைகளைத் தீர்மானிக்கின்றன. ஆக, நம் பிள்ளைகள் எப்படி வரவேண்டும் என்பதை நம்மால் தீர்மானிக்கமுடியும்.

•

எனியகிராம் பர்சனாலிட்டி வகையைக் கண்டுபிடிக்க உதவும் கேள்வித்தாள்கள்

கீழே கொடுக்கப்பட்டுள்ள 15 வாக்கியங்களையும் பொறுமையாகப் படிக்க வேண்டும். அவற்றில் ஒருவர் எப்படி எண்ணுகிறார், நடந்துகொள்கிறார் என்பன கொடுக்கப்பட்டுள்ளன.

உங்கள் செயல்களோடு அந்த வாக்கியங்கள் ஒத்துப் போகிறதா என்று யோசித்துப் பாருங்கள். முற்றிலும் வாக்கியத்தில் கொடுக்கப்பட்டுள்ளபடியே இருக்க வேண்டும் என்கிற அவசியமில்லை. ஏனென்றால் அதில் கொடுக்கப்பட்டுள்ள சூழ்நிலைகளை நீங்கள் சந்தித்திருக்க வேண்டிய அவசியமில்லை. ஓரளவு சரியாக இருந்தாலே போதும்.

ஒவ்வொரு வாக்கியத்தினையும் படித்தபின், ஒவ்வொன்றுக்கும் நேராக உள்ள காலி கட்டத்தில் 1, 2, 3, 4 அல்லது 5 என்கிற எண்களில், நீங்கள் தேர்ந்தெடுக்கும் ஏதாவது ஒரு பதிலுக்கான மதிப்பெண்ணாக எழுதிக்கொள்ளவும்.

வாக்கியத்தில் எழுதியிருப்பது உங்களுக்கு மிகவும் பொருத்தமாக இருந்தால், 5 மதிப்பெண்கள் போட்டுக் கொள்ளுங்கள்.

அப்படியே பொருத்தம் குறையக் குறைய எண்களை 4, 3, 2 என்று குறைத்துக்கொண்டே வந்து, கடைசியாக 1 என்ற மதிப்பெண்ணை வைத்துக்கொள்ளவும்.

இது, எனக்கு முற்றிலும் பொருந்தாது	=	1
இது, கொஞ்சம் எனக்குப் பொருந்தும்	=	2
இது, ஓரளவுக்கு உண்மை	=	3
பெரும்பாலும் நான் இப்படித்தான்	=	4
இது மிகச் சரியாக நானே தான்	=	5

ஒன்றாம் எண்ணுக்கான கேள்வித்தாள்
குணாதிசயங்கள்

1. பெரும்பாலான மக்கள் என்னை வேடிக்கையாக, விளையாட்டாக எடுத்துக்கொள்ள முடியாத ஒரு சீரியஸ் மனிதராகத்தான் பார்க்கிறார்கள். நானும் அது சரி என்றே நினைக்கிறேன்.

2. நான் எப்போதுமே நேர்மையாக, விருப்பு வெறுப்புகளின்றி செயல்படுவேன். எது நடப்பதாக இருந்தாலும் சரி. நான், என் மனச்சாட்சிப்படிதான் நடப்பேன்

3. சமயங்களில் நான் முரட்டுத்தனமாக நடப்பதும் உண்டே ஒழிய, அதுவே என்னுடைய வழக்கம் அல்ல.

4. என் மனத்துக்குள் எப்போதும் ஒரு நீதிபதி உட்கார்ந்திருப்பது போல இருக்கிறது. சில சமயங்களில் அந்த நீதிபதி, விவேகமுடையவராகவும் கூர்ந்து கவனிப்பவராகவும் இருக்கிறார். பல சமயங்களில் கடுமையானவராகவும் வளைந்து கொடுக்காதவராகவும் நடந்துகொள்கிறார்.

5. மிகச் சரியானவனாக இருப்பதற்காக, நான் மிகப் பெரிய விலை கொடுத்திருப்பதாக நினைக்கிறேன். பல சௌகரியங்களை விட்டுக் கொடுத்திருக்கிறேன்.

6. நானும் மற்றவர்களைப்போல மகிழ்ச்சியாகவும் சிரித்துக் கொண்டும்தான் இருக்க விரும்புகிறேன். அடிக்கடி அப்படி இருக்க நினைக்கிறேன்.

7. என்னுடைய கொள்கைகளும், நான் சரி என்று நினைப்பவைகளும் என்னைச் சாதனைகளை நோக்கி அழைத்துப் போகின்றன. என்னுடைய வாழ்வை அர்த்தமுள்ளதாகவும் பயனுள்ளதாகவும் ஆக்குகின்றன.

8. எப்படி பல மனிதர்களால், இப்படிப் பொறுப்பின்றி நடந்து கொள்ள முடிகிறது என்று எனக்கு வியப்பாக இருக்கிறது.

9. என்னை நம்பித்தான் பலவும் நடைபெறுகின்றன. அதனால், நான் முற்றிலும் சரியானவனாகவும், வழிமுறைகளைப் பின்பற்றுபவனாகவும் இருக்க வேண்டியதிருக்கிறது.

10. நான் ஏதோ ஒரு பெரிய காரியத்தைச் செய்து முடிப்பதற்காகத் தான் படைக்கப் பட்டிருக்கின்றேனோ என்று எண்ணுகிறேன். எனக்கு என்று தனிப்பட்ட குறிக்கோள்கள் இருக்கின்றன.

11. தவறுகளை நான் வெறுக்கிறேன். அதனால் எதையும் மிகச் சரியாகச் செய்யவேண்டும் என்ற நோக்கத்துடன் செய்வன வற்றை மிகவும் கவனமாகச் செய்கிறேன்.

12. என்னுடைய பெரும் பகுதி வாழ்க்கையில், நான் 'சரி என்பது சரி. தவறு என்பது தவறு. அவ்வளவுதான்' என்கிற விதமாகவே வாழ்ந்திருக்கிறேன்.

13. என்னால் சரியில்லாததை அப்படியே விட்டுவிட முடியாது

14. என் தோள்களின் மீது ஏகப்பட்ட பொறுப்புகள் விழுந்திருக் கின்றன. நான் மட்டும் அவற்றைச் சரி செய்திராவிட்டால், என்ன ஆகியிருக்கும் என்பது அந்தக் கடவுளுக்கே வெளிச்சம்.

15. பிரச்னையான காலங்களில், அன்போடும் பெருந்தன்மை யோடும் இருப்பவர்களை எனக்கு மிகவும் பிடிக்கும்.

பதில்களைக் குறித்தாயிற்றா? சரி. இப்போது, செய்ய வேண்டி யது, 15 வாக்கியங்களுக்கும் நீங்கள் கொடுத்த மதிப்பெண்களைக் கூட்டுங்கள். மொத்தம் எவ்வளவு வருகிறது?

கூட்டுத்தொகை 15 முதல் 75 வரை வரலாம்.

மொத்த மதிப்பெண்	விளக்கம்
15	நீங்கள் எண் ஒன்று இல்லை. உங்களுக்கான எண் நிச்சயம் இரண்டோ ஆறோ கூட இல்லை.
15 - 30	நீங்கள் ஒன்று இல்லை
30 - 45	உங்களிடம் பெரும்பாலும் ஒன்றுக்கான செயல்பாடுகள் இருக்கின்றன அல்லது உங்கள் பெற்றோர்களில் எவரோ ஒருவர், ஒன்றாம் எண்ணுக்கு உரியவர்.
45 - 60	அநேகமாக உங்களிடம் ஒன்றுக்கான குணாதிசயங்கள் உள்ளன
60 - 75	நீங்கள் நிச்சயம் ஒன்றுதான்.

இரண்டாம் எண்ணுக்கான கேள்வித்தாள்!

குணாதிசயங்கள்

1. நான், மற்றவர்கள் மீதுகொண்டுள்ள உண்மையான அக்கறை காரணமாக, அவர்களுடைய எதிர்பார்ப்புகள், கனவுகள், தேவைகளுடன் அதிகமாக ஈடுபட்டுவிடுகிறேன்.

2. என்னால் இயல்பாகவே நட்புடன் பழக முடிகிறது. என்னால் எவரோடும் சுலபமாகப் பேச ஆரம்பிக்க முடிகிறது. அடுத்தவர்களைப் பெயர் சொல்லி அழைக்குமளவுகூட உரிமை எடுத்துக்கொள்ள முடிகிறது.

3. மற்றவர்கள் மீது கவனம் செலுத்தி, அவர்களுக்கு ஊக்கம் கொடுக்கும்போது, அவர்களும் என்னுடன் அதே அளவு சினேகத்துடன் உரிமையுடன் பழகுகிறார்கள்.

4. சிரமப்படுபவரை எப்போது, எங்கே பார்த்தாலும், அவருக்குக் கட்டாயமாக உதவி செய்ய வேண்டும் என்று எனக்குத் தோன்றும்.

5. நான், நல்ல மனதுள்ளவனாக, தாராளமாக நடந்து கொள்பவனாக இருப்பதில் எனக்கு மகிழ்ச்சி.

6. 'நான்தான் செய்தேன்', 'நான்தான் கொடுத்தேன்' என்றெல்லாம் என்னால் பெருமை எடுத்துக்கொள்ள முடியாது. ஆனால், நான் செய்ததைப்பற்றி எவரும் கண்டுகொள்ளாமல் விட்டாலோ அல்லது அலட்சியப்படுத்தினாலோ , அது என்னைச் சங்கடப்படுத்தும்.

7. மற்றவர்களுக்குச் செய்யத்தக்கதைவிட, நான் கூடுதலாகவே செய்கிறேன் என்பதும், நான் என்னைப்பற்றி அதிகம் நினைப்பதில்லை என்பதும் உண்மைதான்.

8. உதவிகள் செய்து மற்றவர்களைக் கவர வேண்டும் என்பது என்னுடைய அணுகுமுறை. அதிலும் குறிப்பாக, எவரும் என்னைக் கண்டுகொள்ளாமல் விடும் போது, அதற்காக நான் அதிகமாகவே இப்படிச் செய்வேன்.

9. என்னுடைய நண்பர்களுக்கும், குடும்பத்தினர் போன்றவர்களுக்கும் ஏதாவது செய்வதில், எனக்கு எப்போதுமே

ஆனந்தம்தான்.

10. என்னால் ஆதரவாகவும் சினேகமாகவும் இருக்கமுடியும். அதே நேரம், மற்றவர்கள் நினைத்துக்கொண்டிருப்பதைக் காட்டிலும் நான் அதிக வலுவானவன்.

11. பெரும்பாலானவர்களைக் காட்டிலும், மற்றவர்களின் உணர்வுகளுக்காக என்னால் வெளிப்படையாகப் பேசமுடியும்.

12. நான் அக்கறை எடுத்துக் கொள்வதால் மற்றவர்களுக்கு என்ன நடக்கிறது என்பதைத் தெரிந்துகொள்ள, கூடுதல் முயற்சிகள் எடுப்பேன்.

13. காயப்பட்ட இதயங்களுக்கு மருந்து போடுபவனாகவே, உடைந்த இதயங்களைச் சேர்த்து வைப்பவனாகவே நான் என்னைப் பார்க்கிறேன்.

14. மற்றவர்களின் தேவைகளையும், ஆர்வங்களையும் கவனிப்பதால், என்னுடைய உடல் நலமும் நிதி நிலைமையும் அடிக்கடி சிரமத்துக்குள்ளாவது உண்டு.

15. தாங்கள் விரும்பப்படுகிறோம், பாராட்டப்படுகிறோம் என்று மற்றவர்கள் உணர்வதற்காகவே, நான் என் எண்ணங்களைச் சந்தோஷமாக வெளிப்படுத்துவேன்.

மொத்த மதிப்பெண்	விளக்கம்
16	நீங்கள் எண் இரண்டு இல்லை. மேலும் நீங்கள் ஒன்றோ, ஆறோ கூட இல்லை.
15 - 30	நீங்கள் இரண்டு இல்லை.
30 - 45	உங்களிடம் பெரும்பாலும் இரண்டுக்கான செயல்பாடுகள் இருக்கின்றன அல்லது உங்கள் பெற்றோர்களில் எவரோ ஒருவர், இரண்டு எண்ணுக்கு உரியவர்.
45 - 60	அநேகமாக உங்களிடம் இரண்டுக்கான குணாதிசயங்கள் உள்ளன.
60 - 75	நீங்கள் நிச்சயம் இரண்டுதான்.

குணாதிசயங்கள்!

1. நான் என்னை மிகவும் திறமை உள்ளவராகப் பார்த்துக் கொள்கிறேன். மற்றவர்களைவிட, நான் திறமை குறைந்தவன் என்றோ அல்லது என்னால் சிறப்பாகச் செய்ய முடியவில்லை என்றோ தெரியவரும் போது, வருத்தப்படுகிறேன்.

2. எனக்கு எல்லாம் சரியாக நடக்கிற போது, என் மனத்துக்குள் சந்தோஷம் பொங்குகிறது.

3. மற்றவர்களிடம் நான் என்னை வெளிப்படுத்திக் கொள்ளும் போது, அவர்கள் என்னை மிகச் சிறப்பானவனாக நினைக்க வேண்டும் என்றே விரும்புகிறேன்.

4. என் உணர்வுகள் எனக்கே அந்நியமாகத் தெரிகின்றன. சிறிது நேரம்தான் எதைப்பற்றியும் உணர்வுபூர்வமாகச் சிந்திக்கிறேன். பின்பு அதை விட்டு விட்டு வேலையைப் பார்க்க ஆரம்பித்துவிடுகிறேன்.

5. நான் அடைய வேண்டிய அளவு வெற்றியை பெற்றிருக்காவிட்டாலும்கூட, வெற்றி பெற்றதாகவே நினைக்க விரும்புகிறேன்.

6. என்னுடைய பயங்களை, நல்லதற்காகவோ, கெட்டதற்காகவோ மறைத்து விடுகிறேன். மற்றவர்களால் உண்மையில் நான் என்ன நினைக்கிறேன் என்று தெரிந்துகொள்ள முடியாது.

7. என் மீது மற்றவர்கள் நல்ல அபிப்பிராயமே வைக்க வேண்டுமென நினைக்கிறேன் அதனால், எப்போதும் கண்ணியத்துடனும், நல்ல பண்புகளுடனும், சினேகிதமாகவுமே பழகுகிறேன்.

8. என் உடன் பணிபுரிபவர்களும் நண்பர்களும் எவ்வளவு தூரம் சிறப்பாகச் செய்கிறார்கள் என்பது எனக்குத் தெரியும். நான் அவர்களுடன் என்னை ஒப்பிட்டுப் பார்த்துக் கொள்வேன்

9. நான் எதைச் செய்தாலும் அதை மிகச் சிறப்பாக செய்யவே முயற்சிக்கிறேன். எதிலாவது சிறந்து விளங்க முடியவில்லை என்றால், அதைப்பற்றிக் கவலைப்படுவேன்.

10. சில சமயங்களில் நான் வரம்பு மீறி செயல்பட்டு விடுவேன். என் வெற்றிகளுக்காக எதையும் செய்வேன்.

11. நான் பாதுகாப்பு இன்றி உணரும் போதும் என்னால், மற்றவர் களுக்கிடையே அமைதியாகவும் தனியாகவும் இருக்கமுடியும்.

12. நான் செய்த அற்புதமானவற்றைப்பற்றி மற்றவர்கள் ஏதும் சொல்லா விட்டால் அதைப் பொருட்படுத்துவேன். வருத்தப் படுவேன்.

13. எல்லாம் சரியாக நடக்காத போது, மற்றவர்களைக் காட்டிலும் நான் அனுசரித்துப் போவேன். நான் விரும்புவதை அடை வதற்காக என்னால் என் நடவடிக்கைகளை மாற்றிக்கொள்ளமுடியும். எப்படி மாற்றிக் கொள்வதென்றும் எனக்குத் தெரியும்.

14. நான் செய்து முடிக்க வேண்டியவைபற்றி எனக்குத் தெளி வாகத் தெரியும். அது என் கவனத்தில்தான் இருக்கும். அதை அடைவதற்கு என்னை நானே எப்படி ஊக்குவித்துக் கொள் வது என்றும் எனக்குத் தெரியும்.

15. எனக்கு வேலை ஆக வேண்டும். என்னால் நான் நினைத்ததைச் சாதிக்க முடியாவிட்டால், மிகச் சிரமமாக உணர்வேன்.

மொத்த மதிப்பெண்	விளக்கம்
17	நீங்கள் எண் மூன்று இல்லை. மேலும் உங்களுக்கான எண் ஏழோ அல்லது எட்டோ கூட இல்லை.
15 - 30	நீங்கள் மூன்று இல்லை.
30 - 45	உங்களிடம் பெரும்பாலும் மூன்றுக்கான செயல்பாடுகள் இருக்கின்றன. அல்லது உங்கள் பெற்றோர்களில் எவரோ ஒருவர், மூன்றாம் எண்ணுக்கு உரியவர்.
45 - 60	அநேகமாக உங்களிடம் மூன்றுக்கான குணாதிசயங்கள் உள்ளன.
60 - 75	நீங்கள் எண் மூன்றேதான்.

குணாதிசயங்கள்

1. நிறையப் பேர் என்னை, தெளிவற்ற, புரிந்துகொள்ள முடியாத, முன்னுக்குப் பின் முரணான மனிதனாகப் பார்ப்பார்கள். எனக்கு அது பிடித்திருக்கிறது.

2. எனக்குள் ஏற்படும் எதிர்மறையான உணர்வுகளை விலக்கும் முன், அவற்றைப்பற்றி நான் அதிக நேரம் யோசிப்பேன்.

3. எனக்கு வேண்டியவர்கள் என்னைச் சுற்றி இருந்தாலும் கூட, அடிக்கடி நான் தனியாக இருப்பதாகத்தான் உணர்வேன்.

4. என்னை எவரும் குற்றம் கூறினாலோ, தவறாகப் புரிந்துகொண்டாலோ, நான் விலகிவிடுவேன். முகத்தைத் தூக்கி வைத்துக் கொள்வேன்.

5. எதையும் நானே கற்பனை செய்து, யோசித்து, உருவாக்கிச் செய்ய வேண்டும். அப்படி இல்லாதவற்றின் மீது ஈடுபாடு கொள்வது எனக்குச் சிரமம்.

6. மற்றவர்களின் எதிர்பார்ப்புகளை நிறைவு செய்வதோ, விதிகளைப் பின்பற்றுவதையோ விடுத்து, நான் செய்வதில் எல்லாம் என்னுடைய தனிமுத்திரையைப் பதிக்கவே விரும்புகிறேன்.

7. நான், நாடகத்தனமாக நடந்து கொள்வேன். 'டெம்பரமெண்ட்டல்'தான்.

8. நடந்திராத சம்பவங்கள், உரையாடல்கள்பற்றிய கற்பனையில் நான் அதிக நேரம் செலவழிப்பேன்.

9. மாறுதலேயில்லாத ,சுவையில்லாத வாழ்க்கையில் இருந்து எவரேனும் என்னை அப்படியே வாரி எடுத்து காப்பாற்ற மாட்டார்களா என்று ஏங்குவேன்.

10. நிலைமை கடுமையாகும் போது நான் அப்படியே நொறுங்கிப் போவேன். அநேக நேரங்களில் வெகு சுலபமாக, 'போகட்டும்' என்று விட்டுக் கொடுத்து விடுகிறேன்.

11. பிறரின் மட்டமான ரசனைகளை என்னால் பொறுத்துக் கொள்ள முடியாது.

12. பொதுவாக, எவரோடும் அதிகம் நெருங்கி இணைந்து வேலை செய்வது எனக்குப் பிடிக்காது.

13. என்னையே அறிவதும், என்னுடைய உணர்வுத் தேவைகளுக்கு உண்மையாக நடந்து கொள்வதும்தான், என்னை என் வேலைகளில் ஊக்கப்படுத்தும் காரணிகள்.

14. எனக்கு, தலைமையேற்று முன் நின்று நடத்துவது பிடிக்காது. அதேபோல எவரையும் பின்பற்றி நடப்பதும் பிடிக்காது.

15. நான் நடைமுறைப்படுத்தும் தைரியம் எனக்கு இருக்கிறதோ இல்லையோ, ஆனால் எனக்கு என்னுடைய உள்ளுணர்வுகள் சொல்வது என்ன என்று தெரியும்.

மொத்த மதிப்பெண்	விளக்கம்
18	நீங்கள் எண் நான்கு இல்லை. மேலும் உங்களுக்கான எண் ஐந்தோ அல்லது ஒன்பதோ கூட இல்லை.
15 - 30	நீங்கள் நான்கு இல்லை.
30 - 45	உங்களிடம் பெரும்பாலும் நான்குக்கான செயல்பாடுகள் இருக்கின்றன. அல்லது உங்கள் பெற்றோர்களில் எவரோ ஒருவர், நான்காம் எண்ணுக்கு உரியவர்.
45 - 60	அநேகமாக உங்களிடம் நான்குக்கான குணாதிசயங்கள் உள்ளன.
60 - 75	நீங்கள் நிச்சயம் நான்குதான்.

ஐந்தாம் எண்ணுக்கான கேள்வித்தாள்

குணாதிசயங்கள்

1. எதையும் ஆழமாகப் பார்க்க விரும்புகிறேன். எவ்வளவு தூரம் முடியுமோ அவ்வளவு தூரம் சென்று முயன்று, எதைப் பற்றியும் முழுமையாகத் தெரிந்துகொள்ள விரும்புகிறேன்.

2. நான் தனிமையைப் பெரிதும் விரும்புகிறேன். என் தனிப் பட்ட உலகத்தில் எவரையும் பிரவேசிக்க விடுவதில்லை.

3. நான் பெரிய பலசாலியோ, சக்தி வாய்ந்தவனோ இல்லை. சின்னவன்தான். கண்ணுக்குத் தென்படாதவன். என்னை நல்ல ஒற்றனாக்கலாம்.

4. நான் பெரும்பாலான சமயங்களில் எதைப்பற்றிச் சிந்தித்துக் கொண்டிருக்கிறேன் என்று மற்றவர்களுக்குத் தெரிய வந்தால், என்னைப் பைத்தியம் என்றுதான் நினைப்பார்கள்.

5. சரியான தகவல்களின் அடைப்படையில்தான், அறிவுபூர்வ மான முடிவுகள் எடுக்கமுடியும். ஆனால், பெரும்பாலான மக்கள் அப்படியில்லை என்பதுதான் உண்மை.

6. என்னுடைய குடும்பத்தினர் 'நான் ஒரு விசித்திரமானவன்' என்று நினைத்துக்கொண்டிருக்கிறார்கள். நான் அவற்றில் இருந்து வெளிவர வேண்டும் என்று என்னை வற்புறுத்தி இருக்கிறார்கள்.

7. என்னால் தெளிவாகவும் பேசமுடியும். இருந்தாலும், பெரும் பாலான சமயங்களில் என்னைச் சுற்றி என்னென்ன விசித்திரங் கள் நடக்கிறது என்பதைப் பார்க்கவே ஆசைப்படுகிறேன்.

8. உங்களுடைய பிரச்னையைத் தீர்க்க வேண்டுமென்றால், என்னிடம் விடுங்கள். நான் தனியாக வேலை செய்து அதற் குரிய தீர்வைத் தருகிறேன்.

9. ஒரு விஷயத்தைப்பற்றி அதிகம் சிந்திக்கும் போது, 'நார்மல் நடத்தை' என்பதைவிட விசித்திரமாக ஒன்று நடக்க முடியாது.

10. நான் வேலை செய்யும் விஷயங்களை மெருகேற்ற, சரி செய்ய அதிக நேரம் எடுத்துக் கொள்வேன்.

11. பெரும்பாலானவர்கள் நம்ப முடியாத அளவு ஏதும் தெரியாதவர்களாக இருக்கிறார்கள். எப்படித்தான் வேலைகள் நடக்கின்றன என்றே புரியவில்லை.

12. எனக்குப் பல துறைகளில், பல விஷயங்கள் தெரியும். சிலவற்றில் நான் ஒரு வல்லுநன்.

13. பல விஷயங்கள் ஏன் அப்படி இருக்கின்றன என்று தெரிந்துகொள்ள எனக்கு அதீதமான ஆர்வம் உண்டு. வெளிப் பார்வைக்குத் தெரிவதுதான் உண்மை என்று நினைக்க முடியாது. அவற்றைச் சரியாகப் பார்த்தால் அது நிஜமல்ல என உணரமுடியும்.

14. என்னுடைய மூளை, எப்போதும் எதையாவது தீவிரமாகச் சிந்தித்துக்கொண்டே இருக்கும். அதனால் எனக்குள் ஒரு பரபரப்பு இருந்துகொண்டே இருக்கும்.

15. பல சமயங்களில், நான் செய்வதில் ஒரேயடியாக மூழ்கிப் போய், நேரம் என்ன என்பதையே சுத்தமாக மறந்து விடுவேன்.

மொத்த மதிப்பெண்	விளக்கம்
19	நீங்கள் எண் ஐந்து இல்லை. உங்களுக்கான எண் நாலோ, ஒன்பதோ கூட இல்லை.
15 - 30	நீங்கள் ஐந்து இல்லை.
30 - 45	உங்களிடம் பெரும்பாலும் ஐந்துக்கான செயல்பாடுகள் இருக்கின்றன. அல்லது உங்கள் பெற்றோர்களில் எவரோ ஒருவர், ஐந்தாம் எண்ணுக்கு உரியவர்.
45 - 60	அநேகமாக உங்களிடம் ஐந்துக்கான குணாதிசயங்கள் உள்ளன.
60 - 75	நீங்கள் நிச்சயம் ஐந்துதான்.

குணாதிசயங்கள்

1. அதிகாரம் உள்ளவர்கள் என்னை ஈர்க்கிறார்கள். அதே நேரம், அவர்களை நம்பவும் முடியவில்லை.

2. நான் மிகவும் உணர்ச்சி வசப்படுபவன். ஆனால், அதை எல்லோரிடமும் காட்டுவதில்லை. எனக்கு மிகவும் நெருக்க மானவர்களிடம் மட்டும்தான் காட்டுவேன். அதுவும் முழுமை யாக இல்லை.

3. நான் ஏதும் தவறு செய்துவிட்டால், எல்லோரும் என்னைப் பழிக்கப் போகிறார்கள் என்கிற பயம் வருகிறது.

4. நானாக எதையும் செய்வதைவிட, என்ன செய்யச் சொன்னார் களோ அல்லது எதைச் செய்ய வேண்டும் என்று எதிர்பார்க்கி றார்களோ அதைத்தான் செய்வேன்.

5. என்னால் எல்லா விதிகளையும் பின்பற்றிக்கொண்டிருக்க முடியாது. எல்லாவற்றையும் நான் ஏற்றுக் கொள்வதும் இல்லை. ஆனால் அவை என்ன என்று தெரிந்துகொள்ள விரும்புகிறேன்.

6. சுலபத்தில் மாற்ற முடியாதவர்களைப்பற்றிய என்னுடைய முதல் அபிப்பிராயம் 'இவர்கள் இப்படித்தான்' என்று அழுத்த மாக இருக்கும்.

7. எந்த விஷயத்துக்கும், நான் சிலரை மட்டுமே எதிர் பார்க்கிறேன். அவர்கள் என் ஹீரோக்கள் மாதிரி.

8. என்னால் பெரிய முடிவுகள் எடுக்க முடியாது. அதே சமயம், எனக்காக வேறு எவரும் முடிவுகள் எடுப்பதையும் நான் விரும்பவில்லை.

9. சிலர் என்னை, தைரியமில்லாதவன் என்று நினைக்கிறார்கள். ஆனால், அவர்களுக்கு என்னுடைய ஒரு பக்கம்தான் தெரியும். இன்னொரு பக்கம் தெரியாது.

10. நான் எவ்வளவு தூரம் தவறாகச் செய்கிறேன் என்பது எனக்குத் தெரியும். அதனால் மற்றவர்கள் என்ன செய்ய இருக்கிறார்கள்

என்பது என் மனத்தில் ஓடிக்கொண்டேயிருக்கிறது.

11. எனக்கு மற்றவர்களை நம்புவதற்குத்தான் ஆசை. ஆனால் அவர்களின் நோக்கங்கள் என்ன என்பதை அடிக்கடி யோசிக்காமல் இருக்க முடியவில்லை.

12. நான் உண்மையில் ஒரு கடின உழைப்பாளி. மெதுவாகச் செய்தாலும், வேலை செய்துகொண்டேதான் இருப்பேன்.

13. நான் பெரிய முடிவுகள் எடுக்கும் முன், எனக்கு நம்பிக்கையான சிலரிடம் பேசி விட்டுத்தான் முடிவெடுப்பேன்

14. நான் எல்லோரையும் சந்தேகப்படுவனாக, குற்றம் காணுபவனாக இருக்கிறேன். எதனால் என்று எனக்கே புரியவில்லை.

15. அடுத்து என்ன நடக்குமோ என்ற கவலை, பதற்றம் என்னிடம் இருக்கிறது.

மொத்த மதிப்பெண்	விளக்கம்
20	நீங்கள் எண் ஆறு இல்லை. உங்களுக்கான எண் ஒன்றோ, இரண்டோ கூட இல்லை.
15 - 30	நீங்கள் ஆறு இல்லை.
30 - 45	உங்களிடம் பெரும்பாலும் ஆறுக்கான செயல்பாடுகள் இருக்கின்றன அல்லது உங்கள் பெற்றோர்களில் எவரோ ஒருவர், ஆறாம் எண்ணுக்கு உரியவர்.
45 - 60	அநேகமாக உங்களிடம் ஆறுக்கான குணாதிசயங்கள் உள்ளன.
60 - 75	நீங்கள் நிச்சயம் ஆறாம் எண்காரர்தான்.

ஏழாம் எண்ணுக்கான கேள்வித்தாள்

குணாதிசயங்கள்

1. எனக்குப் பயணம் செய்வது, விதவிதமான மக்களைச் சந்திப்பது, பல்வேறு வகையான உணவுகளைச் சாப்பிடுவது, அனுபவங்களைப் பெறுவது போன்றவை எல்லாம் பிடிக்கும்.

2. எனக்கு மாதம் முழுக்கச் செய்ய வேண்டியவை நிறைய இருக்கின்றன. நான் எப்போதும் ஓய்ந்திருப்பதில்லை.

3. ஜாக்கிரதையாக இருப்பதும், சௌகரியமாக இருப்பதையும்விட எனக்கு முக்கியமில்லை. விதம் விதமானவற்றைச் செய்வதும், கிளர்ச்சியூட்டும் செயல்களைச் செய்வதும் தான் எனக்கு முக்கியம்.

4. பத்து விஷயங்களை ஒருசேர யோசிப்பதுபோல, என் மூளை எப்போதும் பரபரப்பாக இருக்கிறது.

5. போர் அடிப்பதை மட்டும் என்னால் தாங்கிக்கொள்ளவே முடியாது. எதையும் சுவாரஸ்யமானதாக ஆக்கிக்கொண்டு விடுவேன்.

6. பேச்சிலோ, நிகழ்ச்சியிலோ, அல்லது வேறு எங்குமோ இருக்கும் போது அதில் நான் முழுமையாக ஈடுபட்டிருப்பேன். ஆனால் அது முடிந்ததும் கிளம்பிவிடுவேன்.

7. நான் எதையும் என்ன என்று தெரிந்து கொள்ளும் ஆர்வமும் குறுகுறுப்பும் உள்ளவன். எந்தப் புதிய விஷயத்தினையும் முயற்சித்துப் பார்ப்பதிலும், என் நண்பர்களில் கூட்டத்தில் நான்தான் 'ஃபர்ஸ்ட்'.

8. எப்போது ஒரு காரியத்தை நான் அனுபவித்துச் செய்யவில்லையோ, அப்போதே, அதைச் செய்வதை நிறுத்தி விடுவேன்.

9. நான் வெறும் வேடிக்கை விரும்பி அல்ல. என்னிடம் இன்னொரு வருத்தமான பகுதியும் உண்டு. அதைப்பற்றிச் சிந்திப்பதை நான் அதிகம் விரும்புவதில்லை.

10. எதைப்பற்றியும் என்னால் முழுமையாக, (Big picture) நன்றாகப் பார்க்கமுடியும். அதைப்பற்றிப் பேசமுடியும். ஆனால் நுணுக்கமாகப் (Details) பார்க்க முடியாது. உதாரணம்

சொல்வதென்றால், என் கண்ணுக்கு முழு மரம் தெரியும். ஆனால் இலைகள் கண்ணில் படாது. நிறைய யோசனைகள் கொடுக்கமுடியும். அவற்றைச் செயல்படுத்தும் வேலைகளில் அவ்வளவு ஆர்வம் இல்லை.

11. நான் எதையாவது செய்தாக வேண்டும் என்று நினைத்து விட்டால், அதைச் செய்வதற்கான வழியை என்னால் கண்டு பிடித்துவிடமுடியும்.

12. சில விஷயங்களினால் நான் சோர்வடைவது உண்டுதான். ஆனால், சீக்கிரமே உற்சாகமாகிவிடுவேன்.

13. என்னுடைய முக்கிய பலவீனமே, என்னுடைய கவனச் சிதறல்தான். என் செயல்பாடுகள் கொஞ்சம் பரவலாகி போனது மாதிரி இருக்கும்.

14. நான் செலவழிக்க வேண்டியதைக் காட்டிலும் கொஞ்சம் அதிகமாகவே செலவழிக்கிறேனோ என்று தோன்றுகிறது.

15. நான் செய்ய நினைப்பவற்றுடன், என்னால் இயைந்து போக முடிகிறவர்களுடன்தான் நெருக்கத்துடன் பழக முடிகிறது.

மொத்த மதிப்பெண்	விளக்கம்
21	நீங்கள் எண் ஏழு இல்லை. உங்களுக்கான எண் மூன்றோ, எட்டோ கூட இல்லை.
15 - 30	நீங்கள் ஏழு இல்லை.
30 - 45	உங்களிடம் பெரும்பாலும் ஏழுக்கான செயல்பாடுகள் இருக்கின்றன. அல்லது உங்கள் பெற்றோர்களில் எவரோ ஒருவர், ஏழாம் எண்ணுக்கு உரியவர்.
45 - 60	அநேகமாக உங்களிடம் ஏழுக்கான குணாதிசயங்கள் உள்ளன.
60 - 75	நீங்கள் நிச்சயம் ஏழுதான்.

குணாதிசயங்கள்

1. நான் மிகவும் சுதந்தரமானவன். எனக்குத் தேவையான எதற் காகவும் நான் யாரையும் சார்ந்திருக்க விரும்பவில்லை.

2. 'மயிலே, மயிலே என்றால், இறகு போடாது' என்று நம்பு பவன் நான். அதாவது எதுவும் அதுவாக நடக்காது. நாம்தான் அதை நடத்தியாக வேண்டும்.

3. நெருக்கமானவர்களைப்பற்றி, நான் அக்கறை எடுத்துக் கொள்கிற போது, 'அவர்கள் என் மக்கள், அவர்களின் நலன் முக்கியம்' என்றே எனக்குத் தோன்றுகிறது.

4. எப்படி வேலை வாங்குவது என்பது எனக்குத் தெரியும். என்ன வெகுமதிகள் கொடுப்பது, எப்படி மிரட்டி வேலை வாங்கு வது என்பதெல்லாம் எனக்கு நன்றாகவே தெரியும்.

5. வலிமையற்றவர்களைப் பார்த்தால் எனக்குப் பச்சாதாபம் வருவதில்லை. வலிமையற்ற தன்மை பிரச்னைகளையே உருவாக்கும். அது மாற்றப்பட வேண்டும்.

6. எனக்கு மன உறுதி அதிகம். எளிதாக விட்டுக் கொடுக்கவோ, பின்வாங்கவோ மாட்டேன்.

7. நான், உதவி செய்த ஒரு நபர், மேலே வருவதை, முன் னேற்றம் அடைவதைப் பார்க்கும் போது எனக்கு ஏற்படும் பெருமைக்கு அளவேயில்லை.

8. எனக்குள்ளும் ஓர் ஈர இதயம் இருக்கிறது. ஆனால், அதை நான் எல்லோரிடமும் காட்டுவதில்லை.

9. என்னை நன்கு அறிந்தவர்கள், மனத்தில் இருப்பதை, நான் அப்படியே வெளிப்படையாகச் சொல்வதைப் பாராட்டி இருக்கிறார்கள்..

10. இன்றைக்கு என்னிடம் இருக்கும் அத்தனை விஷயங் களுக்காகவும் நான் கடுமையாக உழைக்க வேண்டியிருந்தது. 'போராட்டங்கள் நல்லதுதான், அவை நம்மைக்

கெட்டிப்படுத்தி, நமக்கு என்ன தேவை என்பதிலும் ஒரு தெளிவினை உருவாக்கிவிடுகிறது' என்றுதான் நான் நினைக்கிறேன்.

11. ஒவ்வொருவரையும் விரட்டி, அவர்களிடமிருக்கும் திறமைகளை வெளிக்கொண்டு வருகிறேன். அதனால் என்னையே ஒரு சவால் விடுபவராகப் (Challenger) பார்க்கிறேன்.

12. என்னுடைய நகைச்சுவை உணர்வு எப்போதும் பண்பட்டதாக இருக்கும் என்று சொல்லமுடியாது. சமயத்தில் பச்சையாகவும் பேசிவிடுவேன்.

13. என்னால் கடுமையாகக் கோபப்படமுடியும்.

14. மற்றவர்கள் செய்ய முடியவே முடியாது என்று விட்டு விட்டதை செய்து காட்டுவது எனக்கு மிகவும் பிடிக்கும்.

15. எவராவது தண்டிக்கப் படத்தான் வேண்டும் எனும் பொழுதுகளில், அது நானாக இருக்க விரும்புவதில்லை.

மொத்த மதிப்பெண்	விளக்கம்
22	நீங்கள் எண் எட்டு இல்லை. உங்களுக்கான எண் மூன்றோ, ஏழோ கூட இல்லை.
15 - 30	நீங்கள் எட்டு இல்லை.
30 - 45	உங்களிடம் பெரும்பாலும் எட்டுக்கான செயல்பாடுகள் இருக்கின்றன அல்லது உங்கள் பெற்றோர்களில் எவரோ ஒருவர், எட்டாம் எண்ணுக்கு உரியவர்.
45 - 60	அநேகமாக உங்களிடம் எட்டுக்கான குணாதிசயங்கள் உள்ளன.
60 - 75	நீங்கள் நிச்சயம் எட்டுதான்.

ஒன்பதாம் எண்ணுக்கான கேள்வித்தாள்

குணாதிசயங்கள்

1. என்னோடு இருக்கும்போது, மக்கள் பாதுகாப்பாக உணருவதால், அவர்களுக்கு என்னைப் பிடித்திருக்கிறதுபோல் தெரிகிறது.

2. நான் தனியாக இருந்தாலும் சரி, என்னைச் சுற்றி மனிதர் கூட்டம் இருந்தாலும் சரி. நான், என்னுள் அமைதியாக இருக்கிற வரை, எனக்குச் சரிதான்.

3. நான் என் வாழ்க்கையில், ஒரு நிதானத்தினைப் பார்க்கிறேன். எதற்காக அதைப் போய் கெடுத்துக்கொள்ள வேண்டும்?

4. சௌகரியமாக இருப்பது என்பது, எந்த விதத்தில் சொல்லப் பட்டாலும், அது எனக்குப் பிடித்திருக்கிறது.

5. எவராவது இப்படித்தான் என்றுவிடாப்பிடியாக நின்றால் அங்கே சண்டை போட்டுக்கொண்டிருப்பதைவிட, நான் விட்டுக் கொடுத்து விட்டு விலகிப் போகவே விரும்புகிறேன்.

6. பிரச்னைகள் என்னை நெருங்கிவிடாமல் பார்த்துக் கொள் கிறேன். ஆனால், நான் எப்படி அதைச் செய்கிறேன் என்று சொல்லத் தெரியவில்லை.

7. வழக்கமாக நான், மாற்றத்தை விரும்புவதில்லை. இருப் பதுவே போதும் என்று நினைப்பவன். என்னை மகிழ்ச்சிப் படுத்துவது மிகவும் சுலபம்.

8. நான் ஏதோ கவனமில்லாமல் வேறு எதையோ யோசித்துக்கொண்டிருப்பதாகவும், மறதி உள்ளவர் என்றும் சிலர் சொல்வார்கள். உண்மை என்னவென்றால், எனக்கு எல்லாம் தெரியும். ஆனால், எல்லாவற்றுக்கும் நான் ஏதாவது பதில் சொல்லிக்கொண்டிருப்பதில்லை.

9. நான் எதைப்பற்றியாவது முடிவு செய்துவிட்டால், என்னை மாற்றுவது கடினம் என்று சொல்கிறார்கள். ஆனால், நான் ஒன்றும் பிடிவாதக்காரன்(ள்) இல்லை.

10. பலரும் வேகமாக உணர்ச்சி வசப்பட்டுவிடுவார்கள். நான் அப்படியில்லை.

11. வாழ்க்கையில் என்ன வருகிறதோ, அதை ஏற்றுக்கொள்ள வேண்டும். காரணம், எப்படியும் நம்மால் அதை ஒன்றும் மாற்றிவிட முடியாது.

12. என்னால் சுலபமாக, பலருடைய பல்வேறுவிதமான கருத்துக் களைப் புரிந்துகொள்ளமுடியும். நான் மற்றவர்களின் கருத்துக் களுடன் மாறுபடுவதைவிட ஏற்றுக்கொண்டு இயைந்து போவதுதான் அதிகம்.

13. நான் எப்போதும் எதிர்மறையான கருத்துகளைப் பேசுவதை விட 'பாசிட்டிவ்'வான கருத்துகளைப் பேசுகிறேன்.

14. வாழ்க்கையின் சிரமமான தருணங்களிலும் உதவக்கூடிய, வழி காட்டக்கூடிய தத்துவங்கள், வழிமுறைகள் என்னிடம் இருக்கின்றன.

15. நாள் முழுவதும் என்ன செய்ய வேண்டுமோ அவற்றை எல்லாம் செய்வேன். வேலை நேரம் முடிந்ததும் எப்படிச் சௌகரியமாக இருப்பது என்பதும் எனக்குத் தெரியும்.

மொத்த மதிப்பெண்	விளக்கம்
23	நீங்கள் எண் ஒன்பது இல்லை. உங்களுக்கான எண் நாலோ, ஐந்தோ கூட இல்லை.
15 - 30	நீங்கள் ஒன்பது இல்லை.
30 - 45	உங்களிடம் பெரும்பாலும் எண் ஒன்பதுக்கான செயல்பாடுகள் இருக்கின்றன அல்லது உங்கள் பெற்றோர்களில் எவரோ ஒருவர், ஒன்பதாம் எண்ணுக்கு உரியவர்.
45 - 60	அநேகமாக உங்களிடம் எண் ஒன்பதுக்கான குணாதிசயங்கள் உள்ளன.
60 - 75	நீங்கள் நிச்சயமாக ஒன்பதாம் எண்ணுக்குரியவர்தான்.

8. விரும்பத்தக்க, நல்ல மனிதர்களாக இருப்பது எப்படி?

ஆரோக்கியமான ஆளுமைகள்!

ஒவ்வொரு விதமான ஆளுமையைப்பற்றித் தெரிந்து கொள்ளும் போதும், அதில் வரும் பலங்களைப் படிக்கும் போது, 'அட! நன்றாக இருக்கிறதே!' என்று நிச்சயமாகத் தோன்றியிருக்கும். உடன் நம்மிடம் அந்தக் குணம் எவ்வளவு தூரம் இருக்கிறது என்றும் யோசித்திருப்போம். நம் ஆளுமையில் இந்த பலங்களைச் சேர்த்துக் கொள்வது எப்படி?

'இப்படித்தான் இருக்க வேண்டும் ஓர் ஆளுமை' என்று சுட்டிக் காட்ட, ஏதேனும் நல்ல ஆளுமையின் குணாதிசயப் பட்டியல் இருக்கிறதா?

முழுவதும் பாராட்டத்தக்கவர்கள், அவர்களும் நிம்மதியாக மகிழ்ச்சியாக இருந்து, உடன் இருப்பவர்களையும் நிம்மதியாக இருக்க விடுபவர்கள் எப்படி இருப்பார்கள்? அவர்களது ஆளுமை எப்படிப்பட்டது? அப்படி ஒரு பட்டியலையும் பார்த்துவிடுவோம்.

நல்ல ஆளுமைகளின் குணநலன்கள்

1. இவர்களுக்கு இவர்களைப்பற்றி சரியாகவே தெரியும். தங்களைக் குறைத்தோ, அதிகமாகவோ மதிப்பிட்டுக்கொள்ள

மாட்டார்கள். முன்பு பார்த்தோமே, 'உண்மையான தான்' (Real Self), 'சிறப்பான தான்' (Ideal Self). இவை இரண்டுக்கும் இடையே, இவர்களிடம் அதிக வேறுபாடு இருக்காது.

2. சூழ்நிலைகளின் யதார்த்தங்களைப் புரிந்து கொள்வார்கள். தற்செயலாக நடப்பவை, தானாக நடப்பவை, இயல்பாக நடப்பவை முதலியனவற்றைச் சரியாக எடுத்துக் கொள்வார் கள். உட்கார்ந்து அழுதுகொண்டோ, அடுத்தவர்களையும் உலகத்தினையும் சபித்துக்கொண்டோ இருக்க மாட்டார்கள்.

எதையும் 'பாசிட்டிவ்' ஆகப் பார்ப்பார்கள். ஆக்கபூர்வமான அணுகுமுறை இவர்களிடம் காணப்படும்

3. தங்களுடைய சாதனைகளைச் சரியாக மதிப்பிட்டுக் கொள் வார்கள். 'நான் என்னத்தைப் பெரிசா செய்துட்டேன்' என்றோ, 'என்னைப்போல செய்தவனும் உண்டோ?' என்றோ நினைக்க மாட்டார்கள். தங்களுக்குத் தாங்களே, உரிய மதிப்பீடுகள் கொடுத்துக் கொள்பவர்கள். இதனால், இவர்களை யாராலும் புகழ்ந்து கவிழ்க்கவோ, இகழ்ந்து வீழ்த்தவோ முடியாது.

4. பொறுப்புகளை ஏற்றுக் கொள்வார்கள். தனக்குச் சாதகமோ பாதகமோ, வசதியோ, சிரமமோ, கஷ்டமோ, நஷ்டமோ வேலைகளைத் தட்டிக் கழிக்க மாட்டார்கள்..

5. சுதந்தரமானவர்கள். இவர்களுடைய சிந்தனைகளும் செயல் பாடுகளும் எவராலும் கட்டுப்படுத்த முடியாதவை. தங் களைத் தாங்களே வழிநடத்திச் செல்பவர்கள். தங்களுக்குச் சரி என்று படுவதை தைரியமாகச் செய்பவர்கள். அதேபோல தங்களைத் தாங்களே நிர்வகித்துக் கொள்பவர்கள்.

6. தங்களின் திறன் மீது நம்பிக்கை உள்ளவர்கள். அதை நம்பி இறங்குபவர்கள். முக்கிய முடிவுகளை, அதிக அளவு குழப் பமோ, தயக்கமோ, வருத்தமோ இன்றி எடுப்பவர்கள். அடுத்தவர்களின் அறிவுரைகளை நம்பிக்கொண்டு இருக்காத வர்கள்.

7. தங்களின் உணர்வுகள் மீது போதுமான அளவு கட்டுப்பாடு உள்ளவர்கள். அதீத உணர்ச்சிவசப்பட்டு தங்களைத் தாங்க ளாகவோ, மற்றவர்களையோ காயப்படுத்தாதவர்கள். ஆர்வம், மனச்சோர்வு, மனச்சுமை முதலியனவற்றைத் தாங்கிக் கொள்ளும் சக்தியினை உருவாக்கிக் கொள்பவர்கள்.

8. தங்களுடைய கோபமாகட்டும் அல்லது அன்பாகட்டும். இரண்டினையுமே நேரடியாகக் காட்டும் துணிவுள்ளவர்கள். தங்களுக்கு இழைக்கப்பட்ட அநீதிக்கு, தக்க அளவு எதிர்ப்பினைக் காட்ட வல்லவர்கள். தங்களின் உரிமைக்காக நேரடியாகப் போராட வல்லவர்கள்.

9. தங்களால் மாற்ற முடியாது என்று தெரியும்போது, மனத்தின் வலியினையும் எரிச்சலையும் பொறுத்துக்கொள்ளத் தெரிந்தவர்கள்.

10. அடையக்கூடிய யதார்த்தமான இலக்குகளை, ஆசைகளைக் கொண்டிருப்பவர்கள். அவற்றை, அடைய முடியாது எனும் நிலை ஏற்பட்டால், அதையே நினைத்துக் கொண்டிருக்காமல், இலக்குகளை மாற்றிக் கொள்ளும் மனப்பக்குவமும் உடையவர்கள். முறையாக வாழ்பவர்கள்.

11. மற்றவர்களுடன் நன்கு பழகக்கூடியவர்கள். மற்றவர்களையும் அனுசரித்துப் போகிறவர்கள். சுயநலமில்லாதவர்கள். மற்றவர்களின் ஆசைகளை, கருத்துக்களை, விமரிசனங்களை மதிப்பவர்கள்.

12. தங்களிடம் உள்ள குறைகளையோ, குற்றங்களையோ மறைப்பவர்கள் இல்லை. மற்றவர்களைத் திருப்திப்படுத்துவதற்காகப் போலியாக இல்லாமல், வெளிப்படையாக, உண்மையாக, தாங்களாகவே எப்போதும் இருப்பவர்கள். அடுத்தவர்களிடம் பெயர் எடுப்பதற்காகத் தங்களைத் தாங்களே சிரமப்படுத்திக்கொள்ளாதவர்கள்.

13. குடும்பத்திலோ, வெளியிலோ, பொது செயல்பாடுகளில், நன்கு கலந்துகொள்ளக் கூடியவர்கள். மக்களுடன் கலந்து பழகக்கூடியவர்கள். மற்றவர்களின் அங்கீகாரத்துக்காக வீண்ஜம்பம் காட்டாதவர்கள்.

14. தேவையான அளவு பொறுப்புகளை எடுத்துக்கொண்டிருப்பதால், தேவையான செயல்களைச் செய்து முடித்து, உரிய அளவு சாதித்து, அதனால் மகிழ்ச்சியாக இருப்பவர்கள்.

‘அட! எவ்வளவு நன்றாக இருக்கிறது இந்தப் பட்டியல்!’ என்று தோன்றலாம். உலகம் முழுவதுமே இப்படிப்பட்ட ஆளுமைகள் உள்ள நபர்களாகவே இருந்துவிட்டால் எவ்வளவு நன்றாக இருக்கும் என்றும் தோன்றலாம்.

சரி. இப்படிப்பட்ட நல்ல ஆளுமைகள், ஆளுமை அம்சம் உள்ள வர்கள் எப்படி உருவாகிறார்கள்? அதற்கு ஏதும் காரணங்கள் உண்டா? ஏனில்லை? இருக்கிறது.

1. தன்னை அங்கீகரித்தல்.
2. தன்னை அங்கீகரிப்பதற்கான சூழ்நிலைகளில் வாழ்தல்.
3. தன்னைச் சரியாகப் புரிந்து கொள்ளுதல்.
4. சரியான எதிர்பார்ப்புகளுடன் இருத்தல்.
5. தடைகள் இல்லாத இடத்தில் வாழ்தல்.
6. சமூகத்தின் அனுசரணையான அணுகுமுறையினைப் பெற்றிருத்தல்.
7. பெரும் உணர்வுப் போராட்டங்களில் சிக்கிக்கொள்ளா திருத்தல்.
8. தன்னைச் சரியாக நிர்வகித்துக் கொள்பவர்களுடன், அடையாளப்படுத்திக்கொள்ளல்.
9. சிறுவயதில் சரியான பயிற்சி பெறுதல்.

இந்த விஷயங்கள் சரியாக அமைந்தால், ஒருவருடைய ஆளுமை மேலே பார்த்ததுபோல ஆரோக்கியமாக அமையும்.

இது ஆரூடம் அல்ல. ஆராய்ச்சி சொல்லும் முடிவு. இவற்றில் பெரும்பாலானவை நம் மனத்தில் இருக்கிறது. எல்லாம் நம் கட்டுப்பாட்டில்தான் இருக்கிறது. நமக்கான வெற்றியும் கூட.

பின் இணைப்பு

(1) 'த பிக் 5 மாடல்'

இது மனிதர்களை வேறுவிதமாகப் பார்த்து ' இவர் இப்படித்தான் என்று கணிக்கும்முறை. பெயரில் உள்ளதுபோல ஐந்து வகைகளாக பர்சனாலிட்டிகளைப் பிரிகின்றனர்.

அ) எக்ஸ்டிராவெர்ஷன் (Extraversion)

ஆ) அக்ரீயபிள்னெஸ் (Agreeableness)

இ) கன்ஸ்செயன்டெஸ்னெஸ் (Conscientiousness)

ஈ) எமோஷனல் ஸ்டெபிளிட்டி (Emotional Stability)

உ) ஓப்பன்னெஸ் டு எக்ஸ்பீரியன்ஸ் (Openess to Experience)

(2) லோக்கஸ் ஆப் கண்ட்ரோல்

'லோக்கஸ் ஆப் கண்டிரோல்' (Locus of Control) - 'இண்டர்னலா?' அல்லது 'எக்ஸ்டர்னலா'? என்று தங்களைப்பற்றியே ஒருவருக்கு இருக்கும் அபிப்பிராயம் என்ன? வாழ்க்கைபற்றிய அபிப்பிராயம் என்ன? அதைவைத்து அவர்களுடைய பர்சனாலிட்டியை முடிவு செய்வது இந்தமுறை.

அதிர்ஷ்டம், பிறர் உதவி, சிபாரிசுகள் முதலியவற்றை நம்புபவரா அல்லது தன்னையே தன் திறமைகளையே நம்புபவரா என்று சில கேள்விகளுக்கு சம்பந்தப்பட்டவர்கள் தரும் பதில்களை வைத்து முடிவு செய்வார்கள்.

(3) மாச்சியவெளினிசம் (Machiavellianism)

இது 16ம் நூற்றாண்டில், 'அதிகாரத்தை எப்படிக் கைக்கொள்வது, பயன்படுத்துவது' (How to gain and use power) என்கிற புத்தகத்தை எழுதிய நிகோலோ மாச்சியவெளி பெயரைக்கொண்டது.

இதுவும் கேள்விகள் கேட்டு பதில்கள் பெற்று முடிவுக்கு வரும் முறைதான். ஒருவர் அதில் அதிக புள்ளிகள் எடுக்கிறாரா அல்லது குறைவான புள்ளிகள் எடுக்கிறாரா என்று கணிப்பார்கள். அதைவைத்து அவரது எண்ணங்கள், நடவடிக்கைகள் எப்படியிருக்கும் என்று முடிவு செய்வார்கள்.

(4) டைப் A ***டைப்*** B ***மாடல்***

மற்றுமொரு முக்கியமான பர்சனாலிட்டி வகைப்படுத்தல் இது. ஒருவர் பரபரப்பானவரா அல்லது நிதானமானவரா என்று கணிக்கும் பர்சனாலிட்டி சோதனை. எவருக்காவது அதிக ரத்த அழுத்தம் அல்லது வேறு 'ஸ்டிரெஸ்' சம்மந்தப்பட்ட உடல் நலக்கேடு ஏதும் வந்தால், மருத்துவரிடம் போனால், மருத்துவர் கூட, இதுபற்றித் தெரிந்துகொள்ள விரும்புவார்.

எப்பொழுதும் பரபரப்பு. அவசரம். எதையும் அது முடியக் காத்திருப்பதில்லை. 'முடிந்துவிட்டதா? முடிந்துவிட்டதா?' என்று பறப்பார்கள். மற்றவர்களையும் துளைத்து எடுத்து விடுவார்கள். இவர்களுக்கு எதையாவது பரபரப்பாக செய்துகொண்டே இருக்கவேண்டும்.

நேரமாகிவிட்டது என்று குதிப்பார்கள். எல்லாவற்றையும் இழுத்துபோட்டுக்கொண்டு பலவேலைகளை ஒரு சேரச் செய்யத் துடிப்பார்கள். இப்படி இருப்பவர்கள்தான் டைப் A பர்சனாலிட்டிகள்.

- எப்போதும் வேகமாய் நடப்பார்கள், பரபரப்பாய் சாப்பிடுவார்கள், ஓடுவார்கள்.
- எந்த வேகமும் போதாது என்று பொறுமையின்றித் தவிப்பார்கள்.
- ஒன்றுக்கு மேற்பட்ட செயல்களை ஒரே நேரத்தில் செய்ய முயலுவார்கள்.

- ஓய்வு, பொழுதுபோக்கு முதலியவற்றைப் பொறுத்துக்கொள்ள முடியாதவர்கள்.
- சீக்கிரம் வேலை முடிய வேண்டும்; அதிக சாதனைகள் செய்ய வேண்டும்; எதுவும் போதாது. என்று நினைப்பவர்கள்.

டைப் B பர்சனாலிட்டிகள் என்பவர்கள் எதையும் எளிதாக எடுத்துக்கொள்பவர்கள். பெரும்பாலான நேரங்களில் பரபரப்பின்றி 'ரிலாக்ஸ்' ஆக இருப்பவர்கள். விட்டுக் கொடுப்பவர்கள். குறிப்பாகச் சொல்வதென்றால் **டைப் A** பர்சனாலிட்டிகளுக்கு அதற்கு நேர் எதிரான குணம் கொண்டவர்கள். எதையும் சாதாரணமாக எடுத்துக் கொள்வார்கள். என்ன ஆகிவிடும்? என்பது அவர்கள் அணுகுமுறையாக இருக்கும். பொறுமையாக இருப்பார்கள். அதேசமயம் பலவேலைகளையும் பிறகு பார்த்துக் கொள்ளலாம் எனத் தள்ளிப்போடுவார்கள்.

டாக்டர் **சோம. வள்ளியப்பன்**

பங்குச்சந்தை வர்த்தகம், பொருளாதாரம், உணர்வு மேலாண்மை, சுயமுன்னேற்றம், நிர்வாகவியல், மனித வள மேம்பாடு, நிதி நிர்வாகம் உள்ளிட்ட துறைகளில் பல புகழ்பெற்ற நூல்களை எழுதியவர். துறைகள் சார்ந்த செழிப்பான அனுபவமும் நிபுணத்துவமும் கொண்டிருக்கும் இவர் தொலைக்காட்சி மற்றும் பத்திரிகைத்துறை ஊடகங்களில் தொடர்ந்து இயங்கி வருகிறார். Emotional Intelligence-ல் ஆய்வுசெய்து சென்னை பல்கலைக்கழகத்தில் PhD. பட்டம் பெற்றவர்.

சொற்பொழிவுகள் மற்றும் பயிற்சி வகுப்புகள் மூலம் பல ஆயிரக்கணக்கான மக்களுடன் தொடர்ந்து உரையாடி வருபவர்.

Author's Email: writersomavalliappan@gmail.com
Author's Website : www.writersomavalliappan.in
www.facebook.com/Soma Valliappan
www.youtube.com/Soma Valliappan

ஆசிரியரின் பிற நூல்கள்

பங்குச்சந்தை

1. அள்ள அள்ளப் பணம் 1 - *பங்குச்சந்தை: அடிப்படைகள்*
2. அள்ள அள்ளப் பணம் 2 - *பங்குச்சந்தை: அனாலிசிஸ்*
3. அள்ள அள்ளப் பணம் 3 - *பங்குச்சந்தை: ஃபியூச்சர்ஸ் அண்ட் ஆப்ஷன்ஸ்*
4. அள்ள அள்ளப் பணம் 4 - *பங்குச்சந்தை: போர்ட்ஃபோலியோ முதலீடுகள்*
5. அள்ள அள்ளப் பணம் 5 - *பங்குச்சந்தை: டிரேடிங்*
6. அள்ள அள்ளப் பணம் 6 - *மியூச்சுவல் ஃபண்ட்*
6. அள்ள அள்ளப் பணம் 7 - *தங்கம்*
7. அள்ள அள்ளப் பணம் 8 - *இன்சூரன்ஸ்*
8. Bulls and Bears - All about Shares
9. *ஷேர் மார்க்கெட் சீக்ரெட்ஸ்*
10. *ஷேர் பசார் சீக்ரெட்ஸ் (ஹிந்தி)*

வியாபாரம்

1. *நம்பர் 1 சேல்ஸ்மேன்* (சிறந்த விற்பனையாளர் ஆவது எப்படி?)
2. *பணமே ஓடி வா*
3. *தொட்டதெல்லாம் பொன்னாகும்*
4. *பணம், சில ரகசியங்கள்*
5. *நேர்மையாக சம்பாதிக்க இவ்வளவு வழிகளா!*

சுயமுன்னேற்றம்

1. *இட்லியாக இருங்கள்* - எமோஷனல் இன்டெலிஜென்ஸ்
2. *எமோஷனல் இண்டெலிஜென்ஸ் 2.0*
3. *ரசவாதம். ஏதிலும் பெரும் வெற்றி (NLP பற்றி)*
4. *தடையேதுமில்லை* (சுயமுன்னேற்றக் கட்டுரைகள்)
5. *உஷார் உள்ளே பார்* (மனமும் சக்தியும்)
6. *ஆல் தி பெஸ்ட் !* (நேர்முகங்களில் வெற்றி பெறுவது எப்படி?)
7. *தள்ளு* (மோட்டிவேஷன்)
8. *சின்னத் தூண்டில் பெரிய மீன்*
9. *சிறு துளி பெரும் பணம்*
10. *டீன் தரிகிட* (பதின் பருவத்தினருக்கு)
11. *சொல்லாததையும் செய்!*
12. *மனதோடு ஒரு சிட்டிங்*
13. *இவ்வளவுதானா நீ?*
14. *முன்னேற்றம் இந்தப் பக்கம்*
15. *எல்லோரும் வல்லவரே*
16. *காதலில் இருந்து திருமணம் வரை*

17. சிக்கனம் சேமிப்பு முதலீடு
18. நல்லதாக நாலு வார்த்தை
19. உடல் மனம் புத்தி
20. You vs You: *Everything you need to know about Emotional Intelligence*
21. சிறுதுளி பெரும் பணம்

நிர்வாகம்

1. ஆளப்பிறந்தவர் நீங்கள் (தலைமைப் பண்புகள்)
2. காலம் உங்கள் காலடியில் (நேர நிர்வாகம்)
4. உலகம் உன் வசம் (கம்யூனிகேஷன்)
5. உறுதி மட்டுமே வேண்டும் (கமிட்மெண்ட்)
6. உறவுகள் மேம்பட (Secrets of Managing People)
7. சிறந்த நிர்வாகி ஆவது எப்படி?
8. மேனேஜ்மென்ட் குரு கம்பன்
9. வீட்டுக் கணக்கு
10. நேரத்தை உரமாக்கு (காலம் உங்கள் காலடியில் - 2)

பொருளாதாரம்

1. நாட்டுக் கணக்கு - 1
2. நாட்டுக்கணக்கு - 2
3. அதிர்ந்த இந்தியா
4. அவசரம் - உடனடியாக செய்யவேண்டிய சமூக பொருளாதார மாற்றங்கள்

மாணவர்களுக்கு

1. மன அழுத்தம் விரட்டலாமா
2. இந்தமுறை நீதான்
3. நீங்கள் அசாதாரணமானவர்
4. You are Extraordinary
5. திட்டமிடுவோம் வெற்றிபெறுவோம்

மற்றவை

1. எங்குமிருப்பவர் (சாய் சரிதம்)
2. கே பாலசந்தர் - வேலை டிராமா சினிமா
3, நல்ல மனம் வாழ்க
4. மகிழ்ச்சியாக வாழுங்கள்
5. அப்பா, மகன் - நெருக்கமும் நெருடல்களும்

சிறுகதைத் தொகுப்பு

1. நெஞ்சமெல்லாம் நீ
2. பட்டாம்பூச்சிகளின் கண்ணாமூச்சி காலம்
3. ஜெமினி சர்க்கிள்

www.ingramcontent.com/pod-product-compliance
Lightning Source LLC
LaVergne TN
LVHW060236051026
849517LV00005B/1635
* 9 7 8 9 3 9 0 9 5 8 2 4 5 *